TỔNG QUAN

PHẨM NHẬP PHÁP GIỚI (GANDAVYŪHA-PARIVARTA)

TRONG KINH HOA NGHIÊM (AVATAṂSAKA-SŪTRA)

THIỆN TÀI CẦU HỌC 52 VỊ THIỆN TRI THỨC

THÍCH NHUẬN CHÂU

TỔNG QUAN

PHẨM NHẬP PHÁP GIỚI
(GANDAVYŪHA-PARIVARTA)
TRONG KINH HOA NGHIÊM
(AVATAṂSAKA-SŪTRA)

THIỆN TÀI CẦU HỌC 52 VỊ THIỆN TRI THỨC

PHẬT VIỆT TÙNG THƯ
PHẬT LỊCH 2569

Tổng quan

PHẨM NHẬP PHÁP GIỚI TRONG KINH HOA NGHIÊM

-TÀI LIỆU TU HỌC CHO HUYNH TRƯỞNG GĐPT VIỆT NAM-

Tác giả: **Thích Nhuận Châu**

Phật Việt Tùng Thư *xuất bản*

Phật lịch 2569 | Dương lịch 2025

Trình bày: Nhuận Pháp

Thiết kế bìa: Quảng Pháp

ISBN: 979-8-2954-3884-4

MỤC LỤC

PHẦN I
NHẬP PHÁP GIỚI

PHẦN II
52 THIỆN TRI THỨC

Cõi bờ con mắt Hoa nghiêm
Tường vôi lá cỏ lim dim vô cùng

Bùi Giáng - *Mưa nguồn* (1962)

PHẦN I
NHẬP PHÁP GIỚI

Bài 1

TỔNG QUAN PHẨM NHẬP PHÁP GIỚI (入法界品 GANDAVYŪHA-PARIVARTA)

I. DẪN NHẬP

Phẩm Nhập pháp giới là quyển thứ 39 trong bộ Hoa Nghiêm 80 quyển (Đại Chính tạng, T10n279), phần cuối cùng và cũng là đỉnh cao của *Kinh Hoa Nghiêm* (*Avataṃsaka-sūtra*). Trong truyền thống Phạn tạng, đây là phần độc lập mang tên *Gaṇḍavyūha-sūtra*, một bộ kinh có thể tồn tại riêng biệt trước khi được kết tập vào *Avataṃsaka-sūtra*.

Vì vậy, *Nhập pháp giới phẩm* vừa là phần kết thúc toàn thể *Hoa Nghiêm*, vừa là một bộ kinh hoàn chỉnh, biểu hiện con đường chứng nhập *Pháp giới viên dung vô ngại* (*dharmadhātu-praveśa*), tức là nhập vào thực tướng bình đẳng của tất cả pháp.

II. CHỦ THỂ HÀNH ĐẠO: THIỆN TÀI ĐỒNG TỬ

Thiện Tài Đồng tử (*Sudhana-kumāra*) là nhân vật trung tâm. Hình tượng đồng tử biểu thị cho tâm thuần thiện, thanh tịnh và khai mở năng lực của sơ phát tâm Bồ-đề (*prathamacittotpāda*). Ngay khi khởi tâm cầu đạo nơi Bồ-tát Văn-thù-sư-lợi (*Mañjuśrī*), Thiện Tài biểu trưng cho chủ thể của Bồ-tát đạo, tức tâm học hỏi vô tận, lấy trí tuệ làm căn bản, lấy thiện tri thức làm bạn đồng hành.

Hình tượng này mang tính biểu tượng giáo hóa hơn là nhân vật lịch sử. Trong toàn phẩm, hành trình của Thiện Tài qua 52 thiện tri thức biểu tượng cho 52 giai vị Bồ-tát (từ Thập tín đến Diệu giác), trình bày toàn bộ tiến trình viên mãn của Bồ-tát đạo từ phát tâm đến thành Phật.

III. MỞ ĐẦU: KHAI THỊ CỦA BỒ-TÁT VĂN-THÙ-SƯ-LỢI

Phần mở đầu, Thiện Tài thưa hỏi Bồ-tát Văn-thù-sư-lợi về Bồ-tát hạnh (*Bodhisattva-caryā*) và Bồ-đề tâm (*Bodhicitta*). Bồ-tát Văn-thù-sư-lợi dạy rằng chỉ khi phát Bồ-đề tâm, hành giả mới thật sự bước vào Phật đạo. Do đó, việc Thiện Tài phát tâm và lên đường là *biểu hiện của sự chuyển hướng từ tri thức lý luận sang hành đạo thực chứng*. Bồ-tát Văn-thù-sư-lợi không chỉ dạy lý, mà còn mở ra phương pháp: *Hãy tìm thiện tri thức mà học đạo*. Đây chính là khởi điểm của *pháp môn vô lượng thệ nguyện học*, biểu thị tinh thần không tự mãn, luôn tìm cầu trí tuệ từ nhiều phương diện.

IV. CẤU TRÚC VÀ TIẾN TRÌNH

Hành trình của Thiện Tài được chia thành ba phần chính:

1. **Phát tâm và khởi hành** (gặp Bồ-tát Văn-thù-sư-lợi).

2. **Tu học qua 52 thiện tri thức**: mỗi vị biểu trưng cho một pháp môn, một đức hạnh tương đương một giai vị trong Thập địa.

3. Thành tựu và viên mãn: Thiện Tài gặp Bồ-tát Phổ Hiền (*Samantabhadra*), được khai thị về hạnh nguyện và nhập vào pháp giới vô ngại.

Cấu trúc này tương ứng với ba giai đoạn của *Bồ-tát đạo* được Đức Phật dạy trong Kinh Kim cang:

(1) Phát tâm, (2) An trụ tâm, (3) Hàng phục tâm.

Từ đây, phẩm *Nhập pháp giới* trở thành sơ đồ tu chứng của Đại thừa, biểu thị sự vận hành của Bồ-đề tâm qua các tầng bậc giác ngộ.

V. CHỦ ĐỀ TRUNG TÂM: NHẬP PHÁP GIỚI

Cụm từ *"nhập pháp giới"* (入法界, *dharmadhātu-praveśa*) chỉ sự *thâm nhập vào chân thật tánh của tất cả pháp*, nơi mọi hiện tượng đều tương dung, tương tức, không chướng ngại. Hành trình của Thiện Tài không nhằm "đi đến" một nơi nào, mà là *thấy ra bản tính vô ngại của thực tại ngay trong các pháp*. Vì vậy, hành trình bên ngoài chính là biểu tượng cho *sự khai mở nội tâm*.

VI. GIÁ TRỊ TƯ TƯỞNG

1. Triết học: biểu thị nguyên lý "Sự sự vô ngại pháp giới", cực điểm của tư tưởng Hoa Nghiêm.

2. Nhân sinh học: trình bày con đường hành đạo cụ thể của Bồ-tát, vượt qua giới hạn của ngôn giáo mà thâm nhập đời sống.

3. Giáo dục và tu tập: nêu gương về tinh thần học đạo, lấy trí tuệ, từ bi và hạnh nguyện làm nền tảng.

4. Nghệ thuật Phật giáo: hình tượng Thiện Tài và 52 thiện tri thức đã trở thành chủ đề quan trọng trong mỹ thuật Phật giáo Á Đông (như bích họa, tượng, nghi lễ hành hương Hoa Nghiêm). Di tích Borobudur tại Indonesia, trang hoàng các phù điêu khắc có nội dung chuyến hành trình của Thiện Tài trong *Phẩm Nhập pháp giới.*

Di tích Borobudur (Indonesia), các phù điêu khắc chuyến hành trình của Thiện Tài

VII. KẾT LUẬN

Phẩm Nhập pháp giới là *biểu tượng toàn diện của Bồ-tát đạo*: từ sơ phát Bồ-đề tâm (Bồ-tát Văn-thù-sư-lợi) đến hành nguyện viên mãn (Bồ-tát Phổ Hiền). Thiện Tài Đồng tử không chỉ là người học, mà là *hiện thân của tâm cầu giác ngộ trong mỗi*

Huynh trưởng. Khi tâm ấy viên mãn, mọi pháp đều hiển hiện trong pháp giới viên dung vô ngại.

Kế tiếp chúng ta sẽ triển khai riêng từng chủ đề:

1. Khảo sát văn bản và lịch sử truyền dịch.
2. Biểu tượng Thiện Tài Đồng tử và ý nghĩa phát tâm Bồ-đề.
3. Vai trò Bồ-tát Văn-thù-sư-lợi trong khai mở trí tuệ Bồ-đề.
4. Cấu trúc 52 thiện tri thức và tiến trình 52 giai vị Bồ-tát.
5. Tư tưởng Pháp giới viên dung qua cuộc hội kiến Bồ-tát Phổ Hiền.

Bài 2

LỊCH SỬ PHIÊN DỊCH VÀ TRUYỀN BÁ PHẨM NHẬP PHÁP GIỚI (GAṆḌAVYŪHASŪTRA)

I. GIỚI THIỆU CHUNG

Phẩm Nhập Pháp Giới (*Gaṇḍavyūha*) là chương cuối nổi bật của *Kinh Hoa Nghiêm* (*Avataṃsakasūtra*). Theo một số khảo cứu, bản gốc Sanskrit có thể được hình thành khoảng thế kỷ IV Stl. trong truyền thống Đại thừa Ấn Độ.[1] Nội dung nói về cuộc hành trình chiêm nghiệm và học hỏi của Thiện Tài Đồng tử (*Sudhana*) tới nhiều thiện tri thức (*kalyāṇamitra*), nhằm thể nhập pháp giới (*dharmadhātu*). Từ đó Thiện tài được xem như biểu tượng của lớp tri thức trẻ khi đến với đạo Phật, được khuyến khích phát Bồ-đề tâm và hướng dẫn phương pháp thực hành Bồ-tát đạo.[2] Nhan đề *Gaṇḍavyūha* trong tiếng Sanskrit có nhiều tranh luận học thuật[3]. Chúng ta sẽ lần lượt xem xét: (i) nguồn gốc Ấn Độ và bản Sanskrit; (ii) truyền dịch sang Hán ngữ và việc truyền

---

1 https://www.britannica.com/topic/Mahayana

2 https://84000.co/translation/toh44-45?utm_source=chatgpt.com

3 Douglas Osto, The Supreme Array Scripture: A New Interpretation of the Title "Gaṇḍavyūha-sūtra". https://www.jstor.org/stable/23497354

bá Trung Hoa; (iii) truyền sang Tây Tạng – Đông Nam Á; (iv) ý nghĩa học thuật và văn hóa của truyền bá; (v) kết luận và những hướng nghiên cứu còn mở.

II. NGUỒN GỐC SANSKRIT VÀ TÌNH TRẠNG VĂN BẢN

1. Thành hình và nội dung

Theo giới nghiên cứu, bản nguyên của Phẩm Nhập pháp giới (*Gaṇḍavyūha*) có thể được biên soạn hoàn thiện tại Ấn Độ vào khoảng thế kỷ IV Stl. hoặc sớm hơn[4]. D. Osto ghi nhận rằng "Đã từng có một bản tiếng Sanskrit dài hơn so với bản được dịch sang tiếng Tây Tạng... tuy nhiên, hiện nay không còn thủ bản Phạn ngữ nào của bản ấy được lưu giữ."[5] Như vậy, chúng ta nên lưu ý rằng truyền bản Sanskrit hoàn toàn nguyên vẹn hiện nay chưa được tìm thấy, tình trạng nguồn dữ liệu bản gốc vẫn có phần khiếm khuyết.

2. Các ấn bản học thuật

– Bản Sanskrit đã ấn hành mang tính học thuật:

- Nalinākṣa Dutt: *The Gaṇḍavyūha: A Sanskrit Text* (Calcutta 1934) — là một trong những bản khảo bản sớm.

---

4 "The *Avataṃsaka Sūtra* was most likely composed in Sanskrit in the 4th century and was first translated into Chinese by the monk Bodhibhadra in the second decade of the 5th century." https://www.britannica.com/topic/Gandavyuha-Sutra

5 "...there was an Indian version longer than the one that was translated into Tibetan ... though no Sanskrit manuscript of this version has survived." https://www.rigpawiki.org/index.php?title=Gandavyuha_Sutra

- P. L. Vaidya: *Avataṃsaka-sūtra, Part III* (*Gaṇḍavyūha*), *Buddhist Sanskrit Texts No. 5* (Darbhanga 1960) cung cấp bản Sanskrit cũng như chú giải chỉ số.

3. Tình trạng bản văn và vấn đề truyền bản

Như Osto phân tích, các bản Sanskrit hiện nay chủ yếu dựa vào một số thủ bản chép tay (Ms) từ Nepal (ví dụ bản của Hodgson 1835) và khoảng 20-30 bản Ms khác[6]. Hơn nữa, so sánh giữa bản Sanskrit, Hán và Tây Tạng cho thấy có sự mở rộng hoặc biến thể bản Hán, ví dụ bản T293 kết thúc với Bhadracarī (62 câu), trong khi bản Sanskrit và Tây Tạng có hoặc không có đoạn này.[7] Điều này nói lên rằng việc truyền bản và phiên dịch đã có sự "phát triển" nội dung theo từng truyền thống.

III. PHIÊN DỊCH SANG HÁN NGỮ VÀ TRUYỀN BÁ TẠI TRUNG HOA

1. Các bản dịch Hán cổ

Theo thứ tự thời gian

(1) Bản dịch Hán ngữ đầu tiên của *Phẩm Nhập pháp giới* như một phần riêng do Sa-môn Thánh Kiến (聖建) thực hiện khoảng 388-408 Stl. Nạp tạng được ghi là T294.[8]

---

[6] Douglas Osto, A new translation of the sanskrit Bhadracarī with introduction and notes, New Zealand Journal of Asian Studies 12, 2 (December 2010):

[7] Ibid.

[8] Ibid.

T0294_.10.0851c17: 佛說羅摩伽經卷上
T0294_.10.0851c18: 西秦沙門聖堅譯

(2) Bản dịch toàn bộ Kinh Hoa Nghiêm 60 quyển do Phật-đà-bạt-đà-la (Buddhabhadra; 佛陀跋陀羅) thực hiện vào khoảng 420 Stl. (T. 278), trong đó phần *Gaṇḍavyūha* là đoạn cuối.[9]

T0278_.09.0395a04: 大方廣佛華嚴經卷第一
T0278_.09.0395a05: 東晋天竺三藏佛1馱跋陀羅譯

(3) Bản dịch quan trọng do Thật-xoa-nan-đà (Śikṣānanda; 實叉難陀) thực hiện từ 695-699 Stl., bản 80 quyển (T. 279) là bản Hán ngữ phổ biến nhất tại Trung Hoa.[10]

T0279_.10.0001b24: 大方廣佛華嚴經卷第一
T0279_.10.0001b25: 于闐國三藏實叉難陀奉制譯

(4) Sau cùng, bản dịch phần cuối *Gaṇḍavyūha* riêng biệt bởi Tam Tạng Bát-nhã (Prajñā; 三藏般若) vào năm 798 Stl. (T. 293) dựa trên bản Sanskrit mở rộng của vua Orissa.[11]

T0293_.10.0661a05: 大方廣佛華嚴經卷第一
T0293_.10.0661a06: 罽賓國三藏般若奉詔譯

2. Vai trò bản dịch của Thật-xoa-nan-đà (*Śikṣānanda;* 實叉難陀)

Bản Hán dịch của Thật-xoa-nan-đà (Śikṣānanda) (T. 279) là bản thông dụng và đầy đủ cho việc nghiên cứu. Bản này

---

9 https://www.britannica.com/topic/Gandavyuha-Sutra

10 Douglas Osto, A new translation of the sanskrit Bhadracarī with introduction and notes, New Zealand Journal of Asian Studies 12, 2 (December 2010)

11 Ibid.

đã được sử dụng rộng rãi trong truyền thống Hoa Nghiêm tại Trung Hoa, Hàn Quốc, Việt Nam và Nhật Bản. So với bản trước, có mở rộng nội dung và lời chú dẫn phù hợp trong triều Đường. Việc này có ý nghĩa lớn vì góp phần ổn định hình thức kinh văn và giúp truyền bá tư tưởng Hoa Nghiêm tông (華嚴宗) tại Trung Hoa. Trong bài viết nầy, chúng tôi sử dụng bản dịch của Thật-xoa-nan-đà (Śikṣānanda; 實叉難陀) (T. 279)

3. Truyền bá tư tưởng Hoa Nghiêm tông (華嚴宗)

Nhờ bản Hán ngữ T279 và các tác phẩm luận sớ như của Pháp Tạng (法藏) và Tông Mật (宗密, trường phái Hoa Nghiêm đã phát triển mạnh từ nhà Đường trở về sau tại Trung Hoa. Pháp Tạng trứ tác *Hoa nghiêm kinh thám huyền ký* (華嚴經探玄記), *Hoa nghiêm kinh sơ tâm toạ thiền quán pháp* (華嚴經初心坐禪觀法) v.v., giải thích sâu sắc nội dung *Gaṇḍavyūha.* Theo sử liệu, Pháp Tạng đã tham gia phiên dịch bản mở rộng *Gaṇḍavyūha* với Divākara.[12] Như vậy, từ bản Hán ngữ T279 trở đi, học giả Trung Quốc có căn cứ văn bản vững hơn để phát triển hệ thống lý thuyết "Pháp giới duyên khởi" (法界緣起) và "nhất thiết pháp duy tâm tạo" (一切法唯心造) trong Hoa Nghiêm.

---

[12] *Divākara*; Hán phiên âm: 地婆訶羅, còn ghi 提婆迦羅; đời Đường thường gọi là Nhật Chiếu 日照) là một tăng sĩ Ấn Độ đến Trường An vào thế kỉ VII Stl., trú dịch dưới triều Đường Cao Tông – Võ Chu. Ông chuyên dịch các kinh điển Đại thừa từ Phạn ngữ sang Hán ngữ, số lượng khoảng hơn ba 30 bộ, phần lớn thuộc hệ Bát-nhã, Phương đẳng và các đà-la-ni lưu hành đương thời. Divākara được các thư tịch đời Đường xếp vào hàng dịch giả chính thống tại dịch trường Trường An, cùng thời với Bồ-đề-lưu-chi (Bodhiruci) và Nghĩa Tịnh (Yijing).

4. Một vài điểm lưu ý trong truyền dịch

– Trong quá trình dịch Hán, có biến thể: bản T293 (Prajñā) có những đoạn không tìm thấy trong bản Sanskrit hiện nay.[13]
– Số lượng "thiện hữu tri thức" (kalyāṇamitra) mà Thiện Tài gặp có sự biến hóa giữa các bản Hán và bản Sanskrit/Tây Tạng. Điều này cho thấy có giai đoạn "nội dung mở rộng" tại Trung Hoa.
– Việc chuyển ngữ từ Sanskrit sang Hán luôn kèm theo chú giải, đặt tên Hán cho các nhân vật, địa danh, tạo nên dấu ấn văn bản "nhập địa" vào không gian văn hóa Trung Hoa, chúng tôi khá cẩn trọng trong khi nghiên cứu và phiên dịch, nhưng do còn thiếu tư liệu đối chiếu, nên còn để ngỏ trong phần chú thích.

IV. TRUYỀN BẢN SANG TÂY TẠNG VÀ CÁC VÙNG KHÁC

1. Truyền bản sang Tây Tạng

Theo Osto: bản Tây Tạng của Gaṇḍavyūha được dịch trong khoảng thế kỷ 7-9 Stl., có khả năng thuộc Great Revision[14] của

---

[13] Douglas Osto, A new translation of the sanskrit Bhadracarī with introduction and notes, New Zealand Journal of Asian Studies 12, 2 (December 2010)

[14] Đại chỉnh lý kinh điển Phật giáo tại Tây Tạng dưới triều vua Tri Ralpachen (trị vì 815–838 Stl.), được tiến hành bởi Ủy ban Dịch thuật Hoàng gia gồm các paṇḍita Ấn Độ và các lotsāwa Tây Tạng. Mục đích là chuẩn hóa toàn bộ thuật ngữ Phạn–Tạng, hiệu đính và tái dịch kinh luận cũ, thiết lập phương pháp dịch thuật nghiêm ngặt, kết quả kết tinh trong hai văn bản trọng yếu *Mahāvyutpatti* và *Sgra sbyor bam po gnyis pa*. Đại chỉnh lý này đặt nền tảng cho văn thể dịch thuật Tây Tạng, là cơ sở cho sự hình

Tây Tạng (khoảng 815–836 Stl.)[15]. Bản Tây Tạng nằm trong Kanjur (bstan 'gyur) và tương đồng với bản Sanskrit Nepal hơn bản Hán T293.

Tuy nhiên, chi tiết phiên dịch chính xác (dịch giả cụ thể, thời điểm, bản Ms gốc) đôi khi không rõ ràng, do bản gốc Sanskrit tại Ấn Độ đã thất lạc và việc sử dụng bản Ms Nepal làm nguồn.

2. Truyền bản và ảnh hưởng ở Đông Nam Á, Indonesia

Một điểm đáng chú ý: tại di tích Borobudur (Indonesia), các phù điêu khắc Gaṇḍavyūha (chuyến hành trình của Sudhana) rất nhiều, phản ánh truyền bá của Hoa Nghiêm sang Đông

---

thành của tạng Kangyur và tạng Tengyur, được xem như một trong những chương trình phiên dịch quy mô nhất trong lịch sử Phật giáo.

15 D. E. Osto, "*The Supreme Array Scripture: A New Interpretation of the Title 'Gaṇḍavyūha-sūtra'*," là một công trình nghiên cứu hiện đại nhằm tái phân tích tựa đề và ý nghĩa biểu tượng của *Gaṇḍavyūha-sūtra* (Kinh Nhập pháp giới) trong bối cảnh văn học Phật giáo Ấn Độ. Osto đề xuất rằng danh xưng *Gaṇḍavyūha* – thường dịch là "Trang nghiêm tối thượng" hay "Hoa nghiêm pháp hội" – nên được hiểu không đơn thuần theo nghĩa "trang nghiêm (array)" mà là "pháp giới tương giao" hay "sự kết thành vi diệu của toàn thể thực tại". Ông khảo sát các dị bản Phạn, Tạng và Hán, đối chiếu với truyền thống Hoa Nghiêm học, và cho rằng thuật ngữ *vyūha* trong tên kinh phản ánh cấu trúc "tập hợp toàn diện" của pháp giới, nơi mỗi phần tử là biểu hiện viên dung của toàn thể (*dharmadhātu-pratītyasamutpāda*). Nghiên cứu này góp phần làm sáng tỏ cách các học giả phương Tây hiện nay tiếp cận Gaṇḍavyūha như một "kinh điển biểu tượng học vũ trụ luận" hơn là chỉ một bản kinh hạnh môn. https://www.academia.edu/2175309/The_Supreme_Array_Scripture_A_New_Interpretation_of_the_Title_Ga%E1%B9%87%E1%B8%8Davy%C5%ABha_s%C5%ABtra_

Nam Á. Hơn nữa, hiện nay có bản dịch hiện đại, ví dụ *84000 Project* cung cấp bản Anh ngữ của Gaṇḍavyūha.[16]

V. Ý NGHĨA HỌC THUẬT VÀ VĂN HÓA CỦA TRUYỀN BÁ

1. Vai trò trong trường phái Hoa Nghiêm

Với bản Hán T279 và các luận sớ Hoa Nghiêm, Gaṇḍavyūha trở thành "trung tâm" của tư tưởng Hoa Nghiêm: lý thuyết "nhất chân pháp giới" (一真法界), "nhất thiết pháp duy tâm tạo" (一切法唯心造) v.v. Thiện Tài (Sudhana) và hành trình tham học thiện hữu tri thức được xem như biểu tượng hành giả Bồ-tát. Hệ thống luận sớ của Pháp Tạng, Tông Mật đều y cứ vào văn bản này.

2. Truyền thông biểu tượng và nghệ thuật

Việc khắc họa hành trình Sudhana tại Borobudur gồm "460 bức", cho thấy giá trị nghệ thuật và truyền bá tôn giáo đa quốc gia của Gaṇḍavyūha. Văn bản không chỉ là kinh điển mà đã trở thành hình thức biểu hiện thị giác – nghệ thuật khắc đá – và truyền thống tu học.

3. Vấn đề phiên dịch và biến thể văn bản

Như đã đề cập, việc truyền bản có sự mở rộng nội dung giữa bản Hán, bản Sanskrit/Tây Tạng. Điều này đặt ra vấn đề học thuật: tại sao có "một số" phần nội dung trong bản Hán không tìm thấy trong bản Sanskrit hiện nay? Điều này dẫn đến khảo sát lịch sử truyền bản

---

16 https://84000.co/translation/toh44-45?utm_source=chatgpt.com

(stem-ma), thể loại văn bản, khả năng rằng bản Hán T293 dựa vào bản Sanskrit "mở rộng" của vương quốc Orissa.[17] Hơn nữa, nhan đề "Gaṇḍavyūha" còn được giải thích khác nhau: Osto đề nghị dịch là "The Supreme Array Scripture" thay vì "Stem Array"[18]. Như vậy, vấn đề ngôn ngữ – phiên dịch – ý nghĩa cũng là điểm cần nghiên cứu sâu hơn.

VI. KẾT LUẬN VÀ HƯỚNG NGHIÊN CỨU

Qua khảo luận trên, có thể ghi nhận:

- *Phẩm Nhập pháp giới* (*Gaṇḍavyūhasūtra*) từ Sơ kỳ Đại Thừa Ấn Độ đã trải qua quá trình phiên dịch sang Hán ngữ (với ba bản chính: T294, T278, T279, rồi T293) và truyền sang Tây Tạng – Đông Nam Á, trở thành một trong các kinh điển trung tâm của Hoa Nghiêm tông.
- Bản Hán ngữ của Thật-xoa-nan-đà (Śikṣānanda; 實叉難陀) (T279) giữ vị trí then chốt trong truyền thống Trung Hoa, được nghiên cứu rộng rãi.
- Tình trạng bản văn Sanskrit còn thiếu các thủ bản (Ms) đầy đủ đặt ra thách thức cho nghiên cứu "nhân dạng bản văn" (textual criticism) và "lịch sử truyền bản".
- Việc so sánh Phạn–Hán–Tạng, khảo sát biến thể văn bản, ứng dụng nghệ thuật và truyền bá văn hóa, tất cả mở ra nhiều hướng nghiên cứu: như khảo bản, phiên dịch học, ảnh hưởng trong nghệ thuật, triết học Hoa Nghiêm, liên hệ với truyền thống Tây Tạng và Đông Nam Á.

---

17 nzasia.org.nz

18 https://link.springer.com/article/10.1007/s10781-008-9056-6

KHẢO SÁT LUẬN SỚ HOA NGHIÊM CỦA PHÁP TẠNG[19] (法藏, 643–712) VÀ TÔNG MẬT (宗密, 780–841)

Hai luận sư Kinh Hoa nghiêm tông Trung Hoa đã tiếp nhận và diễn giải *Phẩm Nhập pháp giới* (Gaṇḍavyūha; 入法界品) như là mẫu thức thực hành giáo lý pháp giới duyên khởi và pháp giới tương tức tương nhập.

I. VỊ TRÍ CỦA PHẨM NHẬP PHÁP GIỚI (入法界品) TRONG HỆ TƯ TƯỞNG HOA NGHIÊM

Ngay sau khi bản 80 quyển của Thật-xoa-nan-đà (Śikṣānanda; 實叉難陀; T279) hoàn tất vào năm 695–699 Stl., Pháp Tạng đã lập tức soạn hệ thống chú thích mới cho bản

---

[19] Pháp Tạng (法藏, 643–712). Luận sư Hoa nghiêm tông đời Đường. Các tác phẩm chính của Pháp Tạng gồm: *Hoa nghiêm kinh thám huyền ký* (華嚴經探玄記, T1735), *Hoa nghiêm nhất thừa giáo nghĩa phân tề chương* (華嚴一乘教義分齊章, T1866), *Hoa nghiêm kinh sớ* (華嚴經疏, T1870), *Hoa nghiêm kinh hành nguyện phẩm sớ* (華嚴經行願品疏, T1871) và *Hoa nghiêm kinh Phổ Hiền hạnh nguyện phẩm biệt hành sớ* (華嚴經普賢行願品別行疏, T1872). Trong đó, *Thám huyền ký* là bản đại sớ quan trọng nhất, ghi lại lời giảng của Pháp Tạng do đệ tử Phổ Hiền (Puxian) biên tập, chú giải toàn bộ *Avataṃsaka-sūtra.* Bộ *Nhất thừa giáo nghĩa phân tề chương* xác lập hệ thống "Ngũ giáo" (五教), gồm Tiểu, Thỉ, Chung, Đốn, Viên, là bản luận căn bản cho việc phân định giáo pháp trong toàn bộ Hoa Nghiêm học. Các bản sớ phẩm *Phổ Hiền hạnh nguyện* diễn giải sâu tinh thần hành nguyện và lý sự vô ngại. Tư tưởng của Pháp Tạng đặt nền móng cho toàn bộ hệ thống giáo nghĩa Hoa Nghiêm. Ngài kết hợp ba mặt Giáo, Lý và Quán, trong đó nguyên lý "pháp giới duyên khởi" là hạt nhân tư tưởng. *Thám huyền ký* được xem là "Tổ sớ" (祖疏) của toàn bộ Hoa Nghiêm tông, được các đời sau như Thanh Lương và Tông Mật tôn trọng, kế thừa và khai triển.

dịch này, trong đó tư tưởng pháp giới duyên khởi (法界緣起), thập huyền môn (十玄門) và nhất chân pháp giới (一真法界) trở thành khung giải thích trung tâm. Ở tầng giáo tướng, Pháp Tạng xem Hoa Nghiêm là viên giáo tối hậu; ở tầng hiển dụng, ông giải thích kinh mang tính hình tượng, cụ thể, có diễn tiến, cho thấy hành giả thực sự đi vào pháp giới như thế nào. Chính ở đây, *Phẩm Nhập pháp giới* trở thành "cẩm nang giáo lý" khi giáo lý được phóng chiếu thành câu chuyện dễ hiể, dễ nhớ. Điều này cũng được các nghiên cứu gần đây về cấu trúc chú giải của Pháp Tạng xác nhận: ông thường dùng những đoạn nói về *hải ấn tam muội* và *pháp giới viên dung* để nâng chiều sâu tư tưởng, rồi mới đem ứng vào Phẩm Nhập pháp giới[20].

Nói cách khác: đối với Pháp Tạng, toàn bộ các phẩm trước thiết lập nguyên lý; phẩm Nhập Pháp giới sau cùng diễn giải nguyên lý ấy trong lịch trình tu tập của một Bồ-tát sơ phát tâm. Đây là điểm khác với cách đọc đơn thuần văn học của các công trình hiện đại, vốn trong tư tưởng Hoa Nghiêm cổ điển không phải chỉ là truyện mà là pháp môn hiển thị pháp giới.

II. PHÁP TẠNG: TỪ THẬP HUYỀN MÔN ĐẾN PHÁP GIỚI NHIẾP NHẬP

1. Căn bản lý luận

Các văn bản về Pháp Tạng cho thấy ông triển khai Hoa Nghiêm từ nền tảng pháp giới duyên khởi: "以法界緣起、理實因果不思議為宗; *Lấy pháp giới duyên khởi, nhân quả chân*

---

20 釋慧法，《法藏〈探玄記〉教體思想初探》，博士論文(佛光大學佛教學系博士班二年級)。華嚴蓮社+2nhuir.nhu.edu.tw+2

thực vi diệu bất khả tư nghì làm tông chỉ", câu này về sau được Trừng Quán (澄觀) nhắc lại để bảo vệ lập trường của Pháp Tạng trước các dị giải.[21]

Từ pháp giới duyên khởi, Pháp Tạng triển khai thành Thập huyền môn (十玄門; *Daśa guhya-mukha*) là mười cửa vi diệu được thiết lập trong *Hoa nghiêm kinh thám huyền ký*, nhằm hiển bày nguyên lý pháp giới duyên khởi (*dharmadhātu-pratītyasamutpāda*). gồm: (1) đồng thời cụ túc tương ưng (*sahotpatti-saṃpūrṇa-sāmagrī-mukha*; 同時具足相應門), (2) ẩn hiển câu thành (*saṃdarśana-saṃguhana-mukha*; 隱顯俱成門), (3) nhất đa tương tức (*eka-bahu-anyonya-praveśa-mukha*; 一多相容門), (4) chư pháp tương tức tự tại (*sarva-dharma-anyonya-praveśa-svatantra-mukha*; 諸法相即自在門), (5) vi tế tướng tức tướng vô ngại (*sūkṣma-lakṣaṇa-lakṣaṇa-anāvaraṇa-mukha*; 微細相即無礙門), (6) bí mật ẩn hiển câu thành (*guhya-prakāśa-saṃpūrṇa-mukha*; 秘密隱顯俱成門), (7) vi trần dung thông (*paramāṇu-saṃprasthita-mukha*; 微塵含容門), (8) nhân quả đồng thời tương tức (*hetu-phala-sahotpatti-mukha*; 因果同時相應門), (9) tự tha sự lý vô ngại (*svaparā-artha-tattva-anāvaraṇa-mukha*; 自他事理無礙門), và (10) thập thế cách pháp dị thành (*daśa-kāla-bhinnatva-siddha-mukha*; 十世隔法異成門). Các môn này trình bày sự dung nhiếp và tương nhập giữa lý và sự, giữa nhất và đa, giữa nhân và quả, biểu thị trọn vẹn cấu trúc "sự-sự vô ngại pháp giới" mà Hoa Nghiêm tông lấy làm nền tảng tu chứng.

---

21 孫業成，《論澄觀法界思想》，原著，石河子大學政法學院(中國新疆). buddhism.lib.ntu.edu.tw

Qua đó, ta thấy hai chiều "tương tức" và "tương nhập" chính là xương sống để hiểu nhập pháp giới.

Do đó, khi đến câu chuyện Thiện Tài tham học 52 thiện tri thức, Pháp Tạng không chỉ coi đây là liệt kê nhân vật, mà xem đó như một chuỗi "pháp học, pháp hành" đang mở ra; mỗi vị thiện tri thức là một điểm nhấn *sự-tướng*, còn pháp giới nhiếp nhập là *lý-tánh* vận hành. Pháp Tạng ở đây làm công việc "*dùng sự để hiển lý*": sự là du hành của Thiện Tài, lý là pháp giới vốn viên dung.[22]

2. Nhập pháp giới là sự vận hành của tâm

Trong hệ tư tưởng Hoa Nghiêm của Pháp Tạng, pháp giới không phải cõi ngoài, mà là cảnh giới tâm hiển hiện; cho nên nhập pháp giới không phải dịch chuyển không gian mà là hiển dụng của tâm. Các nghiên cứu về giáo thể trong *Hoa nghiêm kinh thám huyền ký* đều chỉ ra: từ tầng âm thanh-văn tự, Pháp Tạng kéo thẳng lên tầng tâm thức và chân như làm giáo thể; đó chính là bước chuyển "dĩ thể hiển thể" (以體顯體) mà luận giải đã trích.[23] Khi đặt vào *Nhập pháp giới* (*Gaṇḍavyūha*), điều này có nghĩa: mỗi lần Thiện Tài gặp một thiện tri thức, đó là một lần chân tâm phóng hiện một phương diện của pháp giới; vì chân tâm và pháp giới đồng nhất thể, nên mọi cảnh thiện tri thức đều có khả năng nhiếp nhập toàn thể pháp giới.

---

22 釋慧法，《法藏〈探玄記〉教體思想初探》，博士論文（佛光大學佛教學系博士班二年級）。華嚴蓮社+2nhuir.nhu.edu.tw+2

23 Ibid.

Nói theo ngôn ngữ của Pháp Tạng: sự pháp giới (事法界) được dùng để hiển lý pháp giới (理法界); khi lý sự vô ngại thì một vị thiện tri thức có thể dung nhiếp tất cả thiện tri thức khác; cuối cùng thành sự sự vô ngại pháp giới (事事無礙法界). Mặc dù mô hình bốn pháp giới được Trừng Quán và Tông Mật hoàn chỉnh sau này, nhưng hạt nhân của nó đã ở trong cách Pháp Tạng đọc kinh.[24]

3. Nhập pháp giới như là quán môn

Pháp Tạng thường liên hệ Nhập pháp giới với Hải ấn tam muội (海印三昧). Căn cứ vào hệ thống tư tưởng của ông trong các tác phẩm khác, có thể nói: nhập pháp giới được ông đặt trên nền hải ấn, tức tâm như biển lớn, vạn tượng như bóng hiện. Khi tâm ấn tất cả pháp, thì tất cả pháp đồng thời được nhiếp nhập vào tâm, đó là nghĩa pháp giới nhiếp nhập. Như vậy, *Nhập pháp giới* (Gaṇḍavyūha) không chỉ là truyện đi tham học mà còn là mô tả một chuỗi quán tâm liên tục, trong đó chủ thể quán và cảnh được quán tương tức, không còn hai. Đây là nền để về sau Tông Mật đọc phẩm này như một bản đồ thiền quán.

III. TÔNG MẬT: HOA NGHIÊM HÓA THIỀN, THIỀN HÓA HOA NGHIÊM, VÀ CÁCH ĐỌC *NHẬP PHÁP GIỚI* (入法界品)

1. Bối cảnh

---

[24] 陳英善，《就〈華嚴法界觀門〉論華嚴思想之演變》，中華佛學研究所副研究員。chibs.edu.tw+1

Tông Mật kế thừa Trừng Quán, đồng thời là người nỗ lực đưa tư tưởng Hoa Nghiêm vào Thiền tông, ông rất quan tâm đến việc biến giáo lý pháp giới duyên khởi thành công phu tu tập khả hành. Các nghiên cứu về pháp giới quán cho thấy: từ Đỗ Thuận → Trí Nghiễm → Pháp Tạng → Trừng Quán → Tông Mật là một dòng nhất quán, và ở Tông Mật thì pháp giới được đẩy hẳn sang ý nghĩa quán tâm. Ở đây, phẩm *Nhập pháp giới* trở thành bằng chứng điển hình rằng Hoa Nghiêm không chỉ là triết học vũ trụ luận mà thực sự là đạo lộ tu chứng.[25]

2. Tiếp thu mô hình bốn pháp giới

Tông Mật theo Trừng Quán dùng mô hình bốn pháp giới: sự pháp giới (事法界), lý pháp giới (理法界), sự lý vô ngại pháp giới (理事無礙法界), sự sự vô ngại pháp giới (事事無礙法界). Mô hình này chính là khung lý luận tốt nhất để đọc phẩm *Nhập pháp giới*:

– Nếu xem toàn phẩm như một truyện, đó là sự pháp giới;

– Nếu truy nguyên mọi cuộc gặp đều nhằm hiển lộ một pháp tính duy nhất, đó là lý pháp giới;

– Nếu thấy mỗi cuộc gặp vừa là sự riêng vừa là lý chung mà không chướng ngại, đó là sự lý vô ngại pháp giới;

– Nếu thấy các thiện tri thức đều dung nhiếp lẫn nhau, mỗi người đều có thể là toàn phẩm, đó là sự sự vô ngại pháp giới. Các nghiên cứu về Trừng Quán đều xác nhận ông dùng nhập

---

[25] Ibid.

pháp giới để làm sống động lý thuyết bốn pháp giới. Tông Mật, với lập trường kết hợp Thiền–Hoa Nghiêm, hầu như giữ nguyên khung này.[26]

3. Pháp giới nhiếp nhập trong cách Tông Mật triển khai

Trên nền ấy, Tông Mật có một bước quan trọng: ông đọc nhập pháp giới như tiến trình *tín–giải–hành–chứng*. Trong các chú giải của ông có thể tóm lại thế này:

a) *Tín:* Thiện Tài khởi tín nơi Bồ-tát Văn-thù-sư-lợi, đây là nhận định căn bản rằng pháp giới là khả đắc, không phải thần thoại.

b) *Giải:* Thiện Tài nghe các thiện tri thức giảng thuyết về vô lượng môn Bồ-tát hạnh. đây là giai đoạn lý giải về sự viên dung của pháp giới.

c) *Hành*: Thiện Tài y giáo phụng hành, đến với đủ mọi căn cơ. chính là giai đoạn pháp giới nhiếp nhập, vì khi hành giả thực sự đi vào mọi duyên, thì mọi duyên đều trở thành cửa pháp giới.

d) *Chứng*: Gặp Bồ-tát Phổ Hiền, viên mãn nhập pháp giới, đây là lúc moi việc đã trở thành *sự-sự vô ngại*; pháp giới không còn là đối tượng để vào, mà là chính thân dụng của hành giả.

Cách hiểu này cho thấy Tông Mật nhấn mạnh chiều đi vào từ tâm, hơn là chiều tường thuật lịch sử Thiện Tài. Điều ấy rất

---

26 孫業成，《論澄觀法界思想》，原著，石河子大學政法學院(中國新疆). buddhism.lib.ntu.edu.tw

gần với khảo cứu hiện đại, *Phẩm Nhập pháp giới* là bản kinh "hướng nội": hành trình diễn ra bên trong một tâm thức, điều mà một số học giả dùng để giải thích vì sao bản kinh này rất hợp để Thiền tông và Hoa Nghiêm gặp nhau.[27]

4. Nhập pháp giới như thiền quán cụ thể

Trong các khảo cứu về Hoa Nghiêm pháp giới quán, ta thấy rằng Tông Mật thường đem quán pháp giới ba tầng của Đỗ Thuận: chân không quán (真空觀), lý sự vô ngại quán (理事無礙觀), châu biến hàm dung quán (周遍含容觀) phối hợp với bốn pháp giới của Trừng Quán; từ đó, mỗi cảnh trong nhập pháp giới đều có thể được quán theo ba/bốn tầng này. Nghĩa là: khi Thiện Tài gặp một vị thiện tri thức nữ (các dạ thần, thiên nữ, mẹ của các vị thiện thần), Tông Mật không xem đó là sự kiện ngoại giới mà xem như biểu tượng của trí đức, từ bi đức, hoặc dụng của pháp giới đang hiển lộ ở bình diện *sự*. Quán như vậy sẽ khiến *sự* liền dung thông khi nhập *lý*; đó chính là *pháp giới nhiếp nhập* theo nghĩa tu chứng.

IV. TƯƠNG ĐỒNG VÀ DỊ BIỆT GIỮA PHÁP TẠNG VÀ TÔNG MẬT

1. Tương đồng

– Đều xem Phẩm Nhập pháp giới là chương hiển dụng của toàn bộ Hoa Nghiêm, không phải phụ lục.

---

27 釋慧法，《法藏〈探玄記〉教體思想初探》，博士論文（佛光大學佛教學系博士班二年級）。華嚴蓮社+2nhuir.nhu.edu.tw+2

– Đều xem hành trình của Thiện Tài là quá trình hiển lộ pháp giới vốn viên dung, chứ không phải hành trình đi tìm pháp mới.

– Đều dùng cấu trúc trùng trùng tương nhập để giải thích tại sao có nhiều thiện tri thức như vậy mà không rơi vào tạp loạn: vì mỗi vị là một "môn" của pháp giới.

– Đều liên hệ phẩm này với pháp giới quán đã có từ Đỗ Thuận, Trí Nghiễm.[28]

2. Dị biệt

– Pháp Tạng dừng lại ở phạm vi giáo tướng nhiều hơn: ông muốn chứng minh rằng giáo lý ông lập (ngũ giáo, thập huyền) thực sự có thể được kinh điển xác chứng; cho nên ông dùng *Nhập pháp giới* để "minh chứng" cho giáo.

– Tông Mật thì chuyển toàn bộ sang chiều thực hành thiền: nhập pháp giới được ông đọc như một lộ trình tâm, rất gần với công án thiền; đây là điểm son của Thiền tông đời Đường. Nói cách khác, Pháp Tạng dùng nhập pháp giới để diễn giáo, Tông Mật dùng để hành giáo.[29]

V. MỘT SỐ VẤN ĐỀ CẦN ĐỊNH HƯỚNG THÊM

1. Vấn đề văn bản

28 陳英善，《就〈華嚴法界觀門〉論華嚴思想之演變》，中華佛學研究所副研究員 。chibs.edu.tw+1

29 釋慧法，《法藏〈探玄記〉教體思想初探》，博士論文（佛光大學佛教學系博士班二年級）。華嚴蓮社+2nhuir.nhu.edu.tw+2

Ở trên có nêu đến bản T293 (Bát-nhã, 798) vốn được cho là dựa vào bản Sanskrit mở rộng của vương quốc Đông Ấn (Orissa). Nên có đối chiếu riêng giữa cách Pháp Tạng/Tông Mật đọc T279 (Śikṣānanda) và khả năng họ biết đến văn bản mở rộng này, đến nay vẫn chưa xác minh được họ có trích đúng đoạn nào từ bản dài hơn.[30]

2. Vấn đề số lượng và thứ tự các thiện tri thức

Các tài liệu hiện đại chỉ ra rằng có biến thể về số lượng và thứ tự thiện tri thức giữa bản Hán và bản Tây Tạng/Sanskrit. Đây là điểm mà giới nghiên cứu học thuật quan tâm nhiều nhưng chưa có sự nhất quán. Để gắn kết với cách đọc của Pháp Tạng/Tông Mật, cần kiểm xem các bản sớ giải của họ đang theo thứ tự nào. Nhưng về nguyên tắc, dù trật tự hơi khác, ý nghĩa pháp giới nhiếp nhập của họ vẫn không đổi: bất cứ một thiện tri thức nào cũng có thể làm cửa nhập vì *sự-sự vô ngại* là nguyên tắc chung.

3. Vấn đề liên hệ với Hải ấn tam muội

Các bài nghiên cứu về giáo thể trong *Thám huyền ký* đều nhấn mạnh rằng Pháp Tạng đưa *Hải ấn tam muội* lên rất cao, xem đó như đỉnh giáo thể. Nếu đối chiếu với *nhập pháp giới*, ta sẽ có một mối liên hệ rất đẹp: *hải ấn* là cảnh, *nhập pháp*

---

30 南華大學人文學院宗教學研究所碩士論文 (*Graduate Institute of Religious Studies, College of Humanities, Nanhua University, Master Thesis*). 《華嚴經．入法界品》勝熱婆羅門之熱惱研究. Luận văn thạc sĩ thuộc Viện Nghiên cứu Tôn giáo, Đại học Nam Hoa (Nanhua University, Đài Loan), thuộc khối Nhân văn học viện (College of Humanities).

giới là dụng; hải ấn là nhất thời viên chiếu, nhập pháp giới là thứ đệ hiển lộ. Đây là diểm đặc sắc, vì nó cho phép nối phẩm *Nhập pháp giới* này với thực hành thiền trong truyền thống Hoa Nghiêm về sau.

4. Vấn đề quan niệm về "nữ tính" của các Thiện tri thức

Trong *Phẩm Nhập pháp giới* (*Gaṇḍavyūha-parivarta*), hành trình của Thiện Tài Đồng tử (Sudhana) đi cầu học trải qua 52 vị thiện tri thức (*kalyāṇamitra*). Trong số đó, đáng chú ý là gần một nửa là nữ giới, gồm thiên nữ (*devī*), dạ thần (*rātri-devatā*), phu nhân, trưởng giả nữ, thậm chí kỹ nữ.

Sự hiện diện này không phải ngẫu nhiên; nó biểu thị một "ngữ pháp biểu tượng" đặc thù của Hoa Nghiêm tông: sự viên dung giữa lý và sự, giữa trí và bi, giữa thể và dụng. Pháp Tạng và Tông Mật đều nhận ra yếu tính "nữ" (*strī-bhāva*) trong Gaṇḍavyūha không phải chỉ mang tính tôn giáo bình đẳng, mà là biểu tượng cho *tánh dụng của pháp giới*, cho "tâm năng hiển" trong quá trình quán tâm.

Cách Pháp Tạng lý giải yếu tính "nữ": Biểu tượng của "dụng" trong pháp giới duyên khởi

- Pháp giới là nhất thể vô ngại: mọi hình tướng đều là dụng hiển của chân như. Pháp Tạng khẳng định tông chỉ của Hoa Nghiêm là "以法界緣起、理實因果不思議為宗" – lấy pháp giới duyên khởi làm tông. Trong viễn kiến đó, mọi hình tướng sai biệt đều là hiển dụng của chân lý bất nhị. Hình tướng "nữ" vì thế không mang nghĩa giới tính theo nhị nguyên phàm tục, mà là biểu tượng của "năng sinh", của "dụng" phát sinh từ thể.

Trong *Thám huyền ký* (T1733, q.1), Pháp Tạng giải thích rằng "一切法界，體用無礙" – thể và dụng của pháp giới không hai; thể là trí, dụng là bi; trí–bi tương nhập chính là diệu dụng của Phổ Hiền hạnh.

- Hình tướng nữ như biểu tượng của đại bi, năng dụng của trí. Các thiện tri thức nữ như Dạ thần Tịnh Đức, Thiên Chủ Quang, Trưởng giả nữ Hiền Thắng... đều thể hiện đức tính nhu hòa, cảm hóa, dưỡng sinh, biểu thị tâm đại bi của pháp giới. Đối với Pháp Tạng, "bi" là sự lưu xuất của "trí", như bóng từ gương; vì vậy "nữ" tượng trưng cho năng dụng cảm hóa, dung nhiếp muôn pháp.

- Tính "nữ" đồng nghĩa với "tánh dung nhiếp" (容受性). Pháp Tạng dùng khái niệm "相即自在" (tướng tức tự tại) – một trong thập huyền môn – để diễn tả sự dung nhiếp này. Trong đó, "tướng" (sắc, nữ, dị) không đối nghịch với "thể", mà tự tại tương tức. Cho nên nữ tính trong *Phẩm Nhập pháp giới* không mang nghĩa đối lập nam–nữ, mà là tính dung nhiếp của chân tâm.

Ví dụ điển hình: Dạ thần Phổ Cứu Chúng Sinh Diệu Đức, trong Hán bản T279, vị này nói với Thiện Tài: "Ta thường trong đêm, dùng ánh sáng chiếu soi tâm chúng sinh, khiến họ được giác ngộ. 吾常於夜，以光照諸眾生心，使其覺悟。" Hình ảnh dạ thần nữ tỏa ánh sáng trí chiếu tâm thức chúng sinh là minh họa rõ rệt cho "dụng nhiếp pháp giới": bóng tối (vô minh) và ánh sáng (trí tuệ) cùng tồn tại trong một thể, không ngăn ngại. Pháp Tạng giải rằng đây là biểu tượng của "hải ấn tam muội" "一心海印，光影俱現，無礙自在。"

Cách Tông Mật diễn giải yếu tính "nữ": Hình tượng quán tâm, pháp giới hiện tiền

Từ biểu tượng vũ trụ luận đến phương pháp tu chứng. Tông Mật, trong *Hoa nghiêm kinh tùy sớ diễn nghĩa sao* và *Hoa nghiêm sơ tâm tọa thiền quán pháp*, chuyển toàn bộ giáo lý Hoa Nghiêm vào phạm vi thiền quán. Đối với ông, các thiện tri thức nữ không chỉ là hình ảnh biểu tượng của pháp giới, mà là những phương diện của tâm khi hành giả quán sát chính mình. Ông cho rằng mọi cảnh giới, kể cả thiên nữ, dạ thần, đều là ảnh hiện của tự tâm.

Các nữ thiện tri thức như giai đoạn hiển lộ của tâm quán, Tông Mật phân tích tiến trình quán tâm gồm ba tầng: (1) *Chân không quán* (真空觀) – thấy tâm tịch diệt, vô tướng; (2) *Lý sự vô ngại quán* (理事無礙觀) – thấy tâm và cảnh tương tức;(3) *Châu biến hàm dung quán* (周遍含容觀) – thấy mỗi cảnh đều bao trùm toàn thể pháp giới. Theo đó, mỗi khi Thiện Tài gặp một nữ thiện tri thức, ấy là khi một "tầng quán" hiển lộ:

– Gặp Dạ thần là tâm chiếu vô minh.

– Gặp Thiên nữ là tâm khai từ bi.

– Gặp phu nhân, trưởng giả nữ là tâm dung thế gian trong đạo. Các hình tượng này không còn là tha nhân, mà là nội cảnh quán chiếu, là "tâm như cảnh giới Phổ Hiền".

Nữ tính là hiện thân của "tâm năng sinh", của "đại bi đồng thể". Tông Mật thường dùng khái niệm "tánh khởi; 性起" – pháp giới tự khởi từ tánh. Tính "nữ" chính là hình ảnh của "khả năng sinh thành", tức tâm năng phát khởi muôn pháp. Trong thiền quán, khi hành giả thể nhập tâm tính bình đẳng, "năng sinh" và "sở sinh" không hai; nữ thiện tri thức do đó biểu tượng cho "tâm năng sinh vạn pháp", còn Thiện Tài tượng trưng cho "tâm cầu giác".

Biểu tượng chuyển hóa: từ ngoại cảnh thành nội chứng, Tông Mật gọi đây là "pháp giới duy tâm" (唯心法界). Các nữ nhân xuất hiện không nhằm phá bỏ giới tính, mà là để hiển thị rằng trong pháp giới, mọi hình tướng (nữ, nam, trời, người) đều là biểu tượng của tâm chiếu dụng. Sự dung thông ấy là "sự-sự vô ngại pháp giới" (事事無礙法界) nơi tâm thể viên dung.

Từ các dữ kiện trên, có thể tóm lược như sau:

Đối với Pháp Tạng, *Phẩm Nhập pháp giới* là chuẩn mực để chứng minh tính khả dụng của pháp giới duyên khởi và thập huyền môn: một cảnh, một người, một thời điểm đều có thể nhiếp nhập toàn thể pháp giới nếu được quán đúng. Phẩm này là sự biểu hiện cụ thể của lý sự vô ngại.[31]

Đối với Tông Mật, *Phẩm Nhập pháp giới* là bản đồ thiền từ tư tưởng Hoa Nghiêm: hành giả đi qua các cảnh giới, vốn là các thiện tri, để thực chứng bốn pháp giới; do đó pháp giới nhiếp nhập trở thành kinh nghiệm quán sát tâm, không chỉ là lý thuyết vũ trụ luận.[32]

---

31 釋慧法，《法藏〈探玄記〉教體思想初探》，博士論文(佛光大學佛教學系博士班二年級)。華嚴蓮社+2nhuir.nhu.edu.tw+2

32 Ibid.

Cả hai vị đều đặt phẩm này ở cuối không phải vì ngẫu nhiên mà vì muốn nêu rõ: đích đến của Hoa Nghiêm không phải chỉ là hiểu về pháp giới mà là nhập vào pháp giới, tức để pháp giới nhiếp nhập hành giả, và hành giả cũng nhiếp nhập pháp giới; đây chính là nghĩa viên dung lưỡng chiều.

BÀI 3

BIỂU TƯỢNG THIỆN TÀI ĐỒNG TỬ VÀ Ý NGHĨA PHÁT TÂM BỒ-ĐỀ

I. THIỆN TÀI ĐỒNG TỬ (SUDHANA-KUMĀRA) – BIỂU TƯỢNG CỦA "SƠ PHÁT BỒ-ĐỀ TÂM"

1. Tên gọi và ý nghĩa biểu tượng

Thiện tài (*Sudhana*) nghĩa là "kho báu thiện lành", biểu thị bản tâm vốn đầy đủ công đức và khả năng giác ngộ.

Đồng tử (*kumāra*) chỉ tâm tính thuần tịnh, chưa bị nhiễm ô bởi vọng chấp, cũng gợi ý đến giai đoạn sơ học trên đạo. Trong văn mạch Hoa Nghiêm, Thiện Tài không phải là nhân vật lịch sử, mà là hình ảnh biểu tượng cho hành giả phát tâm cầu đạo giác ngộ.

"Thiện" biểu thị cho tánh đức vốn thiện,

"Tài" biểu thị cho năng lực tiềm tàng để thành tựu Phật đạo.

2. Tính cách nhân vật

Trong phần mở đầu *Phẩm Nhập pháp giới*, Thiện Tài được giới thiệu là "Bồ-tát sơ phát tâm học Bồ-tát hạnh", nghĩa là hành giả vừa khởi tâm cầu đạo nhưng chưa có trí chứng. Vì vậy, Thiện Tài đại diện cho mọi hành giả Đại thừa, cho người Huynh trưởng ở điểm khởi đầu của con đường giác ngộ: lấy đức tin và chí nguyện làm nền, lấy trí tuệ và thiện tri thức làm phương tiện.

II. PHÁT TÂM BỒ-ĐỀ (BODHICITTOTPĀDA) – NỀN TẢNG CỦA BỒ-TÁT ĐẠO

1. Bản chất của phát tâm Bồ-đề

Bồ-đề tâm (*Bodhicitta*) là "tâm cầu giác ngộ cho mình và chúng sinh". Từ góc độ tâm lý luận Phật học, đó là sự chuyển hướng căn bản của ý chí: từ vị kỷ sang vị tha, từ vô minh sang giác ngộ. Khi Thiện Tài gặp Bồ-tát Văn-thù, được chỉ dạy rằng:

"Muốn học hạnh Bồ-tát, trước hết phải phát tâm Bồ-đề, vì đây là cội nguồn của tất cả công đức."

Đây là điểm then chốt: phát tâm không phải chỉ là ý nguyện, mà là khai mở trí tuệ bản hữu, khiến hành giả có thể bước vào pháp giới vô ngại.

2. Ba loại phát tâm theo tư tưởng Hoa Nghiêm

Theo *Hoa Nghiêm kinh luận* (do Đỗ Thuận, Trừng Quán và Tông Mật giải thích), phát tâm Bồ-đề có ba cấp độ:

- **Trực tâm** (*ṛju-citta*): tâm ngay thẳng, lìa tà kiến.
- **Thâm tâm** (*gambhīra-citta*): tâm với tín lực sâu xa, tin hiểu lý duyên khởi, vô ngã.

- **Đại bi tâm** (*mahākaruṇā-citta*): tâm cứu độ hết thảy hữu tình.

Theo kinh *Duy-ma-cật sở thuyết* (Vimalakīrti-nirdeśa-sutra), phát Bồ-đề tâm có 3 phương diện:

- Trực tâm (*ṛju-citta*)
- Thâm tâm (*gambhīra-citta*): tâm sâu xa, tin hiểu lý duyên khởi, vô ngã.
- Bồ-đề tâm (bodhi-*citta*): tu tập thành Phật để cứu độ chúng sanh. "*Tịnh Phật quốc độ thành tựu chúng sanh*" (Kinh Duy-ma-cật sở thuyết)

Thiện Tài Đồng tử biểu thị cho ba tâm hòa làm một: trí tuệ của Bồ-tát Văn-thù-sư-lợi khai mở "trực tâm", lòng từ bi phát khởi "đại bi tâm/bồ-đề tâm", và niềm tin bất thối chuyển khởi thành "thâm tâm".

3. Phát tâm là khởi điểm của hành trình Nhập pháp giới

Ngay khi phát tâm, Thiện Tài được Văn-thù dạy: "Hãy đi cầu học nơi thiện tri thức." Đây là điểm then chốt của Nhập pháp giới: *phát tâm đồng nghĩa với nhập đạo*, vì phát tâm chân thật tự nó là sự tương ưng với pháp giới. Phẩm Nhập pháp giới muốn nhắc nhở chúng ta "Từ khi phát tâm Bồ-đề, hành giả liền bước vào pháp giới." Điều này cho thấy Bồ-đề tâm (*bodhicitta*) chính là cửa vào pháp giới (*praveśa-dvāra*).

III. THIỆN TÀI VÀ BIỂU TƯỢNG HÀNH TRÌNH CẦU HỌC

1. Hành trình 52 thiện tri thức

Sau khi phát tâm, Thiện Tài lên đường cầu học với 52 thiện tri thức. Mỗi vị biểu thị cho một pháp môn hoặc một giai vị Bồ-tát. Từ đó, hành trình của Thiện Tài trở thành biểu đồ cụ thể vận hành Bồ-đề tâm từ sơ phát đến viên mãn (*bodhicittasya pariṇāma*).

2. Hình ảnh "Đồng tử cầu đạo"

"Đồng tử" trong văn học Phật giáo Đại thừa không chỉ chỉ tuổi trẻ, mà là tâm chưa bị giới hạn bởi chấp trước, do đó có khả năng dung hội vô lượng pháp môn. Thiện Tài vì còn là đồng tử nên có đủ "phương tiện thiện xảo" (*upāya*) để học khắp các hạnh mà không phân biệt cao thấp, đời đạo.

3. Tính phổ quát của biểu tượng

Hành trình Thiện Tài trở thành ẩn dụ cho con đường hợp nhất trí và nguyện: trí là Bồ-tát Văn-thù-sư-lợi nguyện là Bồ-tát Phổ Hiền. Giữa hai vị ấy là Thiện Tài, biểu tượng cho người hành Bồ-tát đạo, nối kết trí và nguyện bằng phát tâm Bồ-đề.

IV. Ý NGHĨA GIÁO LÝ TỔNG HỢP

1. Về phương diện tu chứng: Thiện Tài biểu thị tiến trình phát triển của tâm – từ tín, giải, hành, đến chứng; từ sở cầu thiện tri thức bên ngoài đến giác ngộ nội tâm.

2. Về phương diện giáo hóa: biểu tượng này dạy rằng Phật đạo không thể chỉ do tri thức mà thành, phải do hạnh và nguyện viên dung.

3. Về phương diện pháp giới luận: phát tâm là "nhập pháp giới", nghĩa là thấy mọi pháp đều viên dung trong một niệm tâm. Như lời trong *Hoa Nghiêm kinh*: "Nhất thiết chư Phật, giai từ Bồ-đề tâm khởi." (*Sarve buddhāḥ bodhicittotpādāt prabhavanti.*)

V. KẾT LUẬN

Biểu tượng Thiện Tài Đồng tử là hình ảnh nhân cách hóa của sơ phát Bồ-đề tâm, tâm thuần thiện, chí cầu giác ngộ, lấy trí và bi làm đôi cánh. Hành trình cầu học 52 thiện tri thức chính là sự triển khai của một niệm phát tâm đi vào vô lượng pháp môn, cuối cùng viên mãn nơi Phổ Hiền hạnh nguyện và trí đức dung thông.

BÀI 4

VAI TRÒ CỦA BỒ-TÁT VĂN-THÙ-SƯ-LỢI (MAÑJUŚRĪ) TRONG VIỆC KHAI MỞ TRÍ BÁT-NHÃ VÀ PHÁT BỒ-ĐỀ TÂM

I. VAI TRÒ KHAI ĐẠO

1. Tác dụng phát động Bồ-đề tâm. Trong cấu trúc phẩm, Bồ-tát Văn-thù-sư-lợi là vị đầu tiên tiếp dẫn Thiện Tài, chuyển thỉnh cầu tri thức thành chí hướng hành đạo. Đây là động tác "khai quyền nhập thực": trí Bát-nhã không dừng ở biện luận mà hướng thẳng vào hạnh, khiến phát bồ-đề tâm (*bodhicittotpāda*) trở thành một sự chuyển hướng toàn triệt của ý chí (từ tự lợi sang lợi tha) và của trí năng (từ phân biệt sang trực quán).

2. Định hướng phương pháp: tìm cầu thiện tri thức (*kalyāṇa-mitra*). Lời dạy "hãy tìm học nơi các thiện tri thức" xác lập nguyên tắc phương pháp của Nhập pháp giới (*Gaṇḍavyūha*): trí Bát-nhã chín muồi không phải do tư duy khô cứng, mà do tiếp xúc vô số cảnh giới và hạnh môn, qua đó trí tuệ thấy duyên khởi và tính vô ngại của các pháp.

II. CHỨC NĂNG CỦA TRÍ BÁT-NHÃ TRONG TIẾN TRÌNH NHẬP PHÁP GIỚI

1. Trí Bát-nhã là trí thấy như thực (thật tướng, *tathatā*). Bồ-tát Văn-thù-sư-lợi tiêu biểu cho năng lực phá vỡ kiến chấp nhị nguyên (năng-sở, tịnh-uế, phàm-thánh), mở con đường thấy duyên khởi và không tính (*śūnyatā*).

2. Trí Bát-nhã là phương tiện dẫn đạo (*upāya-kauśalya*). Bồ-tát Văn-thù-sư-lợi không ban cho Thiện Tài một “định nghĩa rốt ráo”, mà đặt Thiện Tài vào thế vận động: từ học đến hành, từ một tri thức sang vô số pháp môn. Bởi trí Bát-nhã chân chính luôn đi cùng phương tiện, khiến hành giả “nhập” pháp giới ngay trong giao tiếp với muôn pháp.

3. Trí Bát-nhã là nguyên lý bình-đẳng của pháp giới (*dharmadhātu-samata*). Nhờ trí bình-đẳng, hành giả có thể học khắp 52 vị thiện tri thức mà không rơi vào cao-thấp,, xuất-thế hay thế-gian; mọi pháp đều thành duyên phương tiện cho đạo.

III. NHỮNG BIỂU TƯỢNG TRÍ BÁT-NHÃ CỦA VĂN-THÙ VÀ Ý NGHĨA GIÁO LÝ

Các biểu tượng gắn với Bồ-tát Văn-thù-sư-lợi trong truyền thống Đại thừa, thường được dùng phổ biến trong văn học, nghi tượng, mỹ thuật, kèm theo diễn giải giáo lý.

1. Kiếm trí tuệ (*jñānāsin*).

Ý nghĩa: cắt đứt vô minh và phân biệt chấp trước. Trong ngôn ngữ Bát-nhã, “kiếm” không phá hoại sự vật, mà chặt đứt các hý luận che mờ duyên khởi. Trong tư tưởng Hoa nghiêm, "kiếm" hàm nghĩa tính quyết đoán của trí: không do dự giữa vô số pháp môn, vì đã thấy nguyên lý không-tự-tính nên có thể "vào" tất cả mà không mắc chấp.

2. Kinh Bát-nhã đặt trên hoa sen (*Prajñāpāramitā grantha* trên *utpala*).

Ý nghĩa: trí Bát-nhã nương nền thanh tịnh (sen) mà hiển lộ. "Kinh" biểu trưng cho chân nghĩa Bát-nhã: đoạn ngôn ngữ chấp trước, hiển bày thật tướng. Trong thực hành, đó là khả năng dung thông văn tự-Bát-nhã và quán chiếu-Bát-nhã: học mà không chấp văn, quán mà không bỏ học.

3. Sư tử và tiếng rống sư tử (*siṃhanāda*).

Ý nghĩa: vô uý (*abhaya*) của trí. Tiếng rống là lời tuyên ngôn vô uý của chân nghĩa: khi trí thấy thật tướng, mọi tà luận tự lui. Trong hành trình Thiện Tài, biểu tượng "sư tử" nói lên năng lực vượt qua sợ hãi trước vô số cảnh giới, tiến sâu hơn vào pháp giới vô ngại.

4. Hình tướng đồng tử của Văn-thù (*kumāra-liṅga*).

Ý nghĩa: trẻ trung, thanh tịnh, không mỏi mệt. Trí Bát-nhã là dòng sống sinh động, không cũ kỹ; vì không chấp cố định nên luôn có khả năng học hỏi mới. Điều này tương ứng trực tiếp với Thiện Tài: đồng tử đi học với đồng tử. Trí không ở trên cao phán định, mà cùng đi, cùng lớn với người học.

5. Trí tuệ và mặc chiếu.

Dù không phải một "đồ tượng" vật lý, nhưng trong truyền thống Hoa Nghiêm, Bồ-tát Văn-thù-sư-lợi còn tiêu biểu cho hai mặt của trí: khả năng giáo thuyết biện tài (khai thị) và khả năng mặc chiếu trực quán (định tuệ tương ưng). Nhờ vậy, phát tâm không chỉ là một quyết tâm đạo đức, mà là một chuyển biến thấy biết có nền tảng thiền quán.

IV. TỪ VĂN-THÙ ĐẾN 52 THIỆN TRI THỨC: BIỆN CHỨNG CỦA TRÍ VÀ HÀNH

1. Nguyên tắc "từ một vào nhiều mà không rời một". Bồ-tát Văn-thù-sư-lợi mở cửa, tức là một niệm phát tâm. Thiện Tài đi vào vô số thiện tri thức. Tư tưởng Hoa Nghiêm cho thấy trí Bát-nhã không loại trừ tính sai biệt: chính nhờ trực quán tánh không (*śūnyatā*), hành giả mới có thể học vô số hạnh mà không mâu thuẫn.

2. Phân nhiệm chức năng: Bồ-tát Văn-thù khai trí, Bồ-tát Di-lặc khuyến học, Bồ-tát Phổ Hiền kết hạnh nguyện. Giữa hai đỉnh *trí-hạnh,* Thiện Tài là chủ thể học-hành, khiến phát tâm liên tục chuyển thành hạnh nguyện cụ thể (bố thí, trì giới, an nhẫn, tinh tấn, thiền định, trí tuệ), cuối cùng nhập pháp giới viên dung vô ngại.

V. HỆ LUẬN TU CHỨNG CHO HUYNH TRƯỞNG

1. Phát tâm và phòng hộ tâm: nhờ trí, phát tâm không trở thành cảm tính mà có nội dung tuệ quán (duyên khởi, vô ngã).

2. Học không mỏi, hành không chấp: nhờ trí, Huynh trưởng có thể qua nhiều cảnh giới mà tâm không nhiễm, không mệt mỏi (đồng tử tướng).

3. Vô uý trước dị thuyết và nghịch cảnh: nhờ "tiếng rống sư tử", Huynh trưởng giữ vững hướng đi giữa vô số quan điểm và pháp môn.

VI. KẾT LUẬN

Xuyên suốt phẩm *Nhập pháp giới*, Bồ-tát Văn-thù-sư-lợi là "cửa vào" của trí Bát-nhã: mở hướng phát tâm, định hướng phương pháp, và đặt nền tảng quá trình nhập pháp giới.

Các biểu tượng như kiếm trí tuệ, kinh Bát-nhã trên hoa sen, sư tử và tiếng rống, tướng đồng tử... không chỉ là nghi tượng mỹ thuật, mà là bản đồ sư phạm để cho người Huynh trưởng nhận diện và nuôi lớn trí Bát-nhã trong từng bước cầu học và hành đạo.

BÀI 5

NHẬP PHÁP GIỚI VIÊN DUNG QUA CUỘC HỘI KIẾN BỒ-TÁT PHỔ HIỀN

I. Ý NGHĨA CUỘC HỘI KIẾN PHỔ HIỀN TRONG CẤU TRÚC PHẨM *NHẬP PHÁP GIỚI*

Cuộc hội kiến giữa Thiện Tài và Bồ-tát Phổ Hiền là đỉnh điểm và kết đoạn của toàn bộ Phẩm Nhập pháp giới (*Gaṇḍavyūha*), đồng thời là kết thúc toàn thể Kinh Hoa Nghiêm).

Trong trình tự 52 thiện tri thức, Phổ Hiền là vị thiện tri thức tối hậu (*parama kalyāṇamitra*), biểu trưng cho sự viên mãn của hạnh nguyện (*pariṇāmanā-puṇya*) và nhập pháp giới vô ngại (*dharmadhātu-praveśa*). Ở đây, tiến trình phát tâm (Bồ-tát Văn-thù-sư-lợi) – tu hành (52 thiện tri thức) – viên mãn (Bồ-tát Phổ Hiền) được hoàn tất.

II. PHỔ HIỀN- BIỂU TƯỢNG CỦA HẠNH VÀ NGUYỆN VIÊN DUNG

1. Tổng quan biểu tượng

Bồ-tát Văn-thù-sư-lợi tượng trưng cho *prajñā* (trí tuệ).

Bồ-tát Phổ Hiền tượng trưng cho hạnh (*caryā*) và nguyện (*praṇidhāna*).

Hai vị là hai phương diện của Bồ-tát đạo: trí và hành, lý và sự. Thiện Tài đồng tử là cầu nối sinh động giữa hai phương diện ấy: hành giả đang "học để nhập".

2. Phổ Hiền – năng lực vận dụng trí trong hạnh

Sau khi Thiện Tài viên mãn tri kiến qua vô số pháp môn, vẫn còn giới hạn: trí biết mà chưa thành hạnh. Bồ-tát Phổ Hiền xuất hiện để chỉ cho hành giả chuyển trí thành hạnh, chuyển ngộ thành dụng, đó chính là *viên dung hành nguyện.*

Kinh văn: Thiện Tài đồng tử thấy Bồ-tát Phổ Hiền, thân ngài trùm khắp mười phương, bình đẳng cùng pháp giới. Trên một đầu sợi lông hiện vô lượng thế giới, ngồi giữa chúng hội các Bồ-tát mà thuyết pháp."

Thân trùm khắp mười phương, bình đẳng cùng pháp giới biểu thị thân Phổ Hiền là pháp thân (*dharmadhātu-kāya*), không có giới hạn trong–ngoài, năng–sở.

Trong một đầu sợi lông hiện vô lượng thế giới là biểu tượng sự–sự vô ngại pháp giới: vi trần tức đại thiên, một tức tất cả.

Ngồi giữa chúng hội Bồ-tát mà thuyết pháp tiêu biểu pháp thân tùy duyên khởi dụng, tùy cơ thuyết pháp, nhưng không rời nhất tâm viên dung.

Biểu hiện Phổ Hiền chính là thân pháp giới: thân và cảnh không hai, "trên đầu sợi lông" mà hiện vô lượng cõi, tức hạnh đã dung thông với pháp giới.

III. BIỂU TƯỢNG PHÁP GIỚI VIÊN DUNG TRONG HỘI KIẾN PHỔ HIỀN

1. Thân pháp giới (dharmadhātu-kāya)

Thân Phổ Hiền là pháp thân: "Trên một đầu sợi lông hiện vô lượng thế giới", biểu hiện nguyên lý *"sự sự vô ngại pháp giới"*. Mỗi hạt vi trần đều dung nhiếp toàn thể, không chướng không ngại. Đây là đỉnh điểm của *Hoa Nghiêm tông*: từ *lý vô ngại* (Bồ-tát Văn-thù-sư-lợi) đến *sự vô ngại* (Bồ-tát Phổ Hiền).

2. Nhập pháp giới – từ trí sang hành

Ở phần đầu, Bồ-tát Văn-thù-sư-lợi dạy Thiện Tài "phát tâm Bồ-đề". Đến cuối, Bồ-tát Phổ Hiền chỉ cho Thiện Tài "nhập pháp giới". "Nhập" không phải là đi vào một cõi khác, mà là hiển lộ tính tương tức của tất cả pháp ngay trong hạnh nguyện.

Ví dụ: Hạnh "Hằng thuận chúng sinh" của Bồ-tát Phổ Hiền

Trong *Phổ Hiền thập đại nguyện vương*, nguyện thứ chín là:

Văn nghĩa trong T279 nói rằng:

「隨其所應而化導之，雖常教化，心無所化；隨眾生行，而心常住法界。」

Việt dịch:

"Tùy theo căn duyên mà giáo hóa, tuy thường giáo hóa mà tâm không có người để hóa; tùy hành theo chúng sinh mà tâm luôn trụ nơi pháp giới."

Phân tích:

1. Hành động "giáo hóa" là phương tiện sự (事).

Bồ-tát hiện thân trong vô số cảnh giới, tùy loại mà thuyết pháp, cứu độ. Nếu hiểu "nhập pháp giới" là đi vào một cõi khác, thì phải có chỗ đến – chỗ đi, năng nhập – sở nhập. Nhưng *Gaṇḍavyūha* cho thấy: trong từng hành vi "tùy loại hóa thân", pháp giới vốn hiện hữu, vì tất cả cảnh giới đều đồng một tánh duyên khởi.

2. Tâm "thường trụ pháp giới" là lý (理).

Khi hành giả hằng thuận, tâm không bị cảnh phân biệt chi phối, vì biết rõ chúng sinh và pháp giới không hai (*sattva–dharmadhātu–advaya*). "Thuận chúng sinh" cũng tức là "thuận pháp giới".

3. Nhập không phải là di chuyển, mà là hiển lộ.

Trong mỗi hạnh, dù lễ Phật, cúng dường, giáo hóa, hồi hướng, v.v... hành giả thấy rằng pháp giới vốn có sẵn nơi tâm mình; "*nhập*" chính là nhận biết sự thật ấy và sống được với nó.

Do đó, "nhập" là hiển lộ tính tương tức (*pratītya-samutpāda-samatā*) của hết thảy pháp, không phải rời khỏi thế giới hiện tiền để đi đến một cảnh giới khác.

Ví dụ “hằng thuận chúng sinh” cho thấy:

- Khi hành giả tùy thuận mọi căn duyên mà tâm không rời pháp giới.
- Khi sự giáo hóa và pháp giới bình đẳng vô ngại, thì đó chính là “nhập pháp giới”, không phải bằng bước chân đi vào một thế giới khác, mà là thể hiện trọn vẹn pháp giới trong từng hành động, từng hạnh nguyện.

Một ví dụ cụ thể dành cho hàng cư sĩ tại gia, minh họa cho ý nghĩa “*Nhập pháp giới*” không phải là đi vào một cảnh giới khác, mà là hiển lộ tính tương tức của tất cả pháp ngay trong hạnh nguyện thường nhật, theo tinh thần *Phẩm Nhập pháp giới* của *Kinh Hoa Nghiêm.*

Chẳng hạn, Huynh trưởng “cúng dường chư Phật” trong đời sống hằng ngày.

Trong *Phổ Hiền thập đại nguyện vương*, nguyện thứ ba là:

Quảng tu cúng dường.「廣修供養」

Bản Hán T279 ghi:

「以一切行皆作供養，乃至一切言語、身業、意業，悉令成供養。」

Việt dịch: “Lấy tất cả hạnh mà làm sự cúng dường; cho đến mọi lời nói, hành động, và tâm niệm, đều khiến thành cúng dường.”

1. *Cúng dường không chỉ là nghi lễ, mà là pháp giới hiển lộ trong từng hành động.*

   Với người Huynh trưởng, mỗi khi khởi tâm cung kính, giúp người, giữ giới, nuôi dưỡng lòng từ, dạy con cái hiếu thuận, nói lời thành thật – đó đều là hành vi "cúng dường". Ở đây, *"nhập pháp giới"* không phải là xuất thần thấy chư Phật ở thế giới khác, mà là thấy Phật tính hiển hiện trong từng sự cúng dường ngay hiện tiền.

   Khi người Huynh trưởng hành động với tâm Bồ-đề, thấy không có "ta" là người cho, "người khác" là người nhận, thì pháp giới bình đẳng tự hiển lộ — đó là "tánh bình đẳng duyên khởi của các pháp" (*pratītya-samutpāda-samatā*).

2. *Tương tức giữa đạo và đời.*

   Khi Huynh trưởng đi làm để nuôi sống gia đình bằng chánh nghiệp, giữ tâm ngay thẳng, không gian tham, không tà mạng, hành động ấy cũng là *"cúng dường chư Phật"*, vì chính nơi đó hạnh Bồ-tát được thể hiện.

   Như vậy, pháp giới không nằm ngoài chợ, ngoài đời hay trong chùa: nơi nào tâm chân thật, nơi ấy pháp giới hiển hiện.

3. *"Nhập" ở đây là sự tỉnh thức trong mỗi niệm.*

   Khi Huynh trưởng biết rằng một tâm niệm thiện khởi lên, dung nhiếp vô lượng công đức, thì mỗi hành động đều trở thành cửa pháp giới.

> Không cần "đi đến" cõi tịnh độ nào, mà ngay khi tâm thanh tịnh, cảnh giới Tỳ-lô-giá-na (Vairocana-dhātu) đã hiện tiền.

Ví dụ: Huynh trưởng Nguyên A mỗi sáng dậy sớm, quét dọn hiên nhà, chăm sóc cha mẹ già, nuôi con học, và trước khi đi làm, hướng tâm niệm: "Nguyện cho mọi người hôm nay đều an ổn, được an vui trong công việc."

Hành động ấy tuy nhỏ, nhưng nếu phát từ Bồ-đề tâm, không mong báo đáp, không phân biệt "ta và người", thì chính là cúng dường mười phương Phật. Lúc đó, "*nhập pháp giới*" không phải là rời cõi trần mà là thấy toàn thể pháp giới đang hiển lộ trong hơi thở, trong từng công việc hằng ngày.

Tóm lại, Huynh trưởng "Nhập pháp giới" nghĩa là sống trong tỉnh thức của Bồ-đề tâm, thấy rằng:

- Không có ranh giới giữa ta và người,
- Giữa thế gian và tịnh độ,
- Giữa cúng dường Phật và phụng sự con người.

Khi mỗi việc làm đều khởi từ lòng từ và trí tuệ, thì ngay trong dạy và học, hiếu hạnh, và nói năng, pháp giới viên dung vô ngại được hiển bày trọn vẹn.

> Trong bản Phạn (Vaidya 1960, §52), đoạn kết diễn tả: *"Sudhano bodhisattvaḥ... samantabhadra-caryāṃ samādāya dharmadhātau praviṣṭaḥ."*

"Thiện Tài Bồ-tát, lãnh thọ hạnh Phổ Hiền, liền nhập vào Pháp giới."

Đây là định thức văn bản xác thực cho khái niệm *"nhập pháp giới viên dung"*.

Hồi hướng nhập pháp giới: Hạnh nguyện cuối cùng, "phổ giai hồi hướng", là điểm quy tụ toàn thể: mọi công đức đều trở về pháp giới bình đẳng, không còn giới hạn giữa tự và tha, hữu tình và vô tình. Đây là ý nghĩa rốt ráo của "viên dung nhập pháp giới".

IV. SỰ CHUYỂN HÓA CỦA THIỆN TÀI – TỪ NGƯỜI HỌC ĐẾN PHÁP THÂN

1. Sự đồng nhất chủ–khách

Khi Thiện Tài gặp Phổ Hiền, đối thoại không còn ở hình thức hỏi–đáp. Thiện Tài "thấy thân Phổ Hiền khắp pháp giới", rồi "thân mình cũng trụ khắp pháp giới". Đây là điểm chuyển của nhận thức: chủ thể hành giả và đối tượng giác ngộ không hai (*jñātṛ-jñeya-advaya*).

2. Hình ảnh nhập pháp giới

Văn bản tả rằng Thiện Tài "thân nhập hải ấn tam-muội", tức là chứng đắc Pháp giới tánh tam-muội (*dharmadhātu-samādhi*), thấy vô lượng chư Phật, cúng dường, tùy hỷ, hồi hướng, mọi hành đều viên dung trong một niệm. Đây là hình ảnh tu chứng của *sự–sự vô ngại*: từng hành vi cụ thể (sự) đều thông suốt pháp giới (lý).

V. TƯ TƯỞNG "VIÊN DUNG PHÁP GIỚI" VÀ TỔNG HỢP TRÍ–HẠNH

1. Nhập pháp giới viên dung

Cụm từ "viên dung" (圓融) được Hoa Nghiêm tông dùng để dịch *avikalpa* (không phân biệt), *advaya* (bất nhị), hoặc *samantād anugata* (dung thông). "Nhập pháp giới viên dung" nghĩa là tất cả các pháp cùng tồn tại trong tương tức, không ngăn ngại, vì tất cả đều duyên khởi từ nhất tâm.

2. Tổng hợp trí–hạnh (prajñā–caryā)

Bồ-tát Văn-thù-sư-lợi mở đầu: khai phát Bồ-đề tâm.

Bồ-tát Phổ Hiền kết thúc: hạnh viên mãn pháp giới.

Thiện Tài nối liền hai đầu bằng quá trình cầu học.

Toàn bộ phẩm là một vòng viên mãn: trí khởi hạnh, hạnh hiển trí, trí–hạnh vô ngại, đây chính là "nhập pháp giới viên dung".

VI. Ý NGHĨA TU CHỨNG VÀ PHƯƠNG PHÁP LUẬN CHO HÀNG HUYNH TRƯỞNG

1. Phát khởi Bồ-đề tâm (Bồ-tát Văn-thù-sư-lợi) ⟶ Nhập vào hạnh nguyện Phổ Hiền (Samantabhadra). Phát tâm mà không hành nguyện, trí tuệ trở thành tĩnh; hành mà không trí, nguyện trở thành chấp trước.

2. Hạnh nguyện Phổ Hiền là thực hiện pháp giới vô ngại trong từng hành động: lễ Phật, cúng dường, tùy hỷ, hồi hướng – tất cả đều là phương tiện để hiện bày nhất tâm.

3. Nhập pháp giới là thấy và sống trong sự tương dung của tất cả pháp – đó là cảnh giới *"Pháp giới viên dung vô ngại, sự sự vô ngại"*, mà Thiện Tài thể nhập qua thân Phổ Hiền.

VII. KẾT LUẬN

Cuộc hội kiến Bồ-tát Phổ Hiền đánh dấu sự viên mãn của Bồ-tát đạo, nơi trí (Văn-thù) và hạnh (Phổ Hiền) hợp nhất, chủ thể và pháp giới đồng nhất. Thiện Tài, người học, nay trở thành pháp thân hành giả, "nhập pháp giới viên dung".

- *Văn-thù khai trí Bồ-đề tâm,*
- *Phổ Hiền viên mãn Bồ-đề hạnh,*
- *Thiện Tài là biểu tượng của chúng sinh phát tâm hành đạo, chứng nhập pháp giới viên dung vô ngại.*

Bài 6

CẤU TRÚC VÀ BIỂU TƯỢNG CỦA 52 THIỆN TRI THỨC TRONG PHẨM NHẬP PHÁP GIỚI

Phẩm Nhập pháp giới (入法界品; *Gaṇḍavyūha-parivarta*) là phần kết tinh toàn bộ hệ tư tưởng của *Kinh Hoa nghiêm* (華嚴經). Trong phẩm này, Thiện Tài Đồng tử (Sudhana-kumāra) khởi hành trên con đường cầu học Bồ-tát đạo, lần lượt tham vấn 52 vị thiện tri thức, từ Bồ-tát Văn-thù-sư-lợi (Mañjuśrī) cho đến Bồ-tát Phổ Hiền (Samantabhadra).

Cấu trúc này phản ánh toàn thể pháp giới duyên khởi – từ sơ tâm đến viên mãn, từ tín đến chứng, từ trí khai đạo đến bi viên thành. Mỗi vị thiện tri thức là một "cửa nhập pháp giới" (*dharmadhātu-praveśa-mukha*), biểu thị một phương diện của chân lý viên dung.

I. CẤU TRÚC TOÀN BỘ HÀNH TRÌNH

Giai đoạn 1: Khởi đi dưới sự chỉ dạy của Bồ-tát Văn-thù-sư-lợi. Thiện Tài nghe Văn-thù dạy sau khi phát Bồ-đề tâm, hãy đi về phương Nam cầu học các thiện tri thức.

Giai đoạn 2: Nhóm các tỉ-khưu và hành giả

Bắt đầu bằng Đức Vân tỉ-khưu (Meghasrī; 德雲比丘), tiếp đến là Hải Vân (Sāgaramegha; 海雲比丘) và Thiện Trụ tỉ-khưu, đến các hành giả tu tập pháp xuất thế. Đây là nhóm dạy Thiện Tài căn bản Bồ-tát đạo trên nền tảng *giới–định–tuệ*, mang tính thanh tịnh, có tính cách "khoa mục" cho giai đoạn đầu.

Giai đoạn 3: Nhóm cư sĩ, trưởng giả, ưu-bà-di, ưu-bà-tắc tại gia.

Sau khi đã thọ nhận căn bản pháp xuất thế, Thiện Tài gặp nhóm trưởng giả, thương chủ, nữ cư sĩ, v.v. Nhóm này làm rõ chủ đề rất đặc thù của Phẩm Nhập pháp giới: Bồ-tát đạo không lìa đời sống thế tục, mọi ngành nghề, mọi địa vị xã hội đều có thể trở thành cửa ngõ nhập pháp giới.

Giai đoạn 4: Nhóm thần nữ, dạ thần, thiên nữ: các dạ thần, thiên nữ, nữ nhân. Pháp Tạng và Tông Mật luận giải đây là pháp môn quán tâm. Những vị Dạ thần thường nói: "Ta thường trong đêm, dùng ánh sáng chiếu soi tâm các chúng sinh, khiến họ giác ngộ" chính là để nói rằng ngay nơi vô minh (đêm) tâm vẫn chiếu (quang), đó là dụng của pháp giới. Trong chú giải của Tông Mật, toàn bộ nhóm thiện tri thức Dạ thần nữ này chính là kế tiếp nhau để hiển tâm.

Giai đoạn 5: Nhóm vương giả, thiên vương, pháp vương tử. Đây là lớp hành giả có uy lực, biểu thị khả năng nhiếp hóa xã hội và dùng đại bi làm chính trị. Hoa Nghiêm đưa cả nhóm này vào để nói rằng pháp giới không chỉ ở cõi thiền định, mà ở cả cõi trị thế.

Giai đoạn 6: Hai đồng tử cuối Đức Sinh Đồng tử (Guṇotpanna Kumāra) và Hữu Đức Đồng nữ (Guṇamati Kumārī), rồi chuyển sang Bồ-tát Di-lặc. Hai vị đồng tử này làm nhiệm vụ "tiệm cận" cảnh giới viên dung, với hình thái đồng tử, cùng tuổi, cùng thuần tịnh như Thiện Tài, cho thấy Thiện Tài đã đi tới lằn ranh nhập pháp giới. Chính vì vậy mà sau hai vị này, Bồ-tát Di-lặc xuất hiện với tư thế "từ chỗ ngồi đứng dậy, tay cầm chìa khóa báu, mở cửa tòa lâu các." *Bảo lâu các* là tâm pháp giới; chìa khóa báu (ratna-kuñcika) là phương tiện thiện xảo để mở tâm giới; khi Thiện Tài đi vào và thấy mười phương thế giới hiển hiện là cách Hoa Nghiêm minh họa "*nhất đa tương tức, sự sự vô ngại*"

Giai đoạn 7: Gặp lại Bồ-tát Văn-thù-sư-lợi. Ngài là "thiện tri thức đầu và cuối" vì khát phát là Văn-thù, qua qua trình lên đường cầu học nay gặp lại Thầy để kiểm chứng lại, Bồ-tát Văn-thù-sư-lợi thấy nhận thức như vậy là tạm đủ, còn thiếu hạnh nguyện, nên chỉ cho Thiện Tài đến gặp Bồ-tát Phổ Hiền để viên mãn Bồ-đề tâm và Bồ-tát hạnh. Điểm này rất quan trọng, vì cho thấy cấu trúc vòng tròn: phát Bồ-đề tâm – trí huân tập – hạnh viên mãn.

Giai đoạn 8: Bồ-tát Phổ Hiền với Đại nguyện cứu cánh viên mãn giải thoát môn, bao trùm và làm tròn tất cả những gì Di-lặc đã mở ra trong bảo lâu các. Bồ-tát Di-lặc cho Thiện Tài thấy pháp giới như lâu đài vô tận; Phổ Hiền dạy Thiện Tài sống, vận dụng và hồi hướng trong từng hành vi cụ thể.

II. TỔNG HỢP PHÂN LOẠI

Văn-thù-sư-lợi Bồ-tát (Mañjuśrī; 文殊師利) - lần khai đạo đầu.

Hàng xuất gia (6 vị)

Đức Vân tỉ-khưu (功德雲比丘; *Meghaśrī*) - số 1

Hải Vân tỉ-khưu (海雲比丘; *Sāgaramegha*) - số 2

Thiện Trụ tỉ-khưu (善住比丘; *Supratiṣṭhita*) - số 3

Hải Tràng tỉ-khưu (海幢比丘; *Sāgaradhvaja*) - số 6

Thiện Kiến tỉ-khưu (善見比丘; có thể khôi phục *Sudarśana*-bhikṣu, đối chiếu với bản Phạn Dutt/ Vaidya) - số 11

Sư Tử Tần-thân tỉ-khưu-ni (比丘尼師子頻申; *Siṃhaśrī* bhikṣuṇī). Đây là vị xuất gia nữ duy nhất trong toàn bộ hành trình-số 24

Hàng tại gia Phật tử, trưởng giả, đồng tử, đồng nữ, nghề nghiệp thế gian (22 vị)

Di-già (Mīgal) cư sĩ (彌伽居士) – số 4.

Giải Thoát Trưởng giả (解脫長者) – số 5

Ưu-bà-di Hưu Xả (休舍優婆夷; *Āśā*) – số 7.

Đồng nữ Từ Hạnh (童女慈行) – số 10.

Đồng tử Tự Tại Chủ (童子自在主) – số 12.

Ưu-bà-di Cụ Túc (優婆夷具足) – số 13.

Minh Trí cư sĩ (居士明智) – số 14.

Pháp Bảo Kế trưởng giả (長者法寶髻) – số 15.

Phổ Nhãn trưởng giả (長者普眼) – số 16.

Bất Động ưu-bà-di (優婆夷不動; *Acalā*) – số 19.

Ưu-bát-la Hoa trưởng giả (長者優缽羅華) – số 21.

Thuyền trưởng Bà-thi-la (船長婆施羅) – số 22.

Vô Thượng Thắng trưởng giả (長者無上勝) – số 23.

Tỳ-sắt-đề-la cư sĩ (居士鞞瑟胝羅) – số 26.

Cô gái dòng Thích Ca tên Cù-ba (有釋種女瞿波) – số 40.

Đồng tử sư (童子師 、遍友) – số 43.

Hiền Thắng ưu-bà-di (有優婆夷賢勝) – số 44.

Kiên Cố Giải Thoát trưởng giả (長者堅固解脱) – số 45.

Diệu Nguyệt trưởng giả (長者妙月) – số 46.

Vô Thắng Quân trưởng giả (長者無勝軍) – số 47.

Đồng tử Đức Sinh và đồng nữ Hữu Đức (童子德生 、童女有德) – số 49.

Ngoại đạo, Bà-la-môn, tiên nhân (4 vị)

Tiên nhân Tỳ-mục-cù-sa (毗目瞿仙人; *Bhīṣmottara-nirghoṣa*).

Bà-la-môn Thắng Nhiệt (婆羅門勝熱) – số 9.

Sa-môn ngoại đạo Biến Hành (外道遍行) – số 20.

Bà-la-môn Tối Tịch Tĩnh (婆羅門最寂靜) – số 48.

Thần chúng, dạ thần, thiên nữ, địa thần (12 vị)

Thần Đại Thiên (神大天) – thiên thần.

Địa Thần An Trụ (地神安住).

Dạ thần Ba-sam-ba-diễn-đề (夜神婆珊婆演底).

Dạ thần Phổ Đức Tịnh Quang (夜神普德淨光).

Dạ thần Hỷ Mục Chúng Sinh (夜神喜目眾生).

Dạ thần Phổ Cứu Chúng Sinh Diệu Đức (夜神普救眾生妙德).

Dạ thần Tịch Tĩnh Âm Hải (夜神寂靜音海).

Dạ thần Thủ Hộ Nhất Thiết Thành Tăng Trưởng Uy Lực (夜神守護一切城增長威力).

Dạ thần Khai Phu Nhất Thiết Thụ Hoa (夜神開敷一切樹華).

Dạ thần Đại Nguyện Tinh Tấn Lực Cứu Hộ Nhất Thiết Chúng Sinh (夜神大願精進力救護一切眾生).

Thần Diệu Đức Viên Mãn (神妙德圓滿).

Ma-da Phu nhân (摩耶夫人) – trong Hoa Nghiêm được xếp ở chuỗi nhập ảo hóa pháp giới, về mặt thân phận vẫn là thiên cung mẫu của Thế Tôn.

Kỹ nữ (phương tiện độ dục) (1 vị)

Bà-tu-mật-đa nữ nhân (女人婆須蜜多).

Vương giả (2 vị)

Vua Vô Yếm Túc (王者無厭足).

Vua Đại Quang (王者大光).

Bồ-tát (5 vị)

Quán Tự Tại Bồ-tát (菩薩觀自在; *Avalokiteśvara*).

Chánh Tu Bồ-tát (菩薩正..) – bản Phạn cần đối chiếu thêm trong Dutt/Vaidya để ghi chuẩn danh hiệu.

Di-lặc Bồ-tát (彌勒菩薩).

Văn-thù-sư-lợi Bồ-tát (文殊師利) – lần thứ hai, kiểm chứng pháp môn.

Phổ Hiền Bồ-tát (普賢菩薩) – thiện tri thức tối hậu.

Tổng hợp:

Xuất gia: 6

Tại gia (cư sĩ): 22

Ngoại đạo/Bà-la-môn/tiên: 4

Thần, dạ thần, địa thần, thiên nữ: 12

Kỹ nữ: 1

Vua: 2

Bồ-tát: 5

Tất cả 52 vị thiện tri thức, cộng thêm Văn-thù khai đạo ở đầu là trọn 53 cuộc tham vấn như truyền thống Hoa Nghiêm.

PHẦN II
52 THIỆN TRI THỨC

1. TỈ-KHƯU ĐỨC VÂN (Meghasrī-bhikṣu)

I. VAI TRÒ CỦA TỈ-KHƯU ĐỨC VÂN TRONG "NHẬP PHÁP GIỚI"

Theo kinh văn, sau khi nghe Bồ-tát Văn-thù-sư-lợi khai thị về Bồ-đề tâm, Thiện Tài được dạy rằng:

"Hãy đi về phương Nam, đến nước Thắng Lạc, lên núi Diệu Phong, tìm gặp tỉ-khưu Đức Vân đang tu Bồ-tát hạnh."

Hành trình hướng Nam, tức hướng mặt trời mọc, tượng trưng cho tiến trình khai mở trí tuệ trong hành động, khác với phương Bắc của định tĩnh và chiêm nghiệm. Như vậy, vị thiện tri thức đầu tiên đánh dấu bước chuyển từ trí giải sang hành đạo, từ khai tâm sang nhập đạo.

Kinh văn: Bấy giờ, Thiện Tài Đồng tử từ tạ lui bước, hướng về phương Nam, đến nước Thắng Lạc, leo lên núi Diệu Phong. Trên đỉnh núi ấy, Ngài quan sát bốn phương: Đông, Tây, Nam, Bắc, cùng bốn góc và phương trên, phương dưới, hết lòng tìm cầu, mong mỏi được thấy Tỳ-kheo Đức Vân.

Trải qua bảy ngày, Thiện Tài mới thấy vị tỉ-khưu đang đi kinh hành thong dong trên một ngọn núi khác. Thấy rồi, Thiện Tài liền đến đảnh lễ, nhiễu quanh ba vòng rồi thưa rằng:

"Bạch Thánh giả! Con đã phát tâm A-nậu-đa-la Tam-miệu Tam-bồ-đề, nhưng chưa biết Bồ-tát phải học hạnh Bồ-tát như thế nào? Phải tu hành hạnh Bồ-tát ra sao? Cho đến làm sao có thể nhanh chóng viên mãn hạnh Phổ Hiền? Con nghe rằng Thánh giả thiện xảo trong việc khuyến dẫn, cúi mong ngài khởi tâm từ bi vì con mà tuyên nói: Bồ-tát làm sao được thành tựu A-nậu-đa-la Tam-miệu Tam-bồ-đề?"

Hán:

辭退南行，向勝樂國，登妙峯山，於其山上東、西、南、北、四維、上、下觀察求覓，渴仰欲見德雲比丘。經于七日，見彼比丘在別山上徐步經行。見已往詣，頂禮其足，右遶三匝，於前而住，作如是言：「聖者！我已先發阿耨多羅三藐三菩提心，而未知菩薩云何學菩薩行？云何修菩薩行？乃至應云何於普賢行疾得圓滿？我聞聖者善能誘誨，唯願垂慈，為我宣說：云何菩薩而得成就阿耨多羅三藐三菩提？」

II. PHÁP MÔN CHỨNG ĐẮC CỦA TỈ-KHƯU ĐỨC VÂN

Kinh văn: Thiện nam tử, ta đã được năng lực giải thoát tự tại và quyết định, có con mắt tín thanh tịnh, ánh sáng trí tuệ chiếu soi rực rỡ, quán sát trọn khắp các cảnh giới, lìa mọi chướng ngại, khéo léo quan sát, có con mắt phổ chiếu sáng suốt thấu triệt, đầy đủ hạnh thanh tịnh. Ta đến tất cả quốc độ trong mười phương, kính lễ cúng dường tất cả chư Phật, thường niệm tất cả Như Lai, tổng trì tất cả chánh pháp của chư Phật, và thường thấy tất cả chư Phật trong mười phương.

Hán:

善男子！我得自在決定解力，信眼清淨，智光照曜，普觀境界，離一切障，善巧觀察，普眼明徹，具清淨行，往詣十方一切國土，恭敬供養一切諸佛，常念一切諸佛如來，總持一切諸佛正法，常見一切十方諸佛 。

- *Tín nhãn thanh tịnh* biểu thị cửa ngõ đầu tiên mà một hành giả bước vào pháp giới: niềm tin thanh tịnh đối với Tam bảo và con đường Bồ-tát đạo. Trong Hoa Nghiêm, "tín" không chỉ là tin theo, mà là sự mở sáng của căn cơ tiếp nhận, là khả năng hòa nhập vào cảnh giới chư Phật. Vị tỉ-khưu đầu tiên là người "khai tín nhãn", khiến Thiện Tài khởi được con mắt tin không còn vẩn đục bởi nghi hoặc, tà kiến hay phân biệt đối đãi. Tín là nguồn sinh ra muôn hạnh, Tín là mẹ của công đức, nên "tín nhãn thanh tịnh" chính là viên ngọc mở đầu hành trình: nếu không có con mắt tín này, Thiện Tài không thể thấy được các thiện tri thức kế tiếp và cũng không thể nhập vào thế giới bất tư nghì mà văn kinh khai triển.

- *Trí quang chiếu diệu* diễn tả sự khai mở thứ hai: khi tín căn đã thanh tịnh, trí huệ liền phát sáng như ánh đèn lớn chiếu rọi khắp cảnh giới. Đây không phải là trí phân biệt, mà là trí thấy pháp giới như thật, như Hoa Nghiêm thường gọi là "vô ngại trí quang". Vị tỉ-khưu đầu tiên không trao cho Thiện Tài tri kiến phân tích, mà khai mở nơi tâm khả năng nhận ra tính sáng suốt vốn có: ánh sáng trí soi thấy pháp giới thanh tịnh, vô ngại, và nhờ đó có thể thấy các cảnh giới chư Phật, thấy nhân quả, thấy hạnh môn của các vị Bồ-tát. Trí quang này là quả trực tiếp của tín nhãn; nhờ ánh sáng trí ấy mà hành giả không còn bị che lấp bởi vô minh, và con đường sau đó đều là sự mở rộng của trí quang vô ngại này.

- *Phổ nhãn minh triệt* là tầng khai mở thứ ba, là sự thành tựu cái thấy tròn đầy, tương ưng với pháp giới vô ngại. Trong Hoa Nghiêm, "phổ nhãn" không phải là một loại mắt riêng, mà là "toàn tri kiến", tức cái thấy dung thông, thấy tất cả trong tất cả, không ngăn ngại, không giới hạn bởi phương xứ, thời gian hay sắc tướng. Khi vị tỉ-khưu đầu tiên trao truyền năng lực này, Thiện Tài có được "cái thấy mở rộng khắp", cho phép thấy chư Phật trong mười phương, thấy các quốc độ thanh tịnh, và thấy được nhân hạnh của vô lượng Bồ-tát. Đây là nền tảng khiến Thiện Tài có năng lực "đi tìm thiện tri thức" suốt toàn phẩm: chính "phổ nhãn" làm cho mỗi cuộc gặp gỡ trở thành một cửa pháp giới, mỗi vị thiện tri thức là một viên gương phản chiếu toàn thể chân như.

Vì vậy, ba thành tựu – *tín nhãn, trí quang và phổ nhãn* – hợp lại thành sự khai thị ban sơ, đặt nền móng cho toàn bộ hành trình Nhập pháp giới của Thiện Tài.

III. Ý NGHĨA HÌNH TƯỢNG VÀ NHÂN CÁCH TỈ-KHƯU ĐỨC VÂN

Tìm tỉ-khưu Đức Vân trên đỉnh núi cao không phải là việc bình thường, mà biểu thị tầm cầu đạo quả tối thượng. Đức Vân là biểu tượng của giới–định–tuệ hợp nhất trong nhân cách bậc xuất gia, được mô tả bằng năm đức tánh:

1. Hình tướng giải thoát – khiến người thấy mà khởi tâm kính ngưỡng.
2. Lời nói, cử chỉ, dáng đi đều biểu hiện phạm hạnh.
3. Gần gũi lâu năm, chỉ thấy điều thiện, không có lỗi nhỏ.

4. Cuộc sống an hòa, tác động người khác hướng thượng.
5. Đức hạnh thanh thoát, biểu lộ hương vị giải thoát.

Đây là khuôn mẫu Tăng-già lý tưởng trong văn hệ Hoa Nghiêm: người tu vừa "an trụ định tuệ" vừa "hành Bồ-tát hạnh", khác với Thanh văn chỉ cầu giải thoát riêng mình. Đức Vân, dù là tỉ-khưu, và "đang tu Bồ-tát hạnh", thể hiện hội nhập giữa hạnh viễn ly và hạnh nhập thế, bước đầu của *Pháp giới vô ngại hạnh.*

III. CUỘC HỘI KIẾN: THỬ THÁCH VÀ KHAI NGỘ

Thiện Tài "đi quanh núi bảy ngày mới gặp" tỉ-khưu Đức Vân, chi tiết này có tính biểu tượng sâu xa. "Bảy ngày" là chu kỳ viên mãn của một tiến trình tâm linh, tượng trưng cho sự chín muồi của tâm nguyện.

Đức Vân hiện ra "đang đi kinh hành trên đỉnh núi", nghĩa là thiền hành giữa hư không và thực tại, biểu trưng cho "định khởi tuệ, tuệ hành định", tinh thần *thiền – tuệ bất nhị*. Hành giả chỉ thấy được bậc thầy này sau khi tâm kiên cố, chí cầu đạo tinh thuần, cho thấy điều kiện đầu tiên để nhập pháp giới là tín tâm thanh tịnh và chí nguyện kiên định.

IV. TỔNG KẾT Ý NGHĨA

1. **Biểu tượng:** Đức Vân (*Meghasrī*), biểu hiện pháp thân lưu xuất từ định tuệ, rưới mưa pháp khắp thế gian.
2. **Pháp môn:** Tự tại quyết định giải thoát lực (自在決定解力) là pháp đầu tiên của hành giả phát tâm Bồ-đề.

3. **Giáo nghĩa**: "Nhập" không phải dịch chuyển địa lý, mà là hiển lộ tính viên dung của pháp giới trong một niệm tuệ giác.

4. **Giáo dục**: Đức Vân tiêu biểu cho vị tỉ-khưu chứng ngộ thật tướng mà vẫn hành đạo giữa đời; khiến người tu học cần thấy được đức hạnh ấy mới phát tâm cầu đạo.

Tỉ-khưu Đức Vân là cửa ngõ đầu tiên của "phẩm Nhập pháp giới", mở đường cho Thiện Tài đi vào thế giới viên dung vô ngại. Qua hình tượng này, kinh Hoa Nghiêm cho khởi đầu Bồ-tát đạo không phải bằng tri thức, mà bằng sự thể nghiệm định–tuệ viên dung, nơi tâm thanh tịnh chiếu khắp pháp giới. Đức Vân không chỉ là vị tỉ-khưu đầu tiên, mà là pháp thân khởi hiện dưới hình tướng Tăng bảo, biểu hiện nguyên lý "từ Bát-nhã khởi đại bi, từ định tuệ hiển pháp giới".

2. TỈ-KHƯU HẢI VÂN
(Sāgara-megha-bhikṣu)

I. VỊ TRÍ CỦA TỈ-KHƯU HẢI VÂN TRONG HÀNH TRÌNH "NHẬP PHÁP GIỚI"

Sau khi thọ pháp "Nhất thiết trí quang minh" từ tỉ-khưu Đức Vân, Thiện Tài được chỉ dạy:

"Ông nên đến nước Hải Môn, cầu học với tỉ-khưu Hải Vân, người đã thành tựu hạnh Bồ-tát sâu rộng."

Tỉ-khưu Hải Vân dạy:

"Thiện nam tử! Nếu các chúng sinh chưa từng gieo trồng thiện căn, thì không thể phát khởi tâm A-nậu-đa-la Tam-miệu Tam-bồ-đề. Muốn phát tâm ấy, cần phải thành tựu ánh sáng căn lành phổ môn, đầy đủ trí quang tam-muội của đạo chân thật, từ đó phát sinh biển lớn phước đức, tăng trưởng pháp bạch tịnh không hề giải đãi; phải phụng sự các bậc Thiện tri thức mà tâm không mỏi nhàm, chẳng tiếc thân mạng, chẳng tích chứa của cải; tâm bình đẳng như đất, không cao thấp; tánh thường từ mẫn tất cả chúng sinh, đối với mọi hữu tình trong sáu nẻo luôn chuyên niệm không bỏ; thường vui quán sát cảnh giới Như Lai. Như vậy, mới có thể phát khởi tâm Bồ-đề.

Hán:

善男子！若諸眾生不種善根，則不能發阿耨多羅三藐三菩提心。要得普門善根光明，具真實道三昧智光，出生種種廣大福海，長白淨法無有懈息，事善知識不生疲厭，不顧身命無所藏積，等心如地無有高下，性常慈愍一切眾生，於諸有趣專念不捨，恒樂觀察如來境界；如是，乃能發菩提心。

II. HÌNH TƯỢNG VÀ BIỂU TRƯNG: "MÂY BIỂN – ĐỊNH TUỆ VIÊN DUNG"

1. Ý nghĩa tên gọi

Hải Vân (Sāgara-megha) nghĩa là "Mây biển".

- *Sāgara* (海): biển cả, biểu tượng cho tâm Bồ-tát vô lượng, chứa đựng tất cả dòng sông pháp môn.

- *Megha* (雲): mây, biểu tượng cho phương tiện và giáo pháp lan tỏa từ biển tâm ấy.

  Kết hợp lại, "Mây biển" hàm nghĩa trí và bi dung thông, giáo pháp từ tâm đại bi rưới mưa khắp pháp giới.

2. Hình tướng của Hải Vân

Thiện Tài đến nước Hải Môn, thấy Hải Vân "ngồi an nhiên trong tịnh thất, thân phóng hào quang chiếu khắp mười phương, hiện vô số Phật cảnh giới".

Đây là hình ảnh biểu tượng cho tâm thiền định sâu như biển, mà trí tuệ hiển chiếu như mây sáng – hợp nhất hai cực định và huệ.

Trong bản Phạn, Hải Vân được miêu tả: *“samādhi-paryavasthitaḥ, sarvajñānābhisambhūtaḥ”* – “an trụ trong đại định, sinh khởi từ nhất thiết trí”.

III. NỘI DUNG PHÁP MÔN CỦA TỲ-KHEO HẢI VÂN

Hải Vân tuyên thuyết pháp môn có ba tầng ý chính:

1. Phát Bồ-đề tâm, khởi Đại bi nguyện

Hải Vân dạy: “Muốn cầu đạo Bồ-tát, phải phát tâm đại bi, lấy tất cả chúng sanh làm sở nguyện.”

Đây là chuyển điểm từ “trí quang minh” sang “bi tâm đại hải”, biểu hiện nguyên lý trí – bi song vận của Hoa Nghiêm.

2. Nhập hạnh vô ngại

Hải Vân chỉ cho Thiện Tài thấy các “hải môn”, những cửa biển của pháp giới:

- *Hạnh hải* (行海): biển công hạnh.
- *Nguyện hải* (願海): biển thệ nguyện.
- *Trí hải* (智海): biển trí vô ngại.
- *Đại bi hải* (大悲海): biển từ bi cứu độ.

  Trong bản Phạn: *“bodhisattvaḥ mahākaruṇā-samudre pravisati, prajñā-samudraṃ parigṛhṇāti. Việt dịch:* Bồ-tát nhập biển đại bi và ôm trọn biển trí tuệ.”

3. Cảnh giới nhập pháp giới

Khi Thiện Tài đạt định tâm nơi Hải Vân, kinh ghi: "Thiện Tài thấy trong mỗi giọt nước đều hiện vô số thế giới, mỗi thế giới có vô lượng Phật thuyết pháp."

Đây chính là mô hình "sự sự vô ngại pháp giới" được hiện hóa bằng biểu tượng nước biển. Trong mỗi giọt nước – một sự – chứa toàn thể pháp giới – lý; đó là bước đầu của nền tảng cho "nhập pháp giới viên dung".

IV. Ý NGHĨA BIỂU TƯỢNG CỦA "BIỂN" TRONG TƯ TƯỞNG HOA NGHIÊM

Trong văn hệ Hoa nghiêm, hình tượng "biển" (*sāgara*) xuất hiện thường xuyên với ba tầng nghĩa:

1. Tự tâm như biển:

Biển chứa tất cả dòng sông pháp môn, ví cho tâm Bồ-tát dung nhiếp tất cả thiện căn.

2. Trí tuệ như biển:

Biển sâu không đáy ví cho trí Bát-nhã vô lượng, thấy tất cả pháp bình đẳng, không chướng ngại.

3. Pháp giới như biển:

Vạn pháp dung thông, sóng động mà không rời thể tánh nước. Đây chính là "hải ấn tam-muội" (samudra-mudrā-samādhi) mà về sau Thiện Tài chứng đắc trong hội Phổ Hiền.

Do đó, "Hải Vân" biểu trưng cho pháp giới tam-muội sơ khởi, nơi định và huệ bắt đầu viên dung.

V. TƯ TƯỞNG HOA NGHIÊM

Tỉ-khưu Đức Vân chỉ cho Thiện Tài nền tảng giải thoát; tỉ-khưu Hải Vân dạy cách sống giữa đời với tâm bao dung như biển.

Ở tỉ-khưu Đức Vân, "nhập" là chiếu soi pháp giới bằng trí quang minh.

Ở tỉ-khưu Hải Vân, "nhập" là hòa nhập vào pháp giới bằng đại bi và nguyện lực.

Theo đó, Hải Vân là mô hình hành Bồ-tát tại thế, không chỉ biết quán chiếu pháp giới mà còn ứng dụng quán chiếu ấy để dung nhiếp tất cả chúng sinh.

Ở cấp độ tâm lý, đây là sự mở rộng từ định nội tâm sang bi hướng ngoại – giai đoạn cần thiết để tiến đến vô ngại hạnh.

Đây là điểm chuyển biến trọng yếu trong tiến trình nhập pháp giới viên dung: trí và bi hòa nhập, mở ra nền tảng cho "sự sự vô ngại".

VI. TÓM TẮT

1. Biểu tượng:

Tỳ-kheo Hải Vân là hình ảnh "mây từ biển trí", biểu thị năng động của pháp giới – *pháp giới hữu tình đồng khởi.*

2. Giáo nghĩa:

Pháp môn "đại bi hạnh hải" hiển thị nguyên lý *prajñā-karuṇā-advaya* (trí-bi bất nhị), là phương diện động của pháp giới, dạy hành giả thực hiện nhập pháp giới qua hành động vị tha, không phải qua nhận thức thuần lý.

Tỳ-kheo Hải Vân là hiện thân của tâm đại bi dung thông trí huệ, biển rộng bao dung vô ngại. Nếu Đức Vân tượng trưng cho "ánh sáng chiếu pháp giới", thì Hải Vân là "mây từ biển tâm" thấm nhuần pháp giới.

Từ đây, Thiện Tài bước sang giai đoạn thấy pháp giới trong từng giọt nước, từng chúng sinh, và bắt đầu thể nghiệm "pháp giới viên dung" bằng chính hạnh nguyện cứu đời.

3. TỈ-KHƯU THIỆN TRỤ (Suphatiṣṭhita)

I. VAI TRÒ CỦA TỈ-KHƯU THIỆN TRỤ TRONG BA VỊ TỈ-KHƯU ĐẦU TIÊN

Kinh văn: [Thiện Tài] dần dần đi về phương Nam, đến xóm làng nơi bờ biển trên con đường hướng đến núi Lăng-già. Thiện Tài quan sát mười phương để tìm cầu tỉ-khưu Thiện Trụ, thấy vị tỉ-khưu đi kinh hành trong hư không, vô số chư thiên cung kính vây quanh, rải hoa trời cúng dường, tấu nhạc trời, phướn, lọng, gấm thêu vô lượng, đầy khắp hư không để làm sự cúng dường.

Hán:

漸次南行，至楞伽道海岸聚落，觀察十方，求覓善住。見此比丘於虛空中來往經行，無數諸天恭敬圍遶，散諸天華，作天妓樂，幡幢繒綺悉各無數，遍滿虛空以為供養；諸大　王，於虛空中興不思議沈水香雲，震雷激電以為供養；緊那羅王奏眾樂音，如法讚美以為供養

- Thiện Trụ (*Suphatiṣṭhita*) là vị thiện tri thức thứ ba trong hành trình 52 vị thiện tri thức mà Thiện Tài đồng tử cầu học. Ba vị tỉ-khưu mở đầu (Đức Vân, Hải Vân, Thiện Trụ) tượng trưng cho ba đức căn bản trong hạnh tu của người xuất gia: giới – định – tuệ.

- Đức Vân dạy về trí quang minh (tuệ),

- Hải Vân biểu thị giới hạnh qua tâm đại bi như biển (giới),

- Thiện Trụ hiển bày pháp Không (định). Như vậy, Thiện Trụ là điểm hội tụ, nơi giới, định, tuệ trở thành nhất thể, dẫn hành giả vào định-huệ viên dung.

II. DANH HIỆU VÀ BIỂU TƯỢNG HỌC

Thiện Trụ, tiếng Phạn là *Suphatiṣṭhita*, nghĩa là "bậc khéo an trú trong định". Trong kinh văn, Thiện Tài gặp ngài khi "đang đi kinh hành trong hư không". Hình ảnh này không chỉ là ẩn dụ thiền định, mà là biểu tượng của pháp Không: *hành mà vô hành*, đi mà chẳng rời chỗ, an trú giữa thế gian mà chẳng nhiễm thế gian. "Kinh hành trong hư không" là cách Hoa Nghiêm mô tả bậc tu đã thể nhập "vô trụ xứ niết-bàn" (*apratiṣṭhita-nirvāṇa*).

Theo chú giải của Pháp Tạng, "Thiện Trụ an trú trong thật tướng Không, nhưng tâm bi vẫn vận hành giữa pháp giới; lấy định làm thân, lấy trí làm dụng." Ngài còn ví Thiện Trụ như "mặt trăng soi giữa hư không": tịch mà chiếu, vô hành mà hành.

III. NỘI DUNG PHÁP MÔN THIỆN TRỤ TRUYỀN DẠY

Kinh mô tả: Thiện Trụ "ở trong đại định, thấy khắp mười phương chư Phật, nghe pháp, quán căn cơ chúng sanh, biết nghiệp tánh của sáu đường, mà vẫn ngồi yên tại chỗ". Mỗi lần nhập định, Thiện Tài "thấy mình du hành khắp pháp giới", nghe pháp chư Phật, biết căn cơ chúng sinh. Đây chính là "định tổng trì" (dhāraṇī-samādhi), định lực khiến tâm thức dung thông pháp giới mà không di động thân.

Theo bản Phạn *Gaṇḍavyūha-sūtra*, đoạn tương ứng ghi: *"Sa bodhisattvaḥ Bhadrāvasthitaḥ samādhi-paryavasthito dharmadhātum anubhavati."* Nghĩa là: "Bồ-tát Thiện Trụ an trú trong tam-muội, thể nghiệm pháp giới." Câu này xác nhận rõ: nhập định và nhập pháp giới là đồng nhất, định chính là phương tiện để hiển lộ pháp giới.

IV. ĐẶC ĐIỂM HÀNH DỤNG: VÔ HÀNH NHI HÓA

Thiện Trụ "ngồi trong đại định mà ánh sáng trí tuệ chiếu khắp", "không làm gì mà muôn loài đều cảm hóa", "chư thiên, dạ-xoa, long thần đều đến cúng dường". Điều này diễn tả hình thái "hành mà vô hành" (*na kriyate karma, na ca karmaṃ upekṣate*) hành mà không rơi vào tạo tác, vô vi nhi vô bất vi.

Đó là biểu hiện của "pháp thân hiển dụng", nơi hành giả tuy tịch nhiên mà ứng hóa không gián đoạn. Ở đây, Hoa Nghiêm hiển lộ lý "Không tức Dụng, Dụng tức Không".

V. MỐI LIÊN HỆ GIỮA HẢI VÂN VÀ THIỆN TRỤ

Văn bản nhấn mạnh rằng Thiện Tài chỉ có thể thấy và học được pháp của Thiện Trụ sau khi đã thâm nhập trí quang minh của Hải Vân. Nếu chưa có trí tuệ thanh tịnh, Thiện Tài chỉ thấy Thiện Trụ như một tỉ-khưu bình thường. Khi trí tuệ đã khai mở, Thiện Tài mới nhận ra rằng "ngồi một chỗ mà hóa độ vô lượng", "vô vi mà hữu dụng".

Điều này minh thị nguyên lý Hoa Nghiêm: trí, bi, định không tách rời nhau. Đức Vân là đại trí, Hải Vân là đại bi, Thiện Trụ là đại định, cả hai hòa nhập để thành dụng viên dung.

VI. Ý NGHĨA "NHẬP PHÁP GIỚI" NƠI THIỆN TRỤ

Nếu ở Đức Vân "nhập" là chiếu pháp giới bằng trí quang minh, ở Hải Vân là hòa nhập bằng đại bi và nguyện lực, thì ở Thiện Trụ, "nhập" là *thể nhập bằng định tuệ viên dung*.

Kinh ghi: "Ngồi một chỗ mà thấy khắp pháp giới, nghe pháp chư Phật, biết nghiệp căn của sáu đường; đó là nhập pháp giới trong định."

Đây là điểm chuyển từ "hành động cầu học" sang "hành động thể chứng": Thiện Tài không còn chỉ học bên ngoài, mà bắt đầu thể nghiệm pháp giới nội tâm.

VII. TÓM TẮT: 3 VỊ TỈ-KHƯU ĐẦU TIÊN: ĐỨC VÂN – HẢI VÂN – THIỆN TRỤ

- *Đức Vân* (Meghasrī) tượng trưng cho mây pháp, lấy pháp môn *Tự tại quyết định giải thoát lực* làm sở chứng; ý nghĩa học thuật là vị khai mở trí Bát-nhã cho Thiện Tài, làm khởi điểm của Bồ-đề tâm và năng lực thấy pháp giới qua ánh sáng trí tuệ. *Biểu tượng* HUỆ.

- *Hải Vân* (Sāgara-megha) biểu tượng cho mây biển, nêu rõ pháp môn đại bi hạnh hải; về học thuật, đây là cửa đưa Thiện

Tài vào hành bi rộng lớn, phát khởi đại nguyện và thấy toàn thể pháp giới như biển cả dung nhiếp vô lượng dị tướng. *Biểu tượng* GIỚI.

- *Thiện Trụ* (Suphatiṣṭhita) mang hình tượng kinh hành trong hư không, biểu thị pháp môn định tổng trì và pháp Không; ý nghĩa học thuật của vị này là chỉ bày hạnh an trú vô trụ, nơi định và huệ viên dung, và phương thức "vô hành nhi hóa", tức dùng vô tướng và vô ngại để dẫn Thiện Tài đi sâu vào cảnh giới Bồ-tát hành. *Biểu tượng* ĐỊNH.

4. CƯ SĨ DI-GIÀ (Meghadundubhi)[33]

I. VAI TRÒ CỦA DI-GIÀ TRONG TIẾN TRÌNH TU HỌC CỦA THIỆN TÀI

Sau ba vị tỉ-khưu tượng trưng cho giới, định và tuệ trong hạnh xuất thế, Thiện Tài đồng tử bắt đầu bước vào giai đoạn nhập thế. Thiện tri thức đầu tiên trong hàng cư sĩ là Di-già, ở thành Tự Tại (*Svatantrapura*). Trong kinh, Di-già được mô tả là vị đại phú gia, nhưng sống thanh tịnh, không tham nhiễm, đem toàn bộ tài sản để bố thí và hành đạo.

Ba vị tỉ-khưu trước dạy Thiện Tài cách thấy Phật bằng trí, nghe pháp bằng tâm, và an trú trong định. Còn Di-già mở đầu cho giai đoạn thứ hai của hành trình, nơi trí huệ đã khởi, định đã thành, thì hành giả phải đem trí ấy ra mà hành giữa thế gian, không ẩn mình trong tịch lặng.

Kinh văn: Thiện Tài Đồng tử lần lượt du hành về phương Nam, đến thành Tự Tại, tìm cầu vị tên là Di-già. Bấy giờ, Thiện Tài thấy vị ấy đang ở giữa chợ, ngồi trên tòa sư tử thuyết pháp,

---

[33] Phạn bản Vaidya ghi Meghadundubhi, gần với phiên âm Hán Di-già, là Phạm chí (brāhmaṇa) (tr. 58 – 62), ở thành Vajrapura Kambalapatra.

có mười ngàn người vây quanh, đang thuyết giảng pháp môn *Luân tự trang nghiêm.*

Hán:

漸次南行，至自在城，求覓彌伽。乃見其人於市肆中，坐於說法師子之座，十千人眾所共圍遶，說輪字莊嚴法門。

II. DANH HIỆU VÀ Ý NGHĨA BIỂU TƯỢNG

Danh hiệu Phạn ngữ *Meghadundubhi* có nghĩa là "trống sấm", "âm vang mây sấm", "pháp âm sấm mây". Biểu trưng tư tưởng Hoa Nghiêm là vị thiện tri thức biểu thị cho "pháp âm khởi từ tâm bi", tức tiếng giác ngộ phát sinh giữa hư không tịch lặng.

Như vậy, Di-già cư sĩ là biểu tượng của Bồ-tát sống giữa đời mà vẫn giữ tâm thanh tịnh, dùng tài vật hữu lậu để thành tựu công đức vô lậu.

III. PHÁP MÔN CƯ SĨ DI-GIÀ TRUYỀN CHO THIỆN TÀI

Khi Thiện Tài đến thăm, thấy Di-già cư sĩ đang bố thí cho chúng sanh bằng của cải, thực phẩm, thuốc men, và cả lời dạy Phật pháp. Kinh mô tả: "Trong một niệm, cư sĩ hiện khắp mười phương, dùng pháp và tài cùng thí cho tất cả, không phân biệt thân sơ, sang hèn." Đây là pháp môn bố thí viên dung (dāna-pāramitā) mà Di-già đã chứng nhập.

Bản Phạn *Gaṇḍavyūha-sūtra* chép:

"Gṛhapatiḥ Samantanetraḥ dāna-pāramitāyāṃ sthitaḥ, sarvasattvān anugrahayati."

Nghĩa là: "Cư sĩ Di-già an trụ trong hạnh bố thí ba-la-mật, làm lợi ích cho tất cả chúng sanh."

Kinh văn: Thiện nam tử! Ta đã chứng đắc *Diệu âm đà-la-ni*, có năng lực phân biệt và hiểu rõ tất cả ngôn ngữ của chư thiên trong ba ngàn đại thiên thế giới, cũng như ngôn ngữ của các loài rồng (*nāga*), dạ-xoa (*yakṣa*), càn-thát-bà (*gandharva*), a-tu-la (*asura*), ca-lâu-la (*garuḍa*), khẩn-na-la (*kiṃnara*), ma-hầu-la-già (*mahoraga*), loài người và phi nhân cùng chư Phạm thiên. Như trong thế giới ba ngàn đại thiên này, ở mười phương vô lượng, cho đến bất khả thuyết bất khả thuyết thế giới, cũng đều như vậy.

Hán:

善男子！我已獲得妙音陀羅尼，能分別知三千大千世界中諸天語言，諸　、夜叉、乾闥婆、阿脩羅、迦樓羅、緊那羅、摩睺羅伽、人與非人及諸梵天所有語言。如此三千大千世界，十方無數乃至不可說不可說世界，悉亦如是。

- *Diệu âm đà-la-ni* không chỉ đơn thuần là năng lực ghi nhớ âm thanh, mà là pháp môn nhiếp trì tất cả ngôn ngữ vào trong một vị của Pháp giới. Trong truyền thống Hoa Nghiêm, đà-la-ni được hiểu như khả năng "tổng trì", tức là năng lực gom nhiếp vô lượng pháp vào trong một âm, một nghĩa, một trí. "Diệu âm" là vì tiếng ấy không phải âm thanh vật lý, mà là âm thanh biểu thị tánh pháp, như tiếng sư tử hống của Bồ-tát trong thập địa. Khi vị thiện tri thức nói mình chứng được "diệu âm đà-la-ni", điều đó nghĩa là vị ấy đã đạt được trí vô ngại đối với ngôn ngữ: mọi âm thanh của các loài, mọi hình thái biểu đạt, đều trở thành cửa ngõ hiển bày pháp tánh, không còn phân chia giữa ngôn ngữ con người và ngôn ngữ chư thiên. Đây là pháp môn Hoa Nghiêm về "nhất âm diễn vô lượng nghĩa", nơi một âm của Như Lai có thể tùy tâm của tất cả chúng sinh mà thành vô số nghĩa sai biệt.

- Thế nên pháp môn của Di-già không phải chỉ là bố thí vật chất, mà chính là pháp thí, ban cho người pháp giải thoát, giúp họ phát tâm Bồ-đề. Bố thí của Di-già được vận hành bởi trí Bát-nhã, nên không rơi vào chấp năng thí, sở thí, người cho-người nhận.

- Ngôn ngữ của chư thiên và phi nhân trong Phẩm Nhập pháp giới, bản Phạn thường nhấn mạnh rằng mỗi loài trong tam giới đều có phương thức biểu thị ý nghĩa khác nhau, do nghiệp và chủng loại mà thành. Như vậy, biết ngôn ngữ các loài không đơn thuần là biết tiếng nói, mà là biết toàn bộ tâm thức, nghiệp hành và cảnh giới của họ. Ngôn ngữ ở đây chính là "thế giới quan" của từng chúng sinh: câu nói của một vị trời khác ba cõi có thể hàm chứa sắc thái định, tam-muội, còn tiếng nói của loài phi nhân do sân hận hoặc dục vọng mà hình thành. Bồ-tát hiểu được ngôn ngữ tức là hiểu được tâm và nghiệp, hiểu được trình độ nhận thức, khổ lạc, mong cầu và tri kiến của họ. Vì vậy, trong Phẩm Nhập pháp giới, sự thông đạt ngôn ngữ được xem như biểu hiện của trí "biết căn tánh" và "biết sở thích", trong đó Bồ-tát không chỉ nghe âm thanh mà thấy được toàn bộ pháp giới của mỗi loài.

- Vai trò thông đạt ngôn ngữ trong Bồ-tát đạo và trong biểu tượng "thiện tri thức" có ý nghĩa cực kỳ quan trọng: đó là nền tảng của từ bi phương tiện. Một vị thiện tri thức phải "biết nói ngôn ngữ của chúng sinh", tức là biết dùng lời nói, biểu tượng, phương tiện phù hợp với từng đối tượng để khai thị. Trong Hoa Nghiêm, thông đạt ngôn ngữ không phải năng lực ngôn ngữ học, mà là năng lực "đồng sự" và "tùy loại hóa thân": tùy theo loài mà hiện thân, tùy theo ngôn ngữ mà nói pháp, tùy theo tâm mà hiển nghĩa. Nhờ đó, thiện tri thức có thể diễn nói Phật pháp trong vô lượng quốc độ, khiến tất cả đều hiểu như đang được nói bằng tiếng của chính mình. Bồ-tát có khả năng dùng một âm thanh mà hiện vô số nghĩa tùy loại; chính năng lực này khiến các vị trở thành cầu nối giữa pháp giới và thế gian, là nhân tố trọng yếu để Thiện Tài trong Nhập pháp giới có thể tiếp nhận pháp môn từ 52 thiện tri thức khác nhau.

IV. BA LOẠI THÍ VÀ CÔNG ĐỨC CỦA CƯ SĨ

Pháp hành của Di-già cư sĩ được triển khai thành ba loại thí:

1. Tài thí (āmisa-dāna): đem vật chất cứu giúp chúng sinh, là nền tảng mở tâm bi.

2. Pháp thí (dharma-dāna): đem pháp dạy người, khiến họ phát tâm giải thoát.

3. Vô úy thí (abhaya-dāna): đem sự an ổn cho người, trừ sợ hãi, khổ đau.

Ba loại thí này tương ứng với ba thân Phật: tài thí thành tựu hóa thân, pháp thí thành tựu báo thân, vô úy thí thành tựu pháp thân.

V. TÓM TẮT

Cư sĩ Di-già là biểu tượng cho người tu hành giữa đời mà không nhiễm đời, hành bố thí viên dung, lấy tài hữu lậu làm nhân vô lậu. Ngài biểu thị cho bước chuyển trong lộ trình của Thiện Tài: từ định trí nội chứng sang hạnh bi nhập thế, từ "thể nhập pháp giới" sang "hành pháp giới".

Như vậy, pháp môn của Di-già cư sĩ dạy rằng:

- Pháp giới không xa, mà hiện hữu ngay trong mỗi hành động vị tha.
- Bố thí không chỉ là ban cho, mà là hiển lộ bản tánh từ bi của pháp giới.
- Cư sĩ không là chướng ngại, mà là phương tiện để hành Bồ-tát đạo.

5. GIẢI THOÁT TRƯỞNG GIẢ
(Muktaka Gṛhapati)

I. VỊ TRÍ CỦA GIẢI THOÁT TRƯỞNG GIẢ

Giải Thoát Trưởng giả là vị thiện tri kế tiếp cư sĩ Di-già. Nếu Di-già tượng trưng cho hạnh bố thí viên dung, thì Giải Thoát biểu thị trí huệ tự tại giữa thế gian, không còn bị ràng buộc bởi danh lợi hay ngã chấp. Ở Di-già, Thiện Tài học cách *chuyển tài vật hữu lậu thành công đức vô lậu*. Đến Giải Thoát, Thiện Tài học cách *chuyển vọng tâm thành chân tâm*, ngay trong đời sống thế tục mà chứng nghiệm vô ngại giải thoát.

Kinh văn: Khi ấy, trưởng giả Giải Thoát nhờ năng lực của các căn lành đã tích lũy trong quá khứ, nhờ oai thần của chư Phật, và nhờ năng lực nhiếp niệm của Văn-thù-sư-lợi đồng tử, liền nhập vào môn tam-muội của Bồ-tát, tên là *Phổ nhiếp nhất thiết Phật vô biên triền đà-la-ni*. Khi đã nhập tam-muội ấy, Thiện Tài được thân thanh tịnh. Trong thân ấy, hiển hiện mười phương, mỗi phương đều có mười cõi Phật nhiều như vi trần, vô số đức Phật cùng các quốc độ, hội chúng, đạo tràng, ánh sáng và các sự trang nghiêm sai biệt; cũng hiện ra những thần thông biến hóa mà các Đức Phật ấy đã thực hành trong quá khứ, các đại nguyện, các pháp trợ đạo, các hạnh xuất ly, và mọi sự thanh tịnh trang nghiêm; đồng thời, cũng thấy các

Đức Phật ấy thành Đẳng chánh giác, chuyển Diệu pháp luân, giáo hóa chúng sinh.

Hán:

時，解脱長者以過去善根力、佛威神力、文殊師利童子憶念力故，即入菩薩三昧門，名：普攝一切佛剎無邊旋陀羅尼。入此三昧已，得清淨身。於其身中，顯現十方各十佛剎微塵數佛，及佛國土、眾會、道場、種種光明、諸莊嚴事，亦現彼佛往昔所行神通變化、一切大願、助道之法、諸出離行、清淨莊嚴，亦見諸佛成等正覺、轉妙法輪、教化眾生。

Kinh ghi rằng Thiện Tài đến nhà vị trưởng giả này và thấy ông "tuy ở giữa thành, giữa phố, mà tâm an nhiên, tịch tĩnh như người nhập thiền định; nói năng, đi đứng, giao tiếp mà như không hành, như không nói." Điều này cho thấy pháp môn của vị trưởng giả thứ năm là hành mà vô hành, biểu hiện cao hơn của hạnh nhập thế vô nhiễm mà Di-già mở đầu.

II. DANH HIỆU VÀ Ý NGHĨA BIỂU TƯỢNG

Trưởng giả (*Gṛhapati*) biểu thị người tại gia đầy đủ phương tiện thế gian.

Giải thoát (*Muktaka*) nghĩa là "người đã được giải thoát" hay "người hành giải thoát trong hành vi thường nhật." là người đã chuyển hóa các pháp thế gian thành đạo dụng, không còn bị ràng buộc bởi nghiệp và ngã. Vì vậy, danh hiệu này tượng trưng cho người đã đạt tự tại ngay trong ngũ dục, sống giữa nhân gian mà tâm như hư không.

III. PHÁP MÔN GIẢI THOÁT TRƯỞNG GIẢ TRUYỀN DẠY

Kinh văn: Thiện nam tử, nên biết rằng Bồ-tát tu hành các Phật pháp, làm thanh tịnh cõi Phật, tích tụ các diệu hạnh, điều phục chúng sinh, phát khởi đại thệ nguyện, đi vào môn giải thoát bất khả tư nghì của sự tự tại du hí trong nhất thiết trí; chứng đắc Phật Bồ-đề, hiện các thần thông lớn, khắp đến các pháp giới mười phương, dùng trí vi tế mà thấu nhập tất cả các kiếp. Tất cả những điều ấy đều do tự tâm mà thành.

Hán:

善男子！當知菩薩修諸佛法，淨諸佛剎，積集妙行，調伏眾生，發大誓願，入一切智自在遊戲不可思議解脫之門，得佛菩提，現大神通，遍往一切十方法界，以微細智普入諸劫；如是一切，悉由自心 。

- *Du hí thần thông* trong Hoa Nghiêm là một thuật ngữ then chốt để mô tả diệu dụng của Pháp thân khi vận hành qua Bồ-tát hạnh. "Du hí" không có nghĩa chơi đùa, mà biểu thị sự tự tại vô ngại của một vị đã chứng được trí vô phân biệt: mọi hành động giáo hóa, thị hiện, thần thông, hóa thân, thanh tịnh cõi nước... đều diễn ra như cuộc "du hành trong pháp giới", không mang dấu vết của tạo tác, không bị ngăn ngại bởi thời gian, phương xứ hay nhân duyên.

- Trong *Phẩm Nhập pháp giới*, mỗi lần Bồ-tát thị hiện thần thông ở các thế giới đều được mô tả như hành vi "tùy nguyện lưu xuất", không có ý niệm nỗ lực hay cưỡng cầu. Pháp Tạng trong *Thám huyền ký* (探玄記) giải thích "du hí" là " dĩ vô công dụng hạnh nhậm vận lợi ích; 以無功用行，任運利益", nghĩa là không dùng nỗ lực nhưng lợi ích tự nhiên lưu xuất. Vì vậy, "du hí thần thông" là biểu hiện của giác trí vận hành trong đại bi, nơi thần thông không phải quyền năng mà là diệu dụng của tâm bình đẳng.

- *Tất cả những điều ấy đều do tự tâm* là then chốt của tư tưởng Hoa Nghiêm, xác lập nguyên lý rằng mọi Phật pháp, mọi cõi Phật, mọi hạnh Bồ-tát, mọi thần thông, và cả vô lượng kiếp đều là cảnh giới hiển hiện của một tâm. Ở đây "tâm" không phải tâm phân biệt, mà là tâm pháp giới, tương ưng với tánh duyên khởi viên dung. Trong Hoa Nghiêm, "*tâm như công họa sư, họa chủng chủng ngũ ấm*" là chỉ nguyên lý: tất cả cảnh và hạnh đều là bóng ảnh của tâm, do đó thanh tịnh cõi Phật hay điều phục chúng sinh cũng là thanh tịnh và điều phục chính tâm. Vì vậy, khi kinh nói Bồ-tát thâm nhập vô lượng kiếp, đến vô lượng thế giới, hiện vô lượng thần thông..., điều đó được hiểu là sự vận hành của tâm vô ngại: khi tâm đã tương ưng với nhất thiết trí, toàn pháp giới là Như Lai tạng hiển hiện, không có gì vượt ngoài tâm để phải đạt tới. Đây là tuyên ngôn then chốt mở vào tinh thần "nhất chân pháp giới" của toàn thể Kinh Hoa Nghiêm.

IV. Ý NGHĨA "GIẢI THOÁT" TRONG HỆ TƯ TƯỞNG HOA NGHIÊM

Trưởng giả Giải Thoát không lìa thế gian mà giải thoát. Ngài vẫn sống giữa phố chợ, giao thương, bố thí, thuyết pháp, nhưng tâm an nhiên tịch tịnh. Trong kinh, khi Thiện Tài đảnh lễ hỏi pháp, trưởng giả đáp: "Ta chẳng lìa thế gian mà cầu giải thoát; chính trong thế gian mà được giải thoát."

Từ "giải thoát" ở đây không đồng nghĩa với Niết-bàn tịch diệt của A-la-hán, mà là "tự tại giải thoát" (*mokṣa*) của Bồ-tát, nghĩa là "vô ngại giữa các pháp."

Khi Di-già cư sĩ còn thấy "có người để cho, có pháp để ban", thì Giải Thoát đã vượt qua tam luân: người cho, người nhận, vật đem cho đều không thật.

Nội dung hai chú giải thống nhất ở điểm: giải thoát chân thật của Bồ-tát là "vô ngại" – không chướng ngại hành, không chướng ngại trí, không chướng ngại chúng sinh.

V. NHẬP PHÁP GIỚI NƠI GIẢI THOÁT TRƯỞNG GIẢ

Ở Di-già, nhập pháp giới là bằng hạnh bố thí viên dung; đến Giải Thoát, nhập pháp giới là bằng trí huệ vô ngại.

Kinh mô tả rằng: khi Thiện Tài nghe pháp, liền thấy khắp mười phương thế giới, mỗi nơi Giải Thoát Trưởng giả đang hóa hiện thuyết pháp cho chúng sanh đó là biểu hiện của "pháp giới trùng trùng."

VI. TÓM TẮT

Giải Thoát Trưởng giả biểu thị pháp "vô ngại giải thoát", sống giữa trần lao mà không nhiễm, hành trong đời mà không vướng hành. Pháp môn của Ngài là vô công dụng hạnh, nơi hành giả không còn thấy có ai hành hay có gì để hành. Đây là giai đoạn Thiện Tài bước từ "bố thí" sang "tự tại", từ "hành pháp giới" sang "hiển pháp giới".

Giải Thoát Trưởng giả là mẫu hình Bồ-tát tại gia đã đạt định tuệ viên dung, là "tánh không mà dụng hữu", là minh chứng cho nguyên lý viên dung của Hoa Nghiêm.

6. HẢI TRÀNG TỲ-KHEO
(Sāgaradhvaja Bhikṣu 海幢比丘)

I. VỊ TRÍ TRONG HÀNH TRÌNH THIỆN TÀI CẦU ĐẠO

Sau khi cầu học với Giải Thoát Trưởng giả (Muktaka), Thiện Tài Đồng tử đến gặp Hải Tràng tỉ-khưu, vị thiện tri thức thứ sáu, biểu thị sự chuyển từ hạnh từ bi sang trí hạnh, từ vô nhiễm mà vào vô úy.

Kinh văn: Thiện Tài Đồng tử lần lượt du hành về phương Nam, đến xứ Diêm-phù-đề, bên làng Ma-lị, tìm cầu khắp nơi vị tỉ-khưu tên Hải Tràng, thấy vị ấy đang ngồi kiết-già bên lối đi kinh hành, nhập vào tam-muội, hơi thở ra vào đều dứt, tâm không còn phân biệt tư duy, thân an tịnh, bất động.

Hán:

漸次南行，至閻浮提畔摩利聚落，周遍求覓海幢比丘。乃見其在經行地側結[2]跏趺坐，入于三昧，離出入息，無別思覺，身安不動。

II. DANH HIỆU VÀ ĐỐI CHIẾU VĂN BẢN HỌC

Danh hiệu Hải Tràng (海幢) nghĩa là "ngọn cờ giữa biển", biểu tượng cho trí tuệ vô biên như đại dương, và "ngọn cờ" là pháp lực hiển dương chân lý giữa biển sinh tử.

sāgara-dhvaja: *sāgara* nghĩa là "biển cả", "đại dương".

dhvaja nghĩa là "cờ", "ngọn cờ", "biểu tượng", cũng có nghĩa bóng là "người nêu cao" hay "tôn vinh".

Hợp thành *sāgara-dhvaja*,nghĩa là "ngọn cờ của biển" hoặc "người nêu cao trong biển".

Nghĩa biểu trưng cho vị Bồ-tát có công đức cao vời, nổi bật giữa biển đại bi, hoặc "pháp kỳ giữa biển pháp".

III. PHÁP MÔN CỦA HẢI TRÀNG

Kinh văn: Thiện nam tử! Ta chỉ biết được phần *quang minh tam-muội Bát-nhã ba-la-mật* này. Các vị Bồ-tát khi nhập vào *biển trí tuệ*, thì cảnh giới pháp giới trở nên thanh tịnh, thông đạt tất cả đường lối, khắp cùng vô lượng cõi Phật, tự tại nơi các pháp *tổng trì*, an trụ nơi *tam-muội thanh tịnh*, thần thông quảng đại, biện tài vô tận, khéo nói các cảnh giới, làm chỗ nương tựa cho chúng sinh. Còn ta làm sao có thể biết hết các diệu hạnh của các ngài, phân biệt được công đức, hiểu rõ được những hạnh đã tu, sáng tỏ được cảnh giới tâm, thấu đạt nguyện lực, vào được yếu môn, đạt được chứng ngộ, giảng được đạo phần, an trụ tam-muội, thấy được cảnh giới tâm, và chứng đắc trí tuệ bình đẳng mà các ngài đã thành tựu?

Hán:

善男子！我唯知此一般若波羅蜜三昧光明。如諸菩薩入智慧海，淨法界境，達一切趣，遍無量剎，總持自在，三昧清淨，神通廣大，辯才無盡，善說諸地，為眾生依；而我何能知其妙行，[2]辨其功德，了其所行，明其境界，究其願力，入其要門，達其所證，說其道分，住其三昧，見其心境，得其所有平等智慧？

- *Tam-muội Bát-nhã ba-la-mật quang minh*, là cảnh giới duy nhất nơi định và huệ hoàn toàn tương ưng, làm hiển lộ ánh sáng trí tuệ chiếu khắp pháp giới. Trong văn mạch Hoa Nghiêm và đặc biệt trong Phẩm Nhập pháp giới, Bát-nhã không chỉ là trí quán tánh Không, mà là trí thấy pháp giới nhất chân, nơi mọi pháp tương dung tương nhiếp mà không ngăn ngại. Khi trí này đi vào tam-muội, tức vào trạng thái tâm không phân biệt, không tán loạn, không tạo tác, thì tự nhiên phát sinh "quang minh": ánh sáng của trí soi chiếu toàn thể cảnh giới chư Phật, thấu suốt các thú, các cõi, các địa, các tam-muội và các nguyện lực của Bồ-tát.

- Pháp Tạng trong *Thám huyền ký* (探玄記) giảng rằng Bát-nhã trong Hoa Nghiêm không chỉ "chiếu không" mà còn "chiếu sự", nghĩa là chiếu cả tánh Không và muôn pháp sai biệt, nên khi định-huệ viên dung, ánh sáng ấy trở thành "quang minh vô ngại".

- Thế nên, *Tam-muội Bát-nhã ba-la-mật quang minh* là pháp môn khiến hành giả nhập vào biển trí của chư Bồ-tát, thấy pháp giới thanh tịnh, nhưng vẫn phân minh vô số hạnh môn, vô số cảnh giới mà không hề rời tính bình đẳng của nhất thiết trí.

IV. BIỂU TƯỢNG “HẢI TRÀNG:

Tì-khưu Hải Tràng thuyết pháp không nhằm biểu diễn biện tài, mà là *trí dụng tự nhiên của tâm Bát-nhã*, khiến pháp giới hiển lộ ngay trong ngôn thuyết.

Khi Thiện Tài nghe pháp, kinh ghi: “Thiện Tài thấy thân vị Tỳ-kheo khắp mười phương, nơi mỗi sợi lông phóng vô lượng quang minh, chiếu soi vô biên thế giới, thuyết pháp khiến chúng sinh giác ngộ.”

Bản Phạn ghi:

Romakūpeṣu prabhāḥ sravanti, lokadhātūn avabhāsayanti.
“Ánh sáng từ từng lỗ chân lông tỏa ra, chiếu sáng khắp thế giới.”

Đây là biểu hiện của trí quang vô ngại (jñāna-prabhā), ánh sáng trí Bát-nhã chiếu khắp pháp giới, phá tối vô minh.

Hải Tràng biểu trưng cho trí huệ vô úy, trí vượt trên đối đãi, không còn run sợ trước sinh tử, cũng không chấp trụ nơi Niết-bàn. Vô úy không phải là can đảm hữu vi, mà là sự an nhiên từ tuệ giác vô ngã.

V. TÓM TẮT

Qua tì-khưu Hải Tràng, Thiện Tài chứng nghiệm pháp giới vô ngại giữa *năng thuyết* và *sở thuyết*: một lời nói hiển vô lượng nghĩa, một âm thanh hóa vô số ngữ. Đó là ngôn ngữ giải thoát môn, lời nói trở thành cửa đạo.

Hải Tràng tỉ-khưu tượng trưng trí dũng Bát-nhã vô úy, trí phá chấp và biện tài vô ngại. Ngài là "Sư tử hống giữa biển sinh tử", khiến vô minh tiêu tan, tâm chúng sinh an định. Nhờ gặp ngài, Thiện Tài bước vào giai đoạn "trí dụng vô ngại", mở đầu cho tầng học sâu hơn: từ trí tuệ vô úy tiến đến từ bi vô ngại nơi Hưu Xã Ưu-bà-di.

7. ƯU-BÀ-DI HƯU XÃ
(Āśā)

I. VAI TRÒ NỮ CƯ SĨ TRONG TIẾN TRÌNH HÀNH BỒ-TÁT ĐẠO

Sau khi học với Hải Tràng tỉ-khưu, Thiện Tài Đồng tử được dạy hãy đến gặp Ưu-bà-di Hưu Xã vị thiện tri thức nữ đầu tiên trong hành trình.

Sự xuất hiện của một nữ cư sĩ tại gia sau các bậc trưởng giả nam là một bước triển khai mới: biểu tượng cho sự quân bình giữa trí và bi, giữa động và tĩnh, giữa hành và nhiếp.

Trong hai vị cư sĩ trước, Giải Thoát Trưởng giả biểu thị trí tuệ vô ngại giữa thế gian, còn Hưu Xã biểu thị *từ bi nhiếp hóa giữa thế gian*, nhập pháp giới bằng năng lực đại bi và thần thông.

Kinh văn: Thiện nam tử! Ta chỉ chứng được một môn giải thoát của Bồ-tát. Nếu có chúng sinh nào thấy ta, nghe ta, ghi nhớ về ta, sống cùng ta, hay cung kính cúng dường ta, thì tất cả công đức ấy đều không uổng phí.

Thiện nam tử! Nếu có chúng sinh không gieo trồng căn lành, không được thiện hữu nhiếp thọ, cũng chẳng được chư Phật hộ niệm, thì người ấy rốt cuộc chẳng thể thấy được ta. Thiện nam tử! Còn những chúng sinh nào được thấy ta, thì đều đạt đến bất thoái chuyển nơi Vô thượng Chánh đẳng Chánh giác.

Hán:

善男子！我唯得菩薩一解脫門，若有見聞憶念於我，與我同住，供給我者，悉不唐捐。善男子！若有眾生不種善根，不為善友之所攝受，不為諸佛之所護念，是人終不得見於我。善男子！其有眾生得見我者，皆於阿耨多羅三藐三菩提獲不退轉。

II. DANH HIỆU VÀ Ý NGHĨA BIỂU TƯỢNG

Hán phiên âm Hưu Xã (休捨), Phạn ngữ *Āśā*, động từ căn *√āś* nghĩa là "mong cầu", "hy vọng", "khát nguyện". Danh từ *āśā* là "niềm hy vọng", "ước nguyện", "mong đợi". Nghĩa trong văn học Phật giáo: Chí tâm cầu đạo, chí nguyện hướng thiện.

Do đó, *Ưu-bà-di Hưu Xã* biểu trưng cho người nữ tại gia đạt thần thông, nhưng dùng thần thông ấy để nhiếp hóa, không vì tự chứng đắc mà xa lìa thế gian.

III. PHÁP MÔN CỦA ƯU-BÀ-DI HƯU XÃ

- *Nhất giải thoát môn.* Trong văn mạch Hoa Nghiêm, khi vị thiện tri thức nói "ta chỉ được *Nhất giải thoát môn*", điều này không có nghĩa vị ấy chỉ chứng được một pháp môn hạn hẹp, mà là chỉ rõ tính chất "*nhất môn nhi thông vô lượng môn*" của Hoa Nghiêm. *Nhất giải thoát môn*, khi thực sự chứng nhập là cửa mở vào toàn thể pháp giới, vì mỗi môn đều dung nhiếp mười phương thế giới, vô lượng tam-muội và vô biên hạnh nguyện của chư Bồ-tát. Việc tự xưng "*Nhất giải thoát môn*" cũng là biểu hiện của đức khiêm cung của thiện tri thức, đồng thời chỉ ra rằng pháp môn của Ngài là "y tha khởi" tùy duyên mà khởi tác dụng: ai thấy, nghe, nhớ nghĩ hay cúng dường Ngài đều không uổng công, nghĩa là một pháp môn này làm thành duyên trợ lực cho hết thảy. Cho nên *Nhất giải thoát môn* ở đây chính là cửa của đại nguyện, tùy cơ mà vận dụng, thông suốt với biển hạnh của Bồ-tát.

- *Thấy thiện tri thức liền được bất thoái chuyển*: Bất thoái chuyển (*avaivartika*) trong Hoa Nghiêm không phải là quả vị có được do công đức bên ngoài, mà là sự chuyển hóa nội tâm khi tâm tương ưng với pháp giới. Khi một chúng sinh có khả năng "thấy" thiện tri thức, nghĩa là tâm họ đã được mở bằng tín căn, thiện căn và sự hộ niệm của chư Phật; thấy ở đây không chỉ là thấy hình sắc, mà là thấy bằng tâm tương ứng. Trong Phẩm Nhập pháp giới mỗi thiện tri thức đều là "hiện thân của pháp môn", nên thấy thiện tri thức đồng nghĩa thấy một phần của Pháp thân, tức trực tiếp tiếp xúc với hạnh và trí của Bồ-tát đạo. Chính sự tương ưng ấy khiến dòng tâm của người ấy chuyển sang "không còn thối lui" khỏi đạo Bồ-đề. Vì vậy, người được thấy thiện tri thức là người đã đầy đủ nhân duyên với Phật pháp, và chính sự gặp gỡ ấy đánh dấu bước chuyển từ hữu lậu thiện căn sang vô lậu Bồ-đề phần, khiến họ trở thành bất thoái chuyển đối với A-nậu-đa-la tam-miệu tam-bồ-đề.

IV. NỮ BỒ-TÁT VÀ TINH THẦN "BÌNH ĐẲNG VÔ NGẠI"

Hưu Xã là nhân vật nữ đầu tiên trong hành trình Thiện Tài, tượng trưng cho sự phá vỡ biên giới giới tính trong Bồ-tát đạo. Qua Hưu Xã, tư tưởng Hoa Nghiêm muốn cho thấy rằng tất cả chúng sinh, bất luận hình tướng, đều có thể hiển bày trí bi viên mãn của pháp giới.

Hưu Xã không chỉ có trí tuệ, mà giác ngộ viên mãn khiến mọi pháp đều tùy duyên hiện dụng.

Theo *Phẩm Nhập pháp giới*, khi Thiện Tài lễ bái, Hưu Xã hiện ra vô lượng thân, mỗi thân thuyết pháp khác nhau tùy căn cơ. Đây là biểu hiện của thắng trí nhiếp hóa, là dụng của Bát-nhã và từ bi viên dung.

V. NHẬP PHÁP GIỚI QUA HƯU XÃ

Thiện Tài nghe pháp xong, liền chứng được cảnh giới "vô phân biệt bi trí" (*jñāna-karuṇā-abheda*).

Đây là hình ảnh điển hình của *pháp giới viên dung* trong Hoa Nghiêm:

1. Trí bi viên dung (*prajñā-karuṇā-samuccaya*): trí không rời bi, bi không rời trí.

2. Thắng trí nhiếp hóa (*abhijñā-upāya*): mọi công năng đều là diệu dụng của tánh giác, không do ngã sở.

VI. TÓM TẮT

Ưu-bà-di Hưu Xã là biểu tượng của Bồ-tát nữ tại gia, viên mãn trong trí huệ và từ bi. Pháp môn của bà dạy Thiện Tài rằng: trí tuệ chân thật không phải để lìa thế gian, mà là để soi sáng và hóa độ thế gian.

8. TỲ-MỤC-CÙ-SA TIÊN NHÂN (Bhīṣmottaranirghoṣa Ṛṣi)

I. VỊ TRÍ TRONG HÀNH TRÌNH THIỆN TÀI

Sau khi Thiện Tài rời Hưu Xả Ưu-bà-di, ngài đến núi Chiên-đàn, nơi ẩn cư của Tỳ-mục-cù-sa Tiên nhân.

Pháp Tạng trong *Hoa nghiêm kinh thám huyền ký* gọi đây là vị "nội chứng tịch tĩnh hạnh", tượng trưng cho Bồ-tát hành đạo trong giới ngoại đạo nhưng tâm không lìa Chánh đạo.

Trong bản Phạn (Vaidya, p. 22-23) danh xưng là *Bhīṣmottaranirghoṣa Ṛṣi*; ghi nhận đây là vị ẩn tu (*ṛṣi*) trong rừng Chiên-đàn, dẫn đầu mười ngàn đệ tử.

Kinh văn: Thiện Tài Đồng tử lần lượt du hành, đến nước Na-la-tố. Ở đó, tìm khắp nơi vị tên là Tỳ-mục-cù-sa. Thiện Tài thấy một khu rừng lớn, được trang nghiêm bởi vô số a-tăng-kỳ cây báu.

Hán: 漸漸遊行，至那羅素國，周遍推求毘目瞿沙。見一大林，阿僧祇樹以為莊嚴

Kinh văn: Thiện Tài Đồng tử thấy vị tiên nhân kia đang ngồi dưới gốc cây chiên-đàn, trải cỏ làm tòa ngồi. Có đến mười ngàn đệ tử vây quanh: người mặc da nai, người khoác vỏ cây, lại có người kết cỏ làm y phục, búi tóc cao, đeo vòng hoa, tóc xõa bên vai, trước sau đứng bao quanh.

Hán: 善財童子見彼仙人在栴檀樹下敷草而坐，領徒一萬，或著鹿皮，或著樹皮，或復編草以為衣服，髻環垂鬢，前後圍遶。

II. NỘI DUNG ĐỐI THOẠI VÀ PHÁP MÔN CHỨNG ĐẮC

Thiện Tài đảnh lễ thưa hỏi:

"Bạch Thánh giả! Tôi đã phát tâm Vô-thượng Bồ-đề, mà chưa biết Bồ-tát thế nào học hạnh, thế nào tu đạo?"

Tỳ-mục-cù-sa đáp:

Thiện nam tử! Ta đã chứng được pháp môn giải thoát của Bồ-tát, tên là Vô thắng tràng.

Hán: 善男子！我得菩薩無勝幢解脫

- *Vô thắng tràng* (*Anuttara-dhvaja-vimokṣa*)*:* Tràng (*dhvaja*) trong truyền thống Ấn-độ tượng trưng cho cờ chiến thắng (*vijaya-dhvaja*), hoặc cho dấu hiệu hiển dương thắng trí.

- Vô thắng (*anuttara*) chỉ trí tuệ không ai vượt hơn, tức trí bình đẳng của Như Lai. "Tràng" (cờ) là biểu tượng hiển hiện công đức, trí tuệ chiến thắng phiền não.

III. Ý NGHĨA BIỂU TƯỢNG

1. Tiên nhân ẩn tu giữa núi rừng, biểu tượng tánh tịch nhiên bất động.

Đây là hình tượng "ẩn hiện song hành" trong Hoa Nghiêm – tịch nhiên mà không ly thế.

2. Cảnh giới hiển hiện

Trong khi Thiện Tài đang lắng nghe, kinh văn mô tả Tỳ-mục-cù-sa hiện thân khắp mười phương:

Kinh văn: Trong mỗi sợi lông hiện vô lượng cõi Phật, ở giữa các Bồ-tát mà thuyết pháp."

Hán: 一一毛端現無量剎，於諸菩薩眾中說法 。」

Phạn: *Eka-eka-romakūpe bahūni buddha-kṣetrāṇi prakāśayati.* (Vaidya p. 23)

Đây là sự-sự vô ngại pháp giới được thấy trong tâm bình đẳng vô tránh.

IV. DIỄN GIẢI HỌC THUẬT

1. Về biểu tượng học

Tỳ-mục-cù-sa đại diện cho hàng đạo sĩ tuy ngoài giáo đoàn Phật giáo nhưng đã đạt tới tâm bình đẳng vô ngại. Trong ngữ cảnh Hoa Nghiêm, Tỳ-mục-cù-sa là một "ngoại đạo Bồ-tát", đạo hạnh thành tựu ngay trong đời sống rừng núi ẩn cư.

2. Về ngữ nghĩa Phạn

Bhīṣmottaranirghoṣa: Bhīṣma + uttara + nirghoṣa

- *bhīṣma* nghĩa là "đáng sợ", "nghiêm uy", "khiến người kinh tâm", từ căn √*bhī* (sợ hãi, tôn kính).

- *uttara* nghĩa là "cao hơn", "vượt trên", "siêu việt".

- *nirghoṣa* nghĩa là "tiếng vang", "âm thanh lớn", "pháp âm vang động", từ √*ghuṣ* (vang, hô).

Ghép lại: "Âm vang siêu việt khiến người kinh sợ (tức là pháp âm khiến hữu tình thức tỉnh)".

→ Nghĩa biểu trưng: "Tiếng pháp oai nghiêm siêu việt"; "Âm thanh giác ngộ vượt trên mọi âm thanh thế tục".

Ṛṣi:

- Bậc ẩn tu nơi sơn lâm, đắc thần thông, quán đạt chân thật (*ṛṣi-tapasvin*);

- Biểu trưng trí tuệ thấu triệt thực tướng (*tattva-darśin*).

V. TÓM TẮT

Tỳ-mục-cù-sa Tiên nhân là vị thiện tri thức thứ tám trong hành trình Thiện Tài Đồng tử cầu học Bồ-tát đạo. Ngài biểu trưng cho trí tuệ bình đẳng vô tránh, "tịch nhiên nhi thường chiếu", tức đức tính tịch tĩnh nội chứng song hành với hạnh dụng vô ngại. Qua ngài, Thiện Tài học được rằng sự tĩnh lặng chân chính không phải là đoạn diệt, mà là tâm bình đẳng đối với muôn pháp, đó chính là cửa vào pháp giới vô ngại trong hạnh Bồ-tát.

9. THẮNG NHIỆT BÀ-LA-MÔN
(Jyotiṣprabhā Brāhmaṇa)

I. VỊ TRÍ VÀ Ý NGHĨA TRONG TIẾN TRÌNH CẦU ĐẠO

Sau khi Thiện Tài rời núi Chiên-đàn, từ chỗ Tỳ-mục-cù-sa Tiên nhân, tiếp tục đi về phương Nam, đến gặp Thắng Nhiệt Bà-la-môn. Đây là thiện tri thức thứ chín, đánh dấu sự chuyển hướng quan trọng: từ nội chứng tịch tĩnh (Tiên nhân) sang nhiệt thành lợi tha, tức từ "định" hiển "dụng".

Kinh văn: Thiện Tài Đồng tử lần lượt du hành, đến tụ lạc Y-xá-na, thấy ở đó có vị tên là Thắng Nhiệt đang tu các khổ hạnh để cầu nhất thiết trí. Bốn phía chung quanh đều là biển lửa hừng hực, cao vút như núi lớn; giữa biển lửa ấy có một ngọn núi đao bén, cao chót vót không bờ mé. Vị ấy leo lên đỉnh núi, rồi tự mình gieo thân vào trong biển lửa.

Hán:

漸次遊行，至伊沙那聚落，見彼勝熱修諸苦行求一切智。四面火聚猶如大山，中有刀山高峻無極，登彼山上投身入火。

II. ĐỐI THOẠI GIỮA THIỆN TÀI VÀ THẮNG NHIỆT

Khi Bà-la-môn khuyên Thiện Tài leo lên núi đao, nhảy vào lửa để chứng Bồ-tát hạnh thanh tịnh, Thiện Tài do dự. Thiện Tài nhớ lời Phật dạy rằng thân người khó được, sợ đây là ma giả Bồ-tát muốn phá hoại đạo hạnh.

Ngay khi ấy, *Phạm Thiên* (梵天) hiện thân trong hư không, bảo rằng: "Thiện nam tử, chớ nghĩ như vậy. Thánh giả này hiện đã chứng được Kim Cang Diệm tam-muội quang minh (*Vajrajvālā-samādhi-prabhā*), phát khởi đại tinh tấn để độ thoát các loài chúng sinh, tâm không thoái chuyển.

Kinh văn: Bấy giờ, Thiện Tài Đồng tử liền bước lên núi đao, tự mình gieo thân vào biển lửa hừng hực. Chưa đến giữa chừng, Thiện Tài chứng được Bồ-tát Thiện Trụ tam-muội. Vừa chạm đến ngọn lửa, lại chứng thêm Bồ-tát Tịch Tĩnh Lạc Thần Thông tam-muội. Thiện Tài thưa: "Thật là hy hữu, bạch Thánh giả! Núi đao và biển lửa lớn như thế, mà khi thân con chạm đến, lại an ổn, khoái lạc."

Hán:

爾時，善財童子即登刀山，自投火聚；未至中間，即得菩薩善住三昧；纔觸火焰，又得菩薩寂靜樂神通三昧。善財白言：「甚奇！聖者！如是刀山及大火聚，我身觸時安隱快樂。」

Đây chính là ý nghĩa chuyển phiền não thành Bồ-đề:

– Núi đao, biển lửa là biểu tượng của khổ hạnh và phiền não;

– Khi tâm Thiện Tài an trụ nơi tam-muội, mọi pháp đều trở thành tánh Không;

– Cảm thọ "an ổn khoái lạc" là diệu lạc vô sinh, do định–tuệ tương ưng mà hiện.

Từ đây, Thiện Tài đã vượt khỏi tầng "thấy khổ – đoạn khổ" sang tầng dụng vô ngại của Bồ-tát hành, nơi trí tuệ thiêu phiền não mà chẳng tổn pháp thân – đây chính là "Kim Cang Diệm tam-muội" thành tựu viên mãn.

III. BIỂU TƯỢNG "NGỒI GIỮA BIỂN LỬA LỚN MÀ THUYẾT PHÁP"

1. Phân tích từ nguyên: *jyotisprabhā*

- *jyotis*: "ánh sáng", "tinh quang", "ngôi sao", "ánh sáng của trời", bắt nguồn từ căn √*dyut* (chiếu sáng, rực rỡ).

- *prabhā*: "hào quang", "tia sáng rực", "ánh huy", "sự chiếu soi".

Jyotiṣ-prabhā, nghĩa đen "người có ánh sáng của tinh tú" hay "hào quang sao trời".

Nghĩa biểu trưng trong văn học Phật giáo: người có trí tuệ quang minh, soi sáng muôn phương; tượng trưng cho *prajñā-āloka* (quang minh của trí tuệ). Hán dịch là 焰慧解脫; diệm huệ giải thoát.

2. Từ ý trên, Hán dịch hỏa (火) là năng lượng của bi nguyện. Bồ-tát ở giữa lửa cháy mà an nhiên, vì lấy trí làm nước, lấy bi làm mát, nên lửa phiền não biến thành lửa trí. Kinh văn: *Trong lửa phiền não mà thuyết pháp Bồ-đề thanh lương.*「於煩惱火中，說菩提清涼法。」

3. An nhiên trong hỏa tụ tượng trưng cho cảnh giới bất động, bất nhiễm.

4. Trí và Bi song vận: diệm huệ (焰慧) không chỉ đốt, mà còn chiếu. Lửa trí đốt cháy, chính là chiếu trí; chiếu trí tức thành bi.

IV. TƯ TƯỞNG HOA NGHIÊM

1. Phiền não tức Bồ-đề: Lửa phiền não không cần dập tắt mà cần chuyển hóa. Như *Lăng-già kinh* nói:「識火若轉，成大智光。」Nếu chuyển lửa thức, thành trí đại quang minh.

2. Tuệ quang vô tận: diệm huệ (焰慧) tượng trưng cho Bát-nhã không ngừng chiếu soi, đốt tan ngã chấp và vô minh.

3. Bình đẳng pháp giới: Ở giữa lửa dữ mà an nhiên, hiển chân lý Niết-bàn sinh tử không hai "生死涅槃不二". Đó chính là tinh thần Hoa Nghiêm: Lửa không cháy, đao không hại.

V. TÓM TẮT

Cảnh "leo núi đao, vào biển lửa" không phải phép tu khổ hạnh theo nghĩa thân xác, mà là ẩn dụ cho trí Bát-nhã nhập thế. Người chưa đạt tuệ giác thì thấy lửa là khổ; người chứng tuệ thì thấy lửa chính là quang minh.

Thắng Nhiệt Bà-la-môn là vị thiện tri thức thứ chín trong hành trình của Thiện Tài Đồng tử, biểu trưng cho diệu dụng của trí-bi vô ngại, chuyển phiền não thành Bồ-đề, ở giữa lửa mà tịch nhiên, trong nhiệt mà thanh lương. Nếu Tỳ-mục-cù-sa tiêu biểu cho "tịch", thì Thắng Nhiệt là "chiếu"; hai vị liên tiếp biểu hiện nguyên lý *tịch-chiếu đồng thời* của Hoa Nghiêm pháp giới.

Từ đây, Thiện Tài đã vượt khỏi tầng "thấy khổ – đoạn khổ" sang tầng dụng vô ngại của Bồ-tát hành, nơi trí tuệ thiêu phiền não mà chẳng tổn pháp thân – đây chính là "Kim Cang Diệm tam-muội" thành tựu viên mãn.

10. ĐỒNG NỮ TỪ HẠNH
(Maitrāyaṇī 慈行童女)

I. BỐI CẢNH VÀ KINH VĂN

Sau khi Thiện Tài rời Thắng Nhiệt Bà-la-môn, đi đến thành Tỳ-lan-già-la, nơi có đồng nữ tên Từ Hạnh.

Kinh văn: [Thiện Tài Đồng tử] dần dần du hành đến thành Sư Tử Phấn Tấn, đi khắp nơi tìm cầu Từ Hạnh Đồng nữ. Nghe nói vị đồng nữ ấy là con gái của vua Sư Tử Tràng, có năm trăm đồng nữ hầu cận, đang an trú trong cung điện Tỳ-lô-giá-na tạng.

Hán:

漸次南行，至師子奮迅城，周遍推求慈行童女。聞此童女是師子幢王女，五百童女以為侍從，住毘盧遮那藏殿，

- Cảnh "Từ Hạnh Đồng nữ ngồi trên tòa báu, thuyết pháp trong cung vua" là pháp giới của đại từ bi, trong đó trí (Tỳ-lô-giá-na) và bi (Từ hạnh) không hai.

– Sự xuất hiện của nữ hình tượng biểu thị rằng *tâm từ bi* vượt qua mọi phân biệt nam nữ, trở thành năng dụng của pháp thân (*dharmakāya-pravṛtti*).

- Đến đây mở đầu cho hạnh "đại từ đồng thể" của Bồ-tát. Sau khi Thiện Tài đã trải qua những vị thiện tri thức khổ hạnh, định tuệ, dũng mãnh (Tỳ-mục-cù-sa, Thắng Nhiệt).

– Nay gặp Từ Hạnh Đồng nữ, biểu trưng cho *tâm từ đại bi nhiếp hóa vô ngại.*

- Pháp giới được mô tả bằng cung điện Tỳ-lô-giá-na và tòa báu chiên-đàn chính là hiện tướng của bi–trí viên dung, chuẩn bị cho chuỗi thiện tri thức nữ giới kế tiếp trong *Phẩm Nhập pháp giới*, từ đây Thiện Tài bước vào giai đoạn "từ bi biến chiếu pháp giới, nhập dụng vô ngại.

II. BIỂU TƯỢNG CỦA TỪ HẠNH: TRÍ–BI VIÊN DUNG

Đồng nữ Từ Hạnh biểu trưng cho tâm thanh tịnh vô cấu của Bồ-tát, bi tâm và trí tuệ chiếu soi, thể hiện sự dung hợp giữa tâm từ (maitrī) và huệ quang minh (prabhā). biểu thị năng lực của đại bi soi sáng pháp giới.

Pháp môn Từ Hạnh: "Thiện nam tử! Ta thể nhập pháp môn Phổ Trang Nghiêm Bát-nhã ba-la-mật. Khi tùy thuận quy hướng, tư duy quán sát, ghi nhớ và phân biệt trong pháp ấy, ta liền chứng được Phổ môn Đà-la-ni, có trăm vạn a-tăng-kỳ môn đà-la-ni đều hiện tiền trước ta.

Hán:

善男子！我入此般若波羅蜜普莊嚴門，隨順趣向，思惟觀察，憶持分別時得普門陀羅尼，百萬阿僧祇陀羅尼門皆悉現前。

- *Phổ môn đà-la-ni* (*sarvadvāra-dhāraṇī*), là một loại lực tổng trì mà Bồ-tát, nhờ quán sát và tùy thuận Bát-nhã ba-la-mật, có thể nhiếp trì toàn bộ "các cửa vào" của pháp giới, tức tất cả phương diện, tất cả cảnh giới, tất cả duyên khởi nơi chúng sinh tiếp xúc, nhận biết và vận hành. Đà-la-ni ở đây không phải chỉ là thần chú, mà là năng lực ghi nhớ không sai mất, tự tại phân minh trong mọi cảnh, khiến Bồ-tát có thể vừa thấu đạt tính bình đẳng của các pháp, vừa tùy duyên ứng hiện vô lượng phương tiện giáo hóa.

- *Phổ môn* được hiểu như năng lực mở ra vô số "cửa vào pháp giới", tương ứng với ba nghĩa: (1) *phổ nhiếp*: dung chứa tất cả pháp tướng trong một tâm trí vô ngại; (2) *phổ chiếu*: trí tuệ chiếu khắp, không một cảnh giới nào không được thông đạt; (3) *phổ ứng*: theo từng căn cơ mà hiện thân, nói pháp, nhưng không rời bản trí vô phân biệt. Trong tư tưởng Hoa Nghiêm, năng lực này được xem là diệu dụng của bát-nhã: trí quán chân như và cảnh giới duyên khởi thành tựu cùng lúc, khiến một niệm có thể nhiếp trọn vô lượng pháp môn. Vì vậy, phổ-môn đà-la-ni chính là tổng trì viên dung, mở ra năng lực hội nhập và nhiếp trì toàn thể pháp giới bất khả tư nghì của Bồ-tát đạo.

- Do biết tất cả pháp đều như huyễn hóa, nên đối với chúng sinh khởi đại từ tâm. Đây là cốt tủy của bi trí song vận trong Hoa Nghiêm: bi phát sinh từ trí. Vì thấy tất cả pháp không thật nên Bồ-tát không bị trói buộc, và cũng không lìa chúng sinh mà khởi tâm cứu độ.

III. TINH THẦN HOA NGHIÊM: TỪ QUANG SOI KHẮP PHÁP GIỚI

Cảnh đồng nữ Từ Hạnh được diễn tả trong văn bản như một quang minh hội, ánh sáng từ thân bà chiếu khắp pháp giới. Ánh sáng ấy không chỉ là hiện tượng thần thông, mà biểu thị cho "tánh từ–trí đồng thể" của Bồ-tát hạnh.

Do đó, gặp đồng nữ Từ Hạnh, Thiện Tài được khai mở rằng: con đường Bồ-tát không chỉ là tinh tấn khổ hạnh (như Thắng Nhiệt), mà là trí–bi viên dung, hành trong đời mà không nhiễm đời, quang chiếu khắp mà không có đối tượng riêng.

IV. TÓM LẠI

Đồng nữ Từ Hạnh là hiện thân của đại từ khởi đại trí, là "ánh sáng của tâm từ" soi chiếu pháp giới. Trong dòng hành trình cầu đạo của Thiện Tài, vị thiện tri thức này đánh dấu một bước chuyển quan trọng: từ hạnh tinh tấn và khổ hạnh (Thắng Nhiệt) sang hạnh từ và trí viên dung.

11. THIỆN KIẾN TỈ-KHƯU
(Sudarśana Bhikṣu 善見比丘)

I. BỐI CẢNH VÀ KINH VĂN

Sau khi Thiện Tài từ giã đồng nữ Từ Hạnh, liền đến gặp Thiện Kiến tỉ-khưu.

Kinh văn: [Thiện Tài] thấy trong khu rừng ấy có một vị đang đi kinh hành qua lại. Vị ấy tuổi tráng niên, dung mạo đoan nghiêm khả ái, thân tướng đầy đủ phước đức. Tóc của vị ấy xanh biếc, cuộn xoắn về bên phải, không tán loạn; trên đỉnh có nhục kế. Da sắc vàng ròng; nơi cổ hiện ba đường văn; trán rộng và bằng phẳng; đôi mắt dài và lớn như hoa sen xanh; môi và miệng đỏ sạch như quả tần-bà, giữa ngực có dấu chữ vạn.

Hán:

見在林中，經行往返，壯年美貌，端正可喜。其髮紺青右旋不亂，頂有肉髻，皮膚金色，頸文三道，額廣平正，眼目修廣如青蓮華，脣口丹潔如頻婆果，胸標卍字

II. BIỂU TƯỢNG VÀ Ý NGHĨA TÊN GỌI

Tên *Sudarśana* gồm hai yếu tố:

- *su*: tiền tố mang nghĩa “thiện”, “tốt đẹp”, “hoàn hảo”;

- *darśana*: "thấy", "tri kiến", "sự chiêm ngưỡng", cũng có nghĩa triết học là "quan kiến", "cái nhìn", "sự chứng tri".

Hán dịch Thiện Kiến, tức "cái thấy tốt đẹp, trong sáng".

Trong Hoa Nghiêm, "kiến" không phải chỉ là nhãn thức thông thường mà là tuệ nhãn Bồ-tát, thấy được tánh bình đẳng của tất cả pháp.

Như vậy, Thiện Kiến tượng trưng cho Bát-nhã kiến, cái thấy vượt nhị biên, thấy pháp giới như thật.

Theo nghĩa biểu tượng, sau khi Thiện Tài học từ Đồng nữ Từ Hạnh (lòng từ vô ngại), nay Ngài học về trí tuệ chiếu kiến chân như, để từ bi có nền tảng nơi chánh kiến.

III. PHÁP MÔN

Kinh văn: Thiện nam tử! Ta chỉ biết được Bồ-tát tùy thuận đăng giải thoát môn. Như các vị Bồ-tát Ma-ha-tát là ngọn đèn kim cang, trong nhà Như Lai mà chân thật thọ sinh, đầy đủ thành tựu căn mạng bất tử, thường thắp sáng ngọn đèn trí tuệ không bao giờ tắt, thân ấy kiên cố không thể phá hoại, hiện ra sắc thân như huyễn.

Hán:

善男子！我唯知此菩薩隨順燈解脫門。如諸菩薩摩訶薩如金剛燈，於如來家真正受生，具足成就不死命根，常然智燈無有盡滅，其身堅固不可沮壞，現於如幻色相之身.

Ý nghĩa:

1. Tùy Thuận Đăng giải thoát môn (Anuvṛtta-dīpa-vimokṣa-mukha): Ánh sáng tùy thuận là hình ảnh biểu trưng cho trí tuệ tùy duyên mà không nhiễm, chiếu khắp pháp giới nhưng chẳng rời tự tánh.

2. Như kim cang đăng (vajra-dīpa)

– *Vajra* biểu thị thể: trí bất hoại;

– *Dīpa* biểu thị dụng: chiếu sáng pháp giới.

⟶ Kết hợp lại biểu trưng trí thể–trí dụng viên dung, tức kim cang trí chiếu pháp giới (*vajra-jñāna-prabhā*).

3. Thọ sinh trong nhà Như Lai (tathāgata-gṛha)

– Nghĩa là Bồ-tát sinh từ chân như pháp tánh, không còn là sinh hữu lậu.

– Nhà Như Lai tức là thể của pháp giới; Bồ-tát thọ sinh trong ấy, là sự hiển hiện của pháp thân."

4. Trí đăng vô tận (智燈無盡)

– Trí Bát-nhã của Bồ-tát vốn vô tận, chiếu sáng không gián đoạn. Trong *Prajñāpāramitā-sūtra* có câu: "*prajñā dīpo na nirvāti*" – "ngọn đèn trí tuệ chẳng bao giờ tắt."

5. Thân kiên cố, sắc như huyễn: Đây là nghịch luận siêu hình của pháp thân: "thân kiên cố" vì bất hoại, "như huyễn" vì vô tự tánh.

IV. TINH THẦN HOA NGHIÊM: KIẾN NHƯ THỰC, CHIẾU VÔ NGẠI

Theo tư tưởng Hoa nghiêm, "Kiến" là yếu tố căn bản của trí tuệ, chính là tuệ nhãn (*prajñā-cakṣuḥ*). Thấy chính là trí, trí chính là thấy; nếu thấy là chánh, thì tất cả pháp đều hiện tướng chân như.

Ở đây, Thiện Kiến tỉ-khưu không chỉ biểu hiện một tri thức thông thường mà là thể nhập pháp giới bằng chánh kiến Bát-nhã, thấy toàn thể thực tại trong tính tương tức vô ngại.

Hình tượng Thiện Kiến phóng quang chiếu khắp mười phương biểu thị rằng "kiến" trong Hoa Nghiêm là trí quang viên dung. Thấy hết thảy pháp như thật (yathābhūta-darśana) chính là an trụ trong nhất chân pháp giới (ekadharma-dhātu). Ánh sáng của thấy không cùng tận, chiếu khắp pháp giới, nên gọi là Trí Quang Minh Phổ Nhãn. Như vậy, sự giác ngộ của Thiện Kiến là trí thấy viên mãn, là cái thấy mà hành giả Hoa Nghiêm đạt được sau khi từ bi (Từ Hạnh) được khai mở: trí tuệ hiển lộ, soi chiếu tất cả mà không phân biệt.

V. TÓM TẮT

Thiện Kiến tỉ-khưu là hình ảnh của chánh kiến Bồ-tát, người thấy tất cả pháp trong nhất thể pháp giới. Sau khi Thiện Tài học hạnh bi–trí viên dung từ đồng nữ Từ Hạnh, Ngài được Thiện Kiến khai thị pháp "trí quang minh vô ngại", khẳng định rằng chân tuệ không nằm ngoài thấy biết thường nhật, mà ở trong sự chiếu soi của tâm bình đẳng.

Trí tuệ này chính là nền tảng để Thiện Tài tiếp tục hành trình nhập pháp giới viên dung: thấy tức là nhập, nhập tức là thấy, vô ngại mà viên mãn.

12. TỰ TẠI CHỦ ĐỒNG TỬ (Kumāra Īśvarādhipati 自在主童子)

I. BỐI CẢNH VÀ KINH VĂN

Sau khi Thiện Tài được Thiện Kiến Tỳ-kheo khai mở trí tuệ quang minh, Ngài tiếp tục hành trình và đến gặp Tự Tại Chủ Đồng tử.

Kinh văn: Bấy giờ, Thiện Tài liền đi đến nơi ấy, thấy Tự Tại Chủ Đồng tử cùng mười ngàn đồng tử vây quanh, chơi trò đắp cát. Thiện Tài gặp liền đảnh lễ dưới chân vị ấy, nhiễu quanh vô lượng vòng, chắp tay cung kính, lui đứng một bên mà bạch rằng: Bạch Thánh giả! Con đã phát tâm Vô thượng Chánh đẳng Chánh giác, nhưng chưa biết Bồ-tát phải học hạnh Bồ-tát như thế nào, tu đạo Bồ-tát ra sao? Ngưỡng mong Thánh giả vì con mà chỉ dạy, khai giải cho con hiểu.

Hán:

爾時，善財即詣其所，見此童子，十千童子所共圍遶，聚沙為戲。善財見已，頂禮其足，遶無量匝，合掌恭敬，却住一面，白言：「聖者！我已先發阿耨多羅三藐三菩提心，而未知菩薩云何學菩薩行？云何修菩薩道？願為解說！」

II. Ý NGHĨA TÊN GỌI VÀ BIỂU TƯỢNG

Phạn: Indriyeśvara

Indriya: "căn", "giác quan", "năng lực nhận thức"; gồm năm giác quan và ý căn.

Īśvara: "chủ", "vị làm chủ", "người điều ngự".

hợp từ: *indriya-īśvara*; nghĩa đen là "người làm chủ các căn".

Trong văn hóa Ấn Độ cổ, trẻ em thường chơi đùa với đất, cát, bùn bên sông hay trước nhà, "nhóm cát làm trò chơi" (聚沙為戲) là cảnh sinh hoạt quen thuộc, đồng thời gắn với biểu tượng thiêng của nghi lễ vẽ hình trên đất (*rangoli, kolam*) hay tạo đàn tràng bằng cát (sand mandala), nơi mỗi hạt cát tượng trưng cho một thế giới. Hình ảnh đồng tử chơi cát vì thế mang hai tầng ý nghĩa:

(1) "trẻ con" biểu trưng cho tâm sơ phát Bồ-đề trong sạch, không chấp trước, dễ chuyển hóa; (2) "vui chơi" biểu trưng cho hạnh du hí tam-muội (*līlā-samādhi*)

Bồ-tát an trú trong pháp thân mà tự tại chơi đùa giữa sinh tử, dựng-phá các thế giới như trò chơi, không bị trói buộc. Thiện Tài phải cầu học nơi vị thiện tri thức ấy để phá chấp rằng đạo chỉ tồn tại trong oai nghi trang nghiêm, và thấy rằng ngay cả trò trẻ con cũng là pháp môn: mỗi hạt cát là một pháp giới, mỗi trò chơi là một phương tiện, nơi Bồ-tát dùng trí-bi vô ngại mà "chơi" giữa đời, chuyển hóa chúng sinh không mỏi, biểu hiện chân nghĩa của *pháp giới sự sự vô ngại.*

Nhóm cát làm trò chơi (聚沙為戲) hiển nghĩa mỗi hạt cát là một thế giới, mỗi trò chơi là một pháp môn. Cát tượng trưng cho vi trần, tức những đơn vị nhỏ nhất của đất, trong ngôn ngữ Hoa Nghiêm chính là "pháp giới trong một hạt bụi", "một vi trần là một biển cõi Phật". Khi đồng tử nhóm cát thành hình, đó là hành vi "dựng thế giới" bằng tâm chơi đùa: dựng rồi phá, phá rồi dựng, vô cùng vô tận. Bồ-tát nhìn tất cả Phật độ, chúng sinh và nhân duyên sinh diệt như đứa trẻ chơi cát – dựng và phá không ngừng, mà không có "ngã" xây, không có "cõi" thật, chỉ là giả hợp duyên khởi của tự tánh Không. Thiện Tài học nơi đây không phải học trò chơi, mà học cách nhìn sinh tử, Niết-bàn, Phật độ và chúng sinh như đống cát trong tay Bồ-tát – có mà không, sinh mà diệt, dựng mà phá – tất cả chỉ là "du hí tam-muội", hạnh tự tại của đại bi và đại trí. Bồ-tát hành trong thế gian, làm vô lượng sự nghiệp mà tâm vẫn nhẹ nhàng như trẻ con chơi cát: không cố chấp, không nặng nề, không bị trói buộc, đó chính là pháp môn chuẩn bị cho cảnh giới Phổ Hiền, nơi sự và lý dung thông, hành và tịch vô ngại.

III. PHÁP MÔN

Kinh văn: Thiện nam tử! Ta chỉ biết Nhất thiết công xảo đại thần thông trí quang minh pháp môn. Như các vị Bồ-tát Ma-ha-tát có năng lực biết rõ tất cả số lượng của chúng sinh, biết số lượng của mọi loại pháp, biết số sai biệt của các pháp, biết số lượng của ba đời, biết các tên gọi của các loài hữu tình, biết danh số của các pháp, biết số lượng của các Như Lai, biết các danh hiệu của chư Phật, biết số lượng Bồ-tát, và biết các danh hiệu của Bồ-tát.

Hán:

善男子！我唯知此一切工巧大神通智光明法門。如諸菩薩摩訶薩，能知一切諸眾生數，能知一切諸法品類數，能知一切諸法差別數，能知一切三世數，能知一切眾生名數，能知一切諸法名數，能知一切諸如來數，能知一切諸佛名數，能知一切諸菩薩數，能知一切菩薩名數.

- *Nhất thiết công xảo đại thần thông trí quang minh pháp môn* là biểu thị trí tuệ phương tiện vô ngại của Bồ-tát trong việc vận dụng các kỹ năng (*śilpa*) và phương tiện thiện xảo (*upāya-kauśalya*) để hiểu rõ, phân biệt và nhiếp trì toàn thể pháp giới mà không rơi vào phân biệt chấp trước.

- Trong văn hóa Ấn cổ, kỹ năng (*śilpa*) không chỉ là "nghề thủ công" mà bao gồm cả mọi loại nghệ thuật, kỹ thuật, tính toán, y học, âm nhạc, ngôn ngữ và kiến trúc, toàn bộ tri thức sáng tạo của con người. Bồ-tát được nói "biết hết thảy số lượng, danh hiệu, sai biệt của các pháp và các chúng sinh" tức là biểu thị trí tuệ viên dung, bao quát cả hữu lượng và vô lượng, đồng thời chứng tri rằng tất cả các sai biệt ấy đều là duyên khởi, rỗng lặng, chỉ hiện như huyễn. Đây là hạnh "trí quang minh" của Bồ-tát, ánh sáng của trí tuệ soi chiếu khắp pháp giới, biết mà không chấp biết, phân biệt mà không rời bình đẳng tánh trí.

IV. TÓM TẮT

Tự Tại Chủ Đồng tử là biểu tượng của tự tại trong nhất tâm, nơi định và tuệ viên dung, trí và bi không hai.

Pháp môn *Nhất thiết công xảo đại thần thông trí quang minh* là bước chuyển quan trọng trong hành trình của Thiện Tài: từ thấy biết (Thiện Kiến) đến thể nhập pháp giới qua hành động tự tại vô ngại.

Đây là cảnh giới của Bồ-tát Phổ Hiền, nơi mỗi niệm đều là phương tiện, mỗi hành động đều là pháp giới hiển hiện. Trí tuệ không còn ở chỗ quán chiếu, mà là hành dụng viên dung, biểu hiện trọn vẹn tinh thần "nhất hành tam muội" của Hoa Nghiêm.

13. CỤ TÚC ƯU-BÀ-DI
(Prabhūtā Upāsikā 具足優婆夷)

I. BỐI CẢNH KINH VĂN

Sau khi Thiện Tài Đồng tử được Tự Tại Chủ Đồng tử chỉ dạy pháp môn Nhất thiết công xảo đại thần thông trí quang minh pháp môn, Ngài tiếp tục hành trình phương Nam và đến gặp Cụ Túc Ưu-bà-di.

Kịnh văn: Thiện nam tử, ta đã được *Bồ-tát vô tận phước đức tạng giải thoát môn*, có thể từ trong một khí cụ nhỏ như vậy, tùy theo các chúng sinh với các thứ dục lạc sai biệt, làm hiện ra các món ăn uống mỹ vị sai khác, khiến đều được đầy đủ. Giả sử có trăm chúng sinh, ngàn chúng sinh, trăm ngàn chúng sinh, ức chúng sinh, bách ức chúng sinh, thiên ức chúng sinh, trăm ngàn ức na-do-tha chúng sinh, cho đến bất khả thuyết bất khả thuyết chúng sinh; giả sử có chúng sinh nhiều như vi trần của Diêm-phù-đề, nhiều như vi trần của một tứ thiênhạ; tiểu thiên thế giới, trung thiên thế giới, đại thiên thế giới, cho đến chúng sinh nhiều như vi trần của bất khả thuyết bất khả thuyết Phật sát; giả sử thập phương thế giới tất cả chúng sinh, tùy theo dục lạc của họ khiến đều được đầy đủ, mà những món ăn uống ấy không cùng tận, cũng không giảm bớt.

Hán:

善男子！我得菩薩無盡福德藏解脫門，能於如是一小器中，隨諸眾生種種欲樂，出生種種美味飲食，悉令充滿。假使百眾生、千眾生、百千眾生、億眾生、百億眾生、千億眾生、百千億那由他眾生，乃至不可說不可說眾生；假使閻浮提微塵數眾生、一四天下微塵數眾生，小千世界、中千世界、大千世界，乃至不可說不可說佛剎微塵數眾生；假使十方世界一切眾生，隨其欲樂悉令充滿，而其飲食無有窮盡亦不減少。

II. PHÁP MÔN GIẢI THOÁT

Cụ Túc Ưu-bà-di dạy Thiện Tài rằng Bà đã chứng được pháp môn Vô tận tạng phước đức giải thoát (*bodhisattvasya anantaguṇa-saṃcaya-vimokṣa-mukha*).

Bản Phạn:

Ahaṃ bodhisattvasya anantaguṇa-saṃcaya-vimokṣa-mukhaṃ jānāmi. (P. L. Vaidya 1960, p. 68)

Nghĩa là: "Ta biết pháp môn giải thoát của Bồ-tát là kho tàng công đức vô tận."

Pháp môn này cho thấy sự viên dung giữa "tâm bi" và "trí tuệ" trong thực hành bố thí: vật thí tuy nhỏ mà công đức vô biên, vì được thực hiện bằng tâm bình đẳng và vô sở trụ.

III. Ý NGHĨA BIỂU TƯỢNG

1. Thuật ngữ: *prabhūta*, xuất phát từ căn *√bhū* (hiện hữu, phát sinh), với tiếp đầu ngữ *pra-* (rộng lớn, vượt trội).

Nghĩa đen là: "nhiều", "phong phú", "dồi dào", "giàu có", "vô lượng".

Danh xưng *Prabhūtā* thường dùng cho các nhân vật nữ Bồ-tát (devī, upāsikā, hay cư sĩ), biểu trưng cho sự viên mãn công đức và trí tuệ, nghĩa là người có "đức hạnh dồi dào", "phước trí sung mãn".

2. Chiếc bát vô tận

Chiếc bát báu trong tay Cụ Túc biểu trưng cho tâm đại bi bình đẳng. Tâm ấy là pháp khí chứa đựng vô lượng phương tiện, vì phát từ vô ngã và đồng thể với pháp giới.

Trong văn hệ Hoa Nghiêm, mọi hành bố thí của Bồ-tát đều viên dung khắp pháp giới.

Mỗi một hành bố thí của Bồ-tát, mỗi một phước báo, đều vào kho công đức vô tận.

3. Bố thí vô tướng

Pháp bố thí của Cụ Túc không vì đối tượng, không vì tự ngã, nên được gọi là tam luân thể không. Bà hiện thân tại gia mà tâm hạnh không nhiễm trước, minh chứng rằng hạnh Bồ-tát có thể thành tựu ngay trong sinh hoạt thế tục. Bồ-tát hành bố thí bằng tâm vô sở đắc thì một hạnh bố thí đồng với pháp giới.

IV. TƯ TƯỞNG HOA NGHIÊM

Cụ Túc Ưu-bà-di là biểu tượng cho Bồ-tát hành tại thế gian mà không nhiễm thế gian. Bà biểu hiện năng lực "tùy duyên nhi bất biến":

- Tùy duyên ở chỗ ứng hiện giữa đời để cứu giúp mọi người.
- Bất biến ở chỗ tâm bình đẳng, không chấp có ta – người – vật.

Hạnh nguyện của Bà phản ánh lý tưởng Hoa Nghiêm: trong một hành vi nhỏ nhiệm, toàn thể pháp giới hiển hiện.

V. TÓM TẮT

Cụ Túc Ưu-bà-di biểu hiện cho tầng bậc bố thí ba-la-mật đạt đến viên dung, nơi hành động nhỏ nhiệm thâu nhiếp vô lượng công đức. Pháp môn Bà chứng là "vô tận tạng", tức không có giới hạn, vì tâm Bồ-tát vô tận, pháp giới vô biên.

Hình ảnh bình bát vô tận của Cụ Túc Ưu-bà-di là ẩn dụ cho pháp giới duyên khởi, một hành động thiện nhỏ nhiệm, nếu phát từ tâm vô ngã, đều phản chiếu toàn thể công đức của pháp giới. Đó là điểm chuyển tiếp trong hành trình của Thiện Tài, từ hành động hiển hiện (tự tại) sang hạnh vô tận, nền tảng của Bồ-tát đạo viên mãn.

14. MINH TRÍ CƯ SĨ
(Vijaya Gṛhapati 明智居士)

I. BỐI CẢNH KINH VĂN

Sau khi Thiện Tài Đồng tử thọ học pháp môn Vô tận tạng phước đức giải thoát nơi Cụ Túc Ưu-bà-di, liền tiếp tục hành trình đến gặp Minh Trí cư sĩ.

Kinh văn: Bấy giờ, Thiện Tài thấy cư sĩ Minh Trí ở giữa thành nơi ngã tư chợ, ngồi trên đài thất bảo trang nghiêm bằng vô số báu vật. Tòa ấy vi diệu tốt đẹp, thân tòa làm bằng ma-ni thanh tịnh, chân tòa làm bằng kim cương xanh; dây báu giao kết, năm trăm diệu bảo dùng làm đồ trang sức; trải thiên y báu, dựng phướn lọng trời, giăng lưới báu lớn, bày trướng báu lớn; dùng vàng Diêm-phù-đàn làm lọng, dùng châu ngọc lưu ly làm tràng lọng của nó, có người cầm giữ để che phía trên; dùng lông cánh ngỗng chúa thanh tịnh nghiêm đẹp làm quạt; xông các thứ diệu hương, rải các hoa trời; bên trái bên phải thường tấu năm trăm loại nhạc, tiếng nhạc tốt đẹp vượt hơn cả thiên nhạc, chúng sinh nghe đều hân hoan vui mừng.

Hán:

爾時，善財見彼居士在其城內市四衢道七寶臺上，處無數寶莊嚴之座。其座妙好，清淨摩尼以為其身，金剛帝青以為其足，寶繩交絡，五百妙寶而為校飾；敷天寶衣，建天幢幡，張大寶網，施大寶[A5]帳；閻浮檀金以為其蓋，毘瑠璃寶以為其竿，令人執持以覆其上；鵝王羽翮清淨嚴潔以為其扇；熏眾妙香，雨眾天華；左右常奏五百樂音，其音美妙過於天樂，眾生聞者無不悅豫。

Phạn văn:

Sa gṛhapatiḥ vijaya nāma sarvavādān abhibhūya prajñā-jyotiṣā dharmadhātum avabhāsayati, bodhisattvasya prajñā-jyotiḥ-vimokṣam udīrayati.

Nghĩa là: "Cư sĩ ấy tên là Minh Trí, dùng ánh sáng trí tuệ chiếu khắp pháp giới, vượt thắng mọi luận thuyết thế gian, thuyết giảng pháp môn giải thoát ánh sáng trí tuệ của Bồ-tát."

II. PHÁP MÔN GIẢI THOÁT

Kinh văn: Thiện nam tử, ta được *Tùy ý xuất sinh phước đức tạng giải thoát môn*, phàm những gì có nhu cầu đều khiến đầy đủ như nguyện. Nghĩa là: y phục, anh lạc, voi ngựa, xe cộ, hoa hương, phướn lọng, đồ ăn uống, các thứ thuốc tắm gội và trị liệu, phòng xá, nhà cửa, giường tòa, đèn đuốc, tôi tớ, bò dê cùng các người phục dịch; như thế tất cả những vật nuôi sống hằng ngày, hễ có nhu cầu đều khiến được đầy đủ, cho đến vì họ mà nói pháp vi diệu chân thật. Thiện nam tử, hãy đợi trong chốc lát, ngươi sẽ tự thấy.

Hán:

善男子！我得隨意出生福德藏解脫門，凡有所須悉滿其願。所謂：衣服、瓔珞、象馬、車乘、華香、幢蓋、飲食、湯藥、房舍、屋宅、床座、燈炬、奴婢、牛羊及諸侍使，如是一切資生之物，諸有所須悉令充滿，乃至為說真實妙法。善男子！且待須臾，汝當自見。

Ý nghĩa:

Tùy ý (隨意): Đó là năng lực siêu việt của Bồ-tát đã đến mức "tâm sở nhiếp dụng", chỉ cần khởi một ý muốn (cetanā) thì toàn bộ kho phước đức vốn tích lũy từ vô lượng kiếp liền có thể "hiển phát" mà không bị chướng ngại. Đây không phải phép thần thông mang tính hiện tượng, mà là biểu tượng cho tự tại dụng của tâm đại bi kết hợp với trí vô ngại.

Xuất sinh (出生): chỉ "năng lực làm hiển lộ", không nhất thiết chỉ hành vi tạo tác mới. Bồ-tát không "làm ra" phước đức, mà khiến *vốn có* (tích tập từ vô lượng kiếp) hiển hiện thành phương tiện lợi sinh.

Hiển lộ này có hai tầng:

- Sinh ra vật phẩm cụ thể: y phục, nhà cửa, thức ăn...
- Sinh ra công năng giáo hóa: phẩm vật vật chất chỉ là thứ yếu, tối hậu là khiến chúng sinh được tiếp xúc với *chân thật diệu pháp.*

Phước đức tạng (福德藏); Chữ "tạng" (saṃbhāra; kośa) trong Hoa Nghiêm không phải chỉ "tích lũy" mà là "năng lượng nội tại của hạnh nguyện".

Theo Pháp Tạng, *phước đức tạng* gắn liền với:

- Đại bi hạnh (*karuṇā-caryā*)

- Lợi tha hạnh (*parārtha-caryā*)
- Hạnh bố thí vô tận của Phổ Hiền

Phước ở đây không mang tính "công đức tích điểm", mà là "năng lực chuyển hóa cảnh giới". Khi Bồ-tát bố thí vật phẩm, là đang "đổi cấu thành tịnh": khiến tâm người nhận ly tham, ly sợ hãi, ly khổ não; đó là phước đức chân thật.

III. Ý NGHĨA BIỂU TƯỢNG

1. *Vijaya*: từ căn √*ji* "thắng, chế ngự"; tiền tố *vi-* (phân, vượt, siêu) + hậu tố danh *-a* ⟶ danh từ nam *vijayaḥ* "sự chiến thắng/ đấng chiến thắng".

Trong văn cảnh *Gaṇḍavyūha-sūtra*: "tatra vijaya-nāmā gṛhapatiḥ ..." (Dutt, 1934, p. 83; Vaidya, 1960, p. 64). Bản Hán T279 (*Avataṃsaka*, Śikṣānanda, 入法界品) dịch nghĩa là 明智居士, thuộc lối nghĩa dịch (義譯; dịch ý biểu tượng), chuyển "chiến thắng" (*vijaya*) thành kết quả đạo đức "minh trí", tức trí tuệ phá vô minh (*kleśa-jaya* ⟶ *prajñā/jñāna* hiển lộ).

2. **Minh** (明) tượng trưng cho trí tuệ chiếu soi,

Trí (智) là năng lực phân biệt mà không chấp trước.

Danh hiệu "Minh Trí" biểu thị cho ánh sáng Bát-nhã soi khắp pháp giới, như ánh nhật nguyệt không chọn nơi chiếu, nghĩa là trí tuệ hành giữa đời mà không nhiễm đời.

3. Minh Trí cư sĩ tiêu biểu cho Bồ-tát đạo hành tại thế gian bằng trí tuệ vô ngại.

Tư tưởng cốt lõi là "nhập thế mà không nhiễm thế", thể hiện rõ nguyên lý pháp giới viên dung vô ngại của Hoa Nghiêm.

Ở đây, trí tuệ không chỉ là quán chiếu lý tánh, mà còn là năng lực thông đạt mọi sai biệt thế gian, khiến hành giả hành xử tùy duyên mà không rời tánh không.

IV. TINH THẦN HOA NGHIÊM

Minh Trí cư sĩ biểu hiện trí tuệ vô ngại trong pháp giới viên dung, nơi chân tục không hai, hành động đời thường chính là diệu dụng của giác ngộ.

Pháp môn của Ngài "*Tùy ý xuất sinh phước đức tạng giải thoát môn*" là bước chuyển từ hạnh bố thí vô tận (Cụ Túc Ưu-bà-di) sang hạnh tuệ chiếu viên dung, mở ra con đường "tuệ nhập thế gian", nơi mọi

V. TÓM TẮT

Minh Trí cư sĩ là hình tượng tiêu biểu cho Bồ-tát trí tuệ nhập thế, thấy rõ mọi pháp là Phật pháp, mọi hành là Bồ-tát hạnh. Từ đây, hành trình của Thiện Tài bước sang một giai đoạn mới: Trí tuệ không còn là tri kiến tịch tĩnh mà trở thành năng lực hành dụng viên dung, ánh sáng của Bát-nhã chiếu khắp pháp giới.

15. PHÁP BẢO KẾ TRƯỞNG GIẢ
(Ratnacūḍa 寶髻長者)

I. BỐI CẢNH KINH VĂN

Sau khi Thiện Tài Đồng tử học với Minh Trí cư sĩ, Ngài được chỉ dạy tiếp tục đến thỉnh pháp nơi Bảo Kế Trưởng giả.

Kinh văn: Dần dần mà đi, hướng về thành Sư Tử, quán sát khắp nơi để tìm vị trưởng giả Bảo Kế. Thấy vị trưởng giả ấy đang ở trong chợ, liền vội đến đó, đảnh lễ nơi chân, nhiễu quanh vô số vòng, đứng lại chắp tay bạch rằng: Thánh giả, con đã từng phát tâm A-nậu-đa-la tam-miệu tam-bồ-đề, nhưng chưa biết Bồ-tát học hạnh Bồ-tát như thế nào, tu đạo Bồ-tát như thế nào. Lành thay, thánh giả, xin vì con nói các đạo Bồ-tát; con nương nơi đạo này để hướng đến nhất thiết trí.

Hán:

漸次而行，向師子城，周遍推求寶髻長者。見此長者在於市中，遽即往詣，頂禮其足，遶無數匝，合掌而立，白言：「聖者！我已先發阿耨多羅三藐三菩提心，而未知菩薩云何學菩薩行？云何修菩薩道？善哉聖者！願為我說諸菩薩道，我乘此道趣一切智！」

Phạn văn:

Sa śreṣṭhī dharmaruciḥ sarvabuddhakṣetreṣu ratnacaityān prakaroti, sarvasattvān anugṛhṇāti, bodhisattvasya dharmaratna-saṃcaya-vimokṣam udīrayati.

Nghĩa là: "Vị trưởng giả tên là Pháp Bảo Kế, trong khắp các cõi Phật dựng nên vô số tháp báu, nhiếp hóa tất cả chúng sinh, và thuyết pháp môn giải thoát tích tụ bảo tạng Pháp của Bồ-tát."

II. PHÁP MÔN GIẢI THOÁT

Kinh văn: Thiện nam tử, ta chỉ biết *Bồ-tát vô lượng phước đức bảo tạng giải thoát môn* này. Còn như các vị Bồ-tát Ma-ha-tát, được kho tàng công đức bất khả tư nghị, nhập vào biển thân Như Lai vô phân biệt, thọ nhận pháp vân vô thượng vô phân biệt, tu các đạo cụ công đức vô phân biệt, khởi lưới hạnh Phổ Hiền vô phân biệt, nhập cảnh giới tam-muội vô phân biệt, bình đẳng với các thiện căn Bồ-tát vô phân biệt, an trụ nơi chỗ Như Lai an trụ vô phân biệt, chứng đắc ba đời bình đẳng vô phân biệt, an trụ nơi cảnh giới Phổ Nhãn vô phân biệt, trụ trải qua tất cả kiếp mà không hề mệt chán; còn ta làm sao có thể biết, có thể nói được những công đức hạnh ấy?

Hán:

善男子！我唯知此菩薩無量福德寶藏解脫門。如諸菩薩摩訶薩，得不思議功德寶藏，入無分別如來身海，受無分別無上法雲，修無分別功德道具，起無分別普賢行網，入無分別三昧境界，等無分別菩薩善根，住無分別如來所住，證無分別三世平等，住無分別普眼境界，住一切劫無有疲厭；而我云何能知能說彼功德行？

- Ngài dạy Thiện Tài rằng: pháp của Như Lai như kho báu vô tận, chỉ người có tâm đại tín, đại bi, đại trí mới có thể khai mở. Người thực hành hạnh Bồ-tát phải xây dựng tháp Phật trong tâm mình, tức là kiến lập niềm tin và giới đức nơi tự tâm, khiến pháp bảo lưu xuất bất tận.

III. Ý NGHĨA BIỂU TƯỢNG

1. Bảo kế: *Ratnacūḍa* cấu tạo từ *ratna* (bảo, châu báu) + *cūḍa* (đảnh, chóp, hoặc vật trang sức trên đầu), nghĩa đen là "người đội bảo châu", "người mang ngọc báu trên đảnh", biểu trưng cho Bồ-tát đã thành tựu công đức vô thượng, như bảo châu trang nghiêm trí tuệ.Khi Thiện Tài thấy Bảo Kế dựng tháp khắp nơi, ấy chính là hiện tướng của tâm viên dung pháp giới, mỗi nơi có tháp là mỗi nơi có Phật pháp hiển hiện.

2. Sư tử thành: *Siṃhopati-nagara*; *siṃha* (sư tử) + *upati* (thượng, đứng đầu, chủ), hàm ý "thành phố của Sư Tử Thượng", tượng trưng cho chỗ an trú của bậc Đại Trí vô úy, tiếng rống sư tử của Phật pháp (*siṃhanāda*).

3. Pháp bảo tạng (*dharmaratna*)

"Pháp bảo" là châu báu của chánh pháp, tức trí tuệ, từ bi, giới định tuệ viên dung.

Trong văn hệ Hoa Nghiêm, "Pháp bảo" đồng nghĩa với *dharma-dhātu*, pháp giới: tất cả pháp thiện đều là bảo, vì đều lưu xuất từ tâm giác ngộ.

4. Bố thí vô tận và công đức xây tháp

Việc kiến tháp Phật ở đây tượng trưng cho hạnh bố thí pháp (dharma-dāna) – bố thí trí tuệ, khơi dậy lòng tin, khiến chúng sinh cùng hành Bồ-tát đạo.

IV. TINH THẦN HOA NGHIÊM

Bảo Kế Trưởng giả biểu hiện tầng bậc kiến lập tín tâm và phát khởi công đức nơi pháp giới. Nếu Cụ Túc Ưu-bà-di là hạnh bố thí vô tận, Minh Trí cư sĩ là trí tuệ vô ngại, thì Bảo Kế Trưởng giả là hạnh kiến lập pháp giới, khiến Phật pháp hiển hiện giữa thế gian.

Bồ-tát dựng tháp khắp nơi không phải vì hình tướng, mà biểu trưng cho tháp tâm thường trụ trong pháp giới. Việc kiến lập tháp, cúng dường, giáo hóa... là phương tiện để chỉ bày pháp giới duyên khởi: mỗi hành động nếu phát từ tâm giác, đều là xây dựng cõi Phật.

Bảo Kế Trưởng giả là hình ảnh Bồ-tát tại gia hành đạo trong cuộc đời, nhưng mọi giao dịch, kiến thiết, cúng dường đều mang nghĩa trang nghiêm pháp giới.

Từ hạnh trí (Minh Trí) đến hạnh tín (Bảo Kế), Thiện Tài được hướng dẫn thấy rõ rằng mọi hành động thế gian đều là phương tiện Bồ-tát hạnh, nếu khởi từ tâm vô ngã và trí tuệ.

V. TÓM TẮT

Pháp Bảo Kế Trưởng giả tiêu biểu cho hạnh kiến lập cõi Phật bằng tâm Bồ-tát, nơi mọi công trình thế gian đều trở thành biểu hiện của pháp giới.

Pháp môn "Pháp Bảo Tạng Giải Thoát" biểu thị đức tin và công đức hợp nhất, mở đầu cho giai đoạn mà Thiện Tài không chỉ "học đạo" mà bắt đầu thấy pháp giới hiển hiện trong mọi duyên sự – đúng như tinh thần Hoa Nghiêm: "Nhất trần nhất sát-na, vô lượng công đức tạng."

16. PHỔ NHÃN TRƯỞNG GIẢ (Samantanetra-Śreṣṭhin)

I. BỐI CẢNH KINH VĂN

Sau khi Thiện Tài Đồng tử học pháp môn *Bồ-tát vô lượng phước đức bảo tạng giải thoát môn* với Pháp Bảo Kế Trưởng giả, Ngài được chỉ dạy đến gặp Phổ Nhãn Trưởng giả.

Kinh văn: Thiện nam tử! Ở phương Nam có một quốc độ tên là Đằng Căn; trong cõi ấy có thành tên Phổ Môn. Trong thành có trưởng giả Phổ Nhãn. Ông hãy đến chỗ vị ấy thưa hỏi: Bồ-tát làm thế nào học hạnh Bồ-tát, tu hành đạo Bồ-tát?

Hán:

善男子！於此南方，有一國土，名曰：藤根；其土有城，名曰：普門；中有長者，名為：普眼。汝詣彼問：菩薩云何學菩薩行、修菩薩道？」

Phạn: *dakṣiṇasyāṃ diśi cakralokajanapadaḥ... tatra samantanetro nāma gṛhapatiḥ...*; (Dutt, p. 86; Vaidya, p. 66)

Nghĩa: Ở phương Nam có một quốc độ tên là Luân Quang (Cakraloka-janapada). Trong quốc độ ấy có vị trưởng giả tên là Phổ Nhãn (Samantanetra) [34].

II. PHÁP MÔN GIẢI THOÁT

Kinh văn: Thiện nam tử! Ta biết tất cả các bệnh của chúng sinh: do phong, hoàng, đàm, nhiệt, do quỷ mị, trùng độc, cho đến những thương tổn bởi nước và lửa. Tất cả các chứng bệnh phát sinh như thế, Ta đều có thể dùng phương tiện khéo léo mà cứu chữa.

Hán:

善男子！我知一切眾生諸病：風黃痰熱、鬼魅、蠱毒，乃至水火之所傷害。如是一切所生諸疾，我悉能以方便救療。

Kinh văn: Thiện nam tử! Chúng sinh trong mười phương, phàm ai có bệnh đều đến chỗ ta; Ta đều chữa trị khiến họ được lành. Lại dùng nước thơm tắm gội thân họ, lấy hương hoa, anh lạc, y phục tốt đẹp, mọi thứ trang nghiêm, rồi ban cho thức ăn, đồ uống cùng các thứ tài bảo, khiến cho đều được đầy đủ, không còn thiếu thốn.

- "Phổ Nhãn" nghĩa là "con mắt chiếu khắp," chỉ năng lực thị hiện trí tuệ viên dung, quán triệt toàn thể pháp giới. Chỉ "pháp môn giải thoát bằng ánh sáng trí tuệ", ánh sáng ấy

---

[34] Bản Phạn ghi vị nầy là nhạc công (*gāndharva*), dạy hạnh hoằng pháp qua âm thanh điều hòa tâm chúng sinh.

không giới hạn bởi phương hướng, cảnh giới hay đối tượng. Phổ Nhãn là trí tuệ soi chiếu, không nơi nào chẳng đến, nên gọi là Phổ Nhãn.

Phổ Nhãn Trưởng giả dạy Thiện Tài rằng:

"Thiện nam tử! Ta chỉ biết pháp môn khiến cho tất cả chúng sinh đều được thấy chư Phật và khởi lòng hoan hỷ. Như các vị Bồ-tát Ma-ha-tát, ví như Đại Dược Vương: nếu ai được thấy, được nghe, được nhớ nghĩ, được cùng ở chung, được tùy theo mà đi, hoặc chỉ xưng niệm danh hiệu, đều được lợi ích.

Hán:

善男子！我唯知此令一切眾生普見諸佛歡喜法門。如諸菩薩摩訶薩如大藥王，若見、若聞、若憶念、若同住、若隨行往、若稱名號，皆獲利益.

- Trưởng giả tuy có công năng "trị bệnh chúng sinh" nhưng tự nhận chỉ biết một pháp môn:

Linh nhất thiết chúng sanh phổ kiến chư Phật hoan hỷ (*sarvabuddha-darśana-prāmodya-dharma-paryāya*).

III. Ý NGHĨ BIỂU TƯỢNG

1. Phổ Nhãn – con mắt toàn triệt

Trong Hoa Nghiêm, "mắt" (*cakṣuḥ*) tượng trưng cho trí giác, năng lực nhận thức chân thật.

"Phổ Nhãn" là biểu tượng cho tuệ nhãn viên dung, không giới hạn nơi thấy, cũng không phân biệt năng–sở.

Trí quang minh: biểu thị cho Bát-nhã chiếu soi, đồng thời là ánh sáng của đại bi.

Quang minh ấy không phải từ ngoài chiếu vào, mà phát ra từ tâm vô ngại của hành giả – đó là "pháp thân quang," soi khắp pháp giới mà không có sở chiếu, năng chiếu.

2. Hạnh cư sĩ – thân tại tục nhi tâm tại đạo

Phổ Nhãn tuy là trưởng giả, vẫn hiện thân giữa thế gian, làm việc thiện và hóa độ chúng sanh.

Điều này cho thấy lý tưởng Hoa Nghiêm về Bồ-tát tại gia hành đạo, biểu hiện sự dung thông giữa trí và bi, giữa đời và đạo.

IV. TƯ TƯỞNG HOA NGHIÊM

Phổ Nhãn Trưởng giả tiêu biểu cho hạnh tuệ viên dung và bi nguyện phổ chiếu.

Nếu Bảo Kế tượng trưng cho hành tín–thí, thì Phổ Nhãn mở ra tầng tuệ–chiếu: thấy mọi pháp, mọi sự, mọi chúng sanh đều cùng trong một pháp giới vô ngại.

1. Tuệ viên dung

Pháp môn "*Linh nhất thiết chúng sanh phổ kiến chư Phật hoan hỷ*" dạy rằng trí tuệ không phải tách khỏi đời mà chính là năng lực quán chiếu trong mọi sự hiện hữu. Như lời Ngài dạy: "Nhất niệm vô ngại tức là pháp giới phổ chiếu."

2. Tâm bi chiếu khắp

Trí chiếu không phải trí lạnh lùng, mà là trí có bi tâm làm gốc. Phổ chiếu tức phổ độ, vì thấy đồng thể của tất cả sinh linh nên khởi đại bi mà không khởi ngã tướng.

3. Nhập pháp giới bằng thấy biết viên dung

Phổ Nhãn không chỉ "thấy khắp," mà là "thấy bằng nhất tâm." Trong nghĩa Hoa Nghiêm, "kiến tức nhập": khi thấy pháp giới viên dung, hành giả tức thời nhập vào pháp giới ấy.

Phổ Nhãn Trưởng giả là đỉnh cao đầu tiên trong chuỗi các vị tại gia thiện tri thức, biểu hiện cảnh giới tuệ giác nhập pháp giới viên dung.

Ánh sáng trí tuệ của Ngài soi khắp mười phương, nhưng không rời một niệm định; quán sát tất cả, mà không có tâm sai biệt, đó là trí tuệ bình đẳng (*samatā-jñāna*).

Khi trí soi chiếu vô ngại, cảnh giới đều thanh tịnh; khi mắt thấy khắp vô biên, tất cả đều vào pháp giới.

V. TÓM TẮT

Phổ Nhãn Trưởng giả tượng trưng cho tuệ giác viên mãn chiếu khắp pháp giới, nơi thấy chính là hành, hành chính là nhập. Pháp môn *Linh nhất thiết chúng sanh phổ kiến chư Phật hoan hỷ* dạy rằng tất cả pháp vốn hiện trong trí tuệ phổ chiếu, và khi hành giả khởi tâm ấy, mỗi hành động đều là sự biểu hiện của pháp giới viên dung.

Từ Bảo Kế đến Phổ Nhãn, hành trình của Thiện Tài chuyển từ hạnh tín và kiến lập (faith and construction) sang hạnh kiến và nhập (seeing and entering), mở đầu cho sự thực chứng trực tiếp rằng: “Nhất thiết pháp vô ngại, nhất thiết cảnh viên dung, kiến tức nhập, nhập tức Phổ Hiền.”

17. VUA VÔ YẾM TÚC
(無厭足王)[35]

I. BỐI CẢNH KINH VĂN

Sau khi được Phổ Nhãn Trưởng giả khai thị về pháp môn Linh nhất thiết chúng sanh Phổ kiến chư Phật hoan hỷ, Thiện Tài Đồng tử tiếp tục du hành đến gặp Vua Vô Yếm Túc.

Kinh văn: Thiện nam tử! Ở phương Nam có một đại thành tên là Đa-la-tràng. Trong thành ấy có một vị vua tên là Vô Yếm Túc. Ông hãy đến chỗ vị ấy mà thưa hỏi: Bồ-tát làm thế nào học hạnh Bồ-tát, tu hành đạo Bồ-tát?

Hán:

善男子！於此南方，有一大城，名：多羅幢；彼中有王，名：無厭足 。汝[2]詣彼問：菩薩云何學菩薩行、修菩薩道？」

II. PHÁP MÔN GIẢI THOÁT

Kinh văn: Thiện nam tử, ta chỉ được [pháp môn] *giải thoát như huyễn* này. Còn như các vị Bồ-tát Ma-ha-tát đã được *vô*

---

35 Vị trí này trong Phạn bản là Anala (có nghĩa là 'lửa' , thường mang biểu tượng trí tuệ thiêu đốt vô minh), là Quốc vương (rājā) ở thành Tāladhvaja-nagara(多羅幢城),

sinh nhẫn, biết rằng tất cả các thú hữu đều như huyễn, tất cả các hạnh của Bồ-tát đều như hóa, tất cả thế gian đều như bóng, tất cả các pháp đều như mộng; nhập vào pháp môn vô ngại của chân thật tướng, tu hành tất cả các hạnh trong Đế võng, dùng trí vô ngại mà vận hành nơi các cảnh giới, phổ nhập tất cả tam-muội bình đẳng, đã được tự tại nơi các đà-la-ni; còn ta làm sao có thể biết, có thể nói được những công đức hạnh ấy?

Hán:

善男子！我唯得此如幻解脫。如諸菩薩摩訶薩得無生忍，知諸有趣悉皆如幻，菩薩諸行悉皆如化，一切世間悉皆如影，一切諸法悉皆如夢，入真實相無礙法門，修行帝網一切諸行，以無礙智行於境界，普入一切平等三昧，於陀羅尼已得自在；而我云何能知能說彼功德行？

- Ngài dạy Thiện Tài rằng: "Người hành Bồ-tát đạo phải dùng tâm đại bi làm gốc. Tâm ấy chiếu sáng như ngọn đèn, không phân biệt thân – sơ, hữu – vô, thiện – ác. Vì đại bi là mẹ của chư Phật, từ đại bi sinh ra trí tuệ, từ trí tuệ sinh ra công hạnh cứu độ."

- Pháp môn *Giải thoát như huyễn* này thể hiện mối liên hệ mật thiết giữa đại bi và trí tuệ: đại bi là dụng, trí tuệ là thể; trí soi chiếu vô ngại nên bi cũng vô ngại.

Công hạnh của Vua Vô Yếm Túc là thị hiện quyền năng giữa thế gian, dùng pháp thế gian (chính trị, xã hội, an dân, hóa đạo) làm phương tiện hành đạo Bồ-tát.

III. Ý NGHĨA BIỂU TƯỢNG

"Vô yếm túc" biểu thị tâm cầu pháp không nhàm mỏi, không tự mãn với thiện căn đã thành, luôn cầu học vô lượng hạnh. Trong Hoa Nghiêm tông, đây là biểu tượng cho tinh tấn Ba-la-mật (*vīrya-pāramitā*) vô cùng tận, lấy tâm cầu pháp không biết chán làm hạnh môn nhập pháp giới. Đồng thời, danh hiệu "Vô Yếm Túc" có nghĩa là không bao giờ lui sụt trong việc hành đạo cứu đời.

Ngài biểu tượng cho Bồ-tát luôn luôn hành thiện mà không biết đủ, vì tâm từ bi đồng với pháp giới, đó là năng dụng của đại bi không cùng tận.

1. Thân vua chiếu sáng khắp mười phương

Hình ảnh vị vua phóng đại quang minh biểu tượng cho năng lực hành đạo trong thế gian: ánh sáng của đại bi soi khắp quốc độ, chiếu cả hữu tình và vô tình, khiến quốc giới an hòa, chúng sanh tùy thuận thiện căn.

2. Quyền năng thế tục và hạnh Bồ-tát

Dù là vương giả, Vô Yếm Túc hành xử không bằng quyền lực cưỡng chế mà bằng năng lực cảm hóa từ bi. Dùng thân vua mà tu hạnh Bồ-tát, hiển thị đạo quyền hóa giữa đời, khiến người thấy chân và tục không hai.

IV. TINH THẦN HOA NGHIÊM

1. Đại bi là căn bản của Bồ-tát đạo

Vô Yếm Túc vương dạy Thiện Tài rằng: "Nếu không có đại bi thì trí tuệ chỉ là tịch diệt; nếu không có trí tuệ thì đại bi chỉ là ái nhiễm. Cho nên đại bi và trí tuệ như hai cánh chim, giúp hành giả bay qua biển sinh tử."

Ở đây, "quang minh" của đại bi không chỉ chiếu soi mà còn nhiếp thọ, nghĩa là chiếu sáng bằng tình thương vô điều kiện, khiến các loài hữu tình đều cảm ứng, phát tâm Bồ-đề.

2. Nhập thế bằng đại bi vô ngại

Dù ở ngôi vua, Ngài vẫn "bất nhiễm thế pháp" – đó là biểu hiện của Bồ-tát hành giữa trần lao mà không bị trần lao chi phối. Chính sự nhập thế này là minh chứng cho tinh thần Hoa Nghiêm: "Pháp giới vô ngại," không có giới hạn giữa đạo và đời.

3. Tâm bi và trí quang đồng vận

Đại bi không chỉ là cảm xúc mà là trí tuệ hoạt dụng, tức "quang minh chiếu" – chiếu bằng hiểu biết chân thật. Lấy bi làm thể, lấy trí làm dụng; bi và trí không hai, ấy gọi là *giải thoát như huyễn*.

Vua Vô Yếm Túc biểu hiện sự hợp nhất giữa đại bi và trí tuệ trong hành động, thể hiện tinh thần "nhập pháp giới qua bi nguyện."

Ngài cho thấy mọi phương tiện thế gian đều có thể là đạo, khi hành giả lấy tâm đại bi làm căn bản, trí vô ngại làm phương tiện.

V. TÓM TẮT

Vô Yếm Túc là biểu tượng cho đại bi vô tận, là năng lực hành đạo không mệt mỏi của Bồ-tát trong thế gian.

Pháp môn *Giải thoát như huyễn* đánh dấu giai đoạn mở rộng từ trí tuệ quán chiếu sang bi hạnh hóa độ, nơi hành giả nhận ra rằng đại bi chính là pháp thân hoạt dụng, quang minh chính là trí vô ngại tỏa khắp pháp giới.

Từ đây, hành trình của Thiện Tài bước vào giai đoạn mới: "Hạnh nhập thế", thực hành trong đời bằng đại bi, kiến lập thế giới bằng trí tuệ, đúng như tinh thần Hoa Nghiêm:

"Dùng một tâm bi mà vào vô lượng thế giới; dùng lửa trí tuệ chiếu khắp tất cả chúng sanh."

18. VUA ĐẠI QUANG
(Mahāprabhā-Rāja 大光王)

I. BỐI CẢNH KINH VĂN

Sau khi học pháp môn *Giải thoát như huyễn* nơi Vua Vô Yếm Túc, Thiện Tài Đồng tử được chỉ dạy đến gặp Vua Đại Quang, vị quốc vương biểu trưng cho trí quang đại dụng của Bồ-tát, nơi bi và trí viên dung, chiếu khắp pháp giới.

Kinh văn: Bấy giờ, vị vua bảo rằng: Thiện nam tử, ta tịnh tu hạnh Đại từ tràng của Bồ-tát, ta đã thành tựu hạnh Đại từ tràng của Bồ-tát. Thiện nam tử, nơi vô lượng trăm ngàn muôn ức cho đến bất khả thuyết, bất khả thuyết các đức Phật, ta đã hỏi về pháp này, đã tư duy quán sát, đã tu tập trang nghiêm.

Hán:

時，王告言：「善男子！我淨修菩薩大慈幢行，我滿足菩薩大慈幢行。善男子！我於無量百千萬億乃至不可說不可說佛所，問難此法，思惟觀察，修習莊嚴。

II. PHÁP MÔN GIẢI THOÁT

Đại từ tràng hạnh (*mahā-maitrī-dhvaja-caryā*): "tràng" nghĩa đen là "lá cờ" ; ở đây biểu tượng của uy đức, hạnh đã thành, và năng lực dẫn đạo của Bồ-tát. Do đó, *Đại từ tràng* biểu hiện sự rực rỡ, chiếu khắp pháp giới của hạnh đại từ, xứng đáng làm ngọn cờ hiệu lệnh dẫn dắt mọi loài.

Vua dạy Thiện Tài:

"Trí của Bồ-tát là ánh sáng chiếu khắp pháp giới, không chướng ngại, không phân đoạn. Ánh sáng ấy không do tuệ riêng mà hiển, mà do bi tâm viên dung nên chiếu khắp; cũng không do bi riêng mà động, mà do trí tánh vốn minh nên ứng hiện."

III. Ý NGHĨA BIỂU TƯỢNG

1. Đại Quang: ánh sáng lớn của trí tuệ viên mãn

"Quang" trong Hoa Nghiêm là biểu tượng của trí chiếu soi, còn "Đại" chỉ vô lượng, vô ngại.

Ánh sáng của Đại Quang vương không chỉ chiếu thế giới vật lý, mà chiếu pháp giới tính, thấy rõ mọi pháp đều đồng một thể chân như.

"Quang là dụng của trí, chiếu soi chân đế và tục đế không ngăn ngại; Đại là vô lượng, vô biên, vô tận."

2. Vua: biểu tượng cho chủ thể của trí hành

Vua trong Hoa Nghiêm không chỉ là người trị quốc, mà là biểu tượng cho tự tánh giác ngộ làm chủ muôn pháp.

"Đại Quang Vương" chính là tâm giác ngộ tự tại, khiến thân hành khắp pháp giới mà không rời nhất tâm.

3. Phổ chiếu thế giới – trí tuệ viên dung pháp giới

Pháp môn *Đại từ tràng hạnh* nêu rõ nguyên lý pháp giới vô ngại (*dharmadhātu-pratītya-samutpāda*): mỗi pháp, mỗi cõi, mỗi sát-na đều phản chiếu và bao hàm tất cả pháp giới khác.

Do đó, "chiếu" ở đây không phải hành vi quan sát, mà là thể tánh tự nhiên hiển hiện của trí tuệ viên dung.

IV. TINH THẦN HOA NGHIÊM

1. Trí chiếu vô ngại (sarvajñāna)

Vua Đại Quang chứng pháp trí vô ngại, nghĩa là thấy tất cả pháp bình đẳng, vô tướng, vô chướng.

Tâm trí ấy không chỉ thấy mà còn *hiển*, không chỉ quán mà còn *hóa*, tức "chiếu" và "ứng" đồng thời. Ánh sáng trí chiếu mười phương, chiếu tức hóa, hóa tức chiếu, chân và tục không hai, đó gọi là Đại Quang.

2. Hợp nhất trí và bi

Nếu Vô Yếm Túc vương biểu hiện bi tâm vô tận, thì Đại Quang vương biểu hiện trí tuệ vô ngại.

Nhưng hai vị không tách rời, vì trong Hoa Nghiêm, bi không lìa trí, trí không rời bi, như ánh sáng và hơi ấm của mặt trời.

3. Phổ chiếu vô ngại pháp giới

"Chiếu" là biểu hiện của *prajñā* (Bát-nhã), "vô ngại" là pháp tánh (*dharmatā*).

Khi trí tuệ đạt vô ngại, hành giả không còn đối tượng để soi chiếu, vì chính bản tâm là quang minh pháp giới.

Pháp môn của Đại Quang vương là pháp môn trí chiếu pháp giới, một trong những tầng cao của Phẩm Nhập pháp giới, đánh dấu sự chuyển từ hạnh "bi dụng" (Vô Yếm Túc) sang "trí dụng viên dung" – tức không còn đối tượng để chiếu, vì trí và cảnh đồng thể. Chiếu một tức chiếu tất cả, chiếu tất cả tức chiếu một, một và nhiều dung thông, pháp giới viên dung.

V. TÓM TẮT

Vua Đại Quang (*Mahāprabhā-rāja*) là biểu tượng của trí tuệ viên mãn quang chiếu vô ngại, nơi mọi cảnh giới đều là ánh sáng của tâm Bồ-tát.

Pháp môn *Đại từ tràng hạnh* diễn tả đỉnh cao của trí Bát-nhã trong Hoa Nghiêm:

- Trí và bi đồng thể.
- Hành và tánh vô ngại.
- Thế gian và xuất thế gian cùng hiển trong một pháp giới viên dung.

Thiện Tài, khi học với Vua Đại Quang, đã thấy rõ rằng: trí tuệ không còn là soi chiếu, mà chính là pháp giới tự chiếu, cũng tức là "Pháp thân hiển hiện khắp mười phương."

Đó chính là cảnh giới của ánh sáng toàn tri (*sarvajñāna-prabhā*) mở đường cho Thiện Tài bước sang những tầng chứng ngộ sâu hơn trong hành trình nhập pháp giới.

19. BẤT ĐỘNG ƯU-BÀ-DI
(Acalā-Upāsikā 不動優婆夷)

I. BỐI CẢNH KINH VĂN

Sau khi Thiện Tài Đồng tử được Vua Đại Quang khai thị *Đại từ tràng hạnh*, liền tiếp tục du hành và gặp vị thiện tri thức thứ mười chín là Bất Động Ưu-bà-di, một nữ cư sĩ tượng trưng cho bất động tam-muội, tức tâm trí không dao động giữa thế gian sinh diệt.

Kinh văn: Bấy giờ, Thiện Tài Đồng tử từ tam-muội Trí quang minh khởi dậy, tuần tự du hành đến thành An Trụ, tìm cầu khắp nơi xem vị Ưu-bà-di Bất Động hiện đang ở chỗ nào. Khi ấy, vô lượng người trong thành đều nói với ngài rằng: "Thiện nam tử! Ưu-bà-di Bất Động thân là đồng nữ, hiện ở trong nhà mình, được cha mẹ bảo hộ, cùng với vô lượng thân quyến quy tụ quanh mình mà diễn nói diệu pháp." Thiện Tài Đồng tử nghe lời ấy rồi, trong lòng hoan hỷ như gặp lại cha mẹ, liền đến nhà của Ưu-bà-di Bất Động.

Hán:

時，善財童子從彼三昧智光明起，漸次遊行，至安住城，周遍推求不動優婆夷今在何所？無量人眾咸告之言：「善男子！不動優婆夷身是童女，在其家內，父母守護，與自親屬無量人眾演說妙法。」善財童子聞是語已，其心歡喜，如見父母，即詣不動優婆夷舍。

II. PHÁP MÔN GIẢI THOÁT

Kinh văn: Thiện nam tử, tôi đã đắc pháp môn Giải thoát tạng trí khó có thể bị hàng phục của Bồ-tát; tôi đã đắc pháp môn Hạnh thọ trì kiên cố của Bồ-tát; tôi đã đắc pháp môn Tổng trì bình đẳng địa của tất cả pháp nơi Bồ-tát; tôi đã đắc pháp môn Biện tài chiếu sáng tất cả pháp của Bồ-tát; tôi đã đắc Pháp môn Tam-muội không biết nhàm mỏi trong sự cầu học tất cả pháp của Bồ-tát.

Hán:

善男子！我得菩薩難摧伏智慧藏解脫門，我得菩薩堅固受持行門，我得菩薩一切法平等地總持門，我得菩薩照明一切法辯才門，我得菩薩求一切法無疲厭三昧門

- *Nan tồi phục trí tuệ tạng giải thoát môn* là cảnh giới trí tuệ bất khả phá hoại (*durabhibhava-jñānakośa-vimokṣa*), biểu thị kho tàng trí huệ Bồ-tát vốn không bị ngoại lực khuynh động.

Trong Phẩm Nhập pháp giới, trí tuệ này phát khởi từ sự quán đạt tính vô tướng, vô sinh của tất cả pháp; do vậy "nan tồi phục," nghĩa là không thể bị phiền não, ngoại ma hay luận nghị dị học làm suy tổn. Trí tuệ tạng này là nền tảng của pháp giới duyên khởi (*dharmadhātu-pratītyasamutpāda*), nhận biết toàn bộ pháp giới như một toàn thể tương tức, nhờ đó Bồ-tát được giải thoát (*vimokṣa*) khỏi mọi cấu nhiễm vi tế.

- *Kiên cố thọ trì hạnh môn* là hạnh môn nhấn mạnh sự kiên định (*dṛḍha*) trong việc thọ trì giới – định – tuệ, không thối chuyển trước cảnh duyên bất thiện. Trong văn mạch Hoa Nghiêm, hạnh môn này tương ứng với gia trì lực (*adhiṣṭhāna*) khiến Bồ-tát có khả năng giữ vững bổn nguyện trong vô lượng kiếp. Sự kiên cố ấy không phải cố chấp mà là sức mạnh nội tại của *bodhicitta*, giúp thực hành vô lượng hạnh mà tâm không hề dao động.

- *Nhất thiết pháp bình đẳng địa tổng trì môn* (*sarva-dharmāḥ-samatā-bhūmi-dhāraṇī*), tức cảnh giới tổng trì từ địa vị "bình đẳng" của mọi pháp. Nền tảng của môn này là trí quán *dharmatā* – tánh pháp bình đẳng bất nhị; do đó Bồ-tát nắm giữ (*dhāraṇī*: tổng trì) mọi pháp mà không rơi vào phân biệt hữu – vô, tịnh – uế, nhiễm – tịnh. Đây là pháp môn trọng yếu của Hoa Nghiêm: từ bình đẳng tánh trí mà hiển lộ sự sai biệt vô ngại, đưa đến pháp giới "lý sự vô ngại" trong hệ tư tưởng Hoa nghiêm.

Bà nói với Thiện Tài:

"Này thiện nam tử, ta an trụ nơi Bồ-tát bất động tam-muội, tâm không rời đại bi, trí không rời vô ngại. Trong một niệm thấy tất cả Phật, nghe tất cả pháp, độ tất cả chúng sanh mà tâm không dao động."

III. Ý NGHĨA BIỂU TƯỢNG

1. Ý nghĩa "bất động" (*acalā*) không phải là tịch lặng, mà là tâm định trong tuệ, tuệ tĩnh trong định. Tâm ấy dù giữa động loạn vẫn bất động, vì không còn đối đãi giữa tịnh – uế, hữu – vô, năng – sở.

2. Nữ cư sĩ: thân tại thế gian mà tâm xuất thế

Hình tượng Bất Động Ưu-bà-di nhấn mạnh yếu tố phụ nữ tại gia nhưng chứng tam-muội bất động, phản ánh tư tưởng bình đẳng trong *Hoa Nghiêm*: mọi hữu tình đều có khả năng thành tựu Bồ-tát đạo, bất kể hình tướng hay giới tính.

3. Bất động tam-muội biểu tượng của tuệ định viên dung

"Bất động" ở đây là "tâm không theo cảnh mà chuyển." Trong cảnh giới của Bồ-tát, động và tĩnh không hai; do đó bất động không phải ngưng hoạt dụng, mà là động mà vô động, trí mà vô tri, như mặt gương lặng mà chiếu khắp.

IV. TINH THẦN HOA NGHIÊM

1. Trí tuệ bất động giai đoạn trưởng thành của hành giả Bồ-tát đạo

Sau các pháp môn "đại bi", "đại quang minh", "vô ngại trí", đến đây Thiện Tài chứng kiến một pháp môn nội tĩnh: trí tuệ bất động. Đây là điểm chuyển từ "hành dụng" sang "tánh dụng", biểu hiện tự tánh tịch chiếu của pháp giới.

2. Tâm bất động giữa thế gian động loạn

Bất Động Ưu-bà-di dạy rằng người tu không cần trốn đời, mà nên an trú trong thế gian bằng tâm không dao động. Sự thanh tịnh không ở nơi tách biệt, mà ở nơi tâm vô nhiễm giữa nhiễm cảnh.

3. Tam-muội là nền của đại trí

Bất động tam-muội chính là cảnh giới của định và tuệ song hành (*samādhi-prajñā-yuganaddha*). Trí do định sinh, định do trí trưởng. Khi tâm bất động, trí chiếu khắp; khi trí chiếu khắp, tâm tự nhiên an định.

Các pháp môn của Bất Động Ưu-bà-di đều biểu thị sự hiển hiện của pháp giới viên dung tịch chiếu.

Sau khi đã thấy trí chiếu khắp thế giới (Vua Đại Quang), Thiện Tài học đến đây để thấy trí ấy vốn tịch tĩnh, chiếu mà thường tịch, tịch mà thường chiếu. Bất động là tâm không bị cảnh chuyển; huệ quang minh là trí soi cảnh mà không vướng. Hai mà một thể, nên gọi là Bất Động.

V. TÓM TẮT

Bất Động Ưu-bà-di là biểu tượng của trí tuệ tịch chiếu viên dung, nơi định và tuệ hợp nhất, tâm và cảnh vô ngại.

Các pháp môn của Bất Động Ưu-bà-di là đỉnh cao của nội chứng: trí không còn phân biệt, định không còn đối đãi.

Thiện Tài khi học với Bất Động Ưu-bà-di đã thực chứng rằng tịch và chiếu vốn không hai, động tĩnh đều là diệu dụng của pháp giới.

Từ đây, hành trình của Ngài tiến vào cảnh giới "tùy thuận pháp giới duyên khởi", chuẩn bị gặp các bậc đại sĩ tiếp theo – biểu trưng cho hạnh viên mãn và nhập nhất thiết trí.

20. BIẾN HÀNH (Sarvagāmī) - NGOẠI ĐẠO XUẤT GIA

I. BỐI CẢNH KINH VĂN

Sau khi Thiện Tài Đồng tử học với Bất Động Ưu-bà-di tất cả các pháp môn, Ngài được chỉ dẫn đến gặp vị thiện tri thức thứ hai mươi – Biến Hành ngoại đạo xuất gia, một đạo sĩ du phương

Kinh văn: Bấy giờ, Thiện Tài Đồng tử sau khi nghe pháp nơi vị Ưu-bà-di Bất Động, một lòng ghi nhớ tất cả lời dạy, đều hết thảy tin nhận, tư duy quán sát. Ngài dần dần du hành qua nhiều làng nước, đến thành Đô-tát-la, lúc mặt trời lặn thì vào trong thành; khắp nơi trong hàng quán, thôn ấp, ngã tư đường, tìm hỏi Biến Hành ngoại đạo.

Hán:

爾時，善財童子於不動優婆夷所得聞法已，專心憶念所有教誨，皆悉信受，思惟觀察。漸漸遊行，經歷國邑，至都薩羅城，於日沒時入彼城中，鄽店、隣里、四衢道側，處處尋覓遍行外道。

II. PHÁP MÔN GIẢI THOÁT

Kinh văn: Thiện nam tử, tôi đã an trụ trong hạnh Bồ-tát đến tất cả xứ; tôi đã thành tựu pháp môn Tam-muội quán sát khắp thế gian; tôi đã thành tựu thần thông lực không chỗ nương, không chỗ tạo tác; tôi đã thành tựu Ba-la-mật trí tuệ ở tất cả pháp môn.

Hán:

善男子！我已安住至一切處菩薩行，已成就普觀世間三昧門，已成就無依無作神通力，已成就普門般若波羅蜜

- Hạnh Bồ-tát đến tất cả xứ là năng lực thông đạt tất cả cảnh giới chúng sinh (loka-dhātu) và thiện xảo trong phương tiện ứng hiện. Trong Hoa Nghiêm, sự "đến khắp chỗ" không phải chuyển động vật lý, mà là năng lực *trí tuệ – phương tiện* đưa Bồ-tát đến đúng cảnh, đúng duyên, đúng đối tượng, để giáo hóa.

- Pháp môn Tam-muội quán sát khắp thế gian là một dạng vô ngại trí tam-muội, giúp Bồ-tát thấy toàn bộ thế gian trong cấu trúc duyên khởi, không bị giới hạn bởi không gian, thời gian hay sai biệt chủng loại.

Trong Phẩm Nhập pháp giới, các vị thiện tri thức thường đạt các tam-muội "đại quán", "nhất thời chiếu kiến", đây là một nhánh của truyền thống đó.

- Trong văn hệ Đại thừa, thần thông lực không chỗ nương, không chỗ tạo tác (*anāśrita-samādhi*) là mức "không y cứ vào ngã, pháp, tưởng, tác giả", cho nên "thần thông" ở đây chính là năng lực vận hành của pháp giới duyên khởi, không phải năng lực của một chủ thể. Điều này phù hợp với Hoa Nghiêm: Bồ-tát càng cao thì "thần thông" càng mang tính "pháp giới vận hành", không mang dáng vẻ thần kỳ.

III. Ý NGHĨA BIỂU TƯỢNG

1. Ngoại đạo du phương: Khái niệm *parivrājaka* trong xã hội Ấn Độ cổ

Từ *parivrājaka*, xuất phát từ căn ngữ *vi + vraj* – "đi khắp nơi", "lang du".

Danh xưng này được dùng phổ biến từ thời tiền Phật giáo để chỉ những đạo sĩ du phương, rời bỏ gia đình, không cố định trú xứ, chuyên du hành cầu đạo, tìm chân lý qua các thầy và phái khác nhau.

a) Trong thời kỳ Veda và Upaniṣad:

- *Parivrājaka* là một trong bốn giai đoạn đời sống của người Bà-la-môn (*āśrama*): *brahmacārī* (tập sinh), *gṛhastha* (gia trụ), *vānaprastha* (ẩn sĩ rừng sâu), và *parivrājaka* (du sĩ lang thang).

- Họ từ bỏ sở hữu, sống bằng khất thực, chuyên hành thiền định, học hỏi các chân lý tối hậu về ngã (*ātman*) và phạm (*brahman*).

- Mục tiêu tối hậu của họ là giải thoát (*mokṣa*), đạt tri kiến về tự ngã vĩnh hằng.

b) Trong bối cảnh triết học tiền Phật giáo:

-Xã hội Ấn Độ thế kỷ VI–V Ttl. xuất hiện nhiều nhóm du sĩ *parivrājaka* thuộc các trường phái tư tưởng khác nhau: Jain (Kỳ-na), Lokāyata (Thuận thế luận), Saṃkhya (Số luận), Du-già (Yoga), v.v.

- Các đạo sĩ này là thành phần tri thức phi nghi lễ, đối nghịch với Bà-la-môn giáo truyền thống; họ sống đời khổ hạnh, du hóa, tranh luận triết học, có vị thế cao trong giới học giả và tư tưởng.

Trong *Kinh Sa-môn quả* (*Sāmaññaphala-sutta* (DN II.16) và song song trong *Trường A-hàm* (T1.52b), Đức Phật từng đàm luận với vua A-xà-thế về các loại *parivrājaka* đương thời, như Pūraṇa Kassapa, Makkhali Gosāla, Ajita Kesakambala, v.v., để chỉ ra sự sai biệt giữa "chân giải thoát" và "tà giải thoát".

3. Parivrājaka trong bối cảnh Phật giáo Nguyên thủy

❖ *Trong kinh tạng Pāli:*

Thuật ngữ *paribbājaka* (tương đương *parivrājaka*) được dùng thường xuyên trong Trường bộ kinh (*Dīgha Nikāya*) và Trung bộ kinh (*Majjhima Nikāya*). Các vị này được xem như học giả ngoại đạo, có giới hạnh, thiền định, song chưa chứng ngộ vô ngã, còn chấp thường kiến hoặc đoạn kiến.

Đức Phật nhiều lần đối thoại với họ, như trong *Kinh Sa-môn quả* (DN II.16), Kinh Tam minh (*Tevijja-sutta*; DN I.235), *Kinh Ưu-đàm-bà-la Sư tử hống* (*Udumbarika-sīhanāda-sutta*; DN I.47).

❖ *Phật giáo không phủ nhận mà kế thừa hình thức du sĩ:*

- Đức Phật cũng là người "rời nhà, cạo tóc, khoác y, sống đời du hành không nhà cửa" – chính là hình thức *parivrājaka*, nhưng với mục đích khác: tìm chân lý qua giác ngộ nội chứng, không qua triết luận.

- Tăng đoàn Phật giáo ban đầu thực chất là một cộng đồng du sĩ (*parivrājaka-saṅgha*), tuy mang hình thái khất sĩ có giới luật rõ ràng.

- Điểm khác biệt trọng yếu là; Đạo sĩ ngoại đạo xem ngã (*ātman*) là chân thật, lấy tri kiến bản ngã làm cứu cánh; Đức Phật tuyên bố vô ngã (*anātman*), và duyên khởi (*pratītya-samutpāda*) làm nguyên lý phổ quát, chuyển từ "tri ngã" sang "liễu pháp".

2. *Parivrājaka* trong thời kỳ Phật giáo Đại thừa

❖ *Biến đổi ý nghĩa:*

Khi tư tưởng Đại thừa phát triển (khoảng thế kỷ I–V Stl.), thuật ngữ *parivrājaka* không còn chỉ đơn thuần là "đạo sĩ ngoại giáo", mà được tái diễn giải như biểu tượng của trí Bát-nhã vô ngại.

Trong Phẩm Nhập pháp giới (*Gaṇḍavyūha-sūtra*), nhiều vị "ngoại đạo", "thần", "đồng tử", "vương giả" đều là hóa thân Bồ-tát, biểu hiện cho sự phá chấp nhị biên tịnh–uế, nội–ngoại. Vì thế, Biến Hành ngoại đạo xuất gia (Sarvagāmin parivrājaka) không còn là "người ngoài đạo", mà là hình ảnh Bồ-tát hành khắp pháp giới, dùng mọi hình thái thế gian để hóa độ.

❖ *Tư tưởng dung nhiếp:*

Đại thừa chủ trương "pháp giới viên dung, nhất tức nhất thiết" (*dharmadhātu-pratītyasamutpāda*).

Vì vậy, "ngoại đạo" trong Hoa Nghiêm chính là phương tiện biểu thị rằng tất cả hành pháp, dù trong hay ngoài Phật pháp, đều là biểu hiện của Bồ-tát hạnh khi vô ngã. Các ngài thị hiện thân ngoại đạo chẳng phải là tà hành, mà để biểu lộ rằng mọi hành đều là chân thật.

2. Ảnh hưởng từ thời kỳ dung hợp tôn giáo Ấn Độ:

Thế kỷ II–V Stl., thời đại Gupta[36], là giai đoạn tôn giáo dung hòa: Phật giáo, Ấn giáo, Kỳ-na giáo cùng phát triển trong tinh thần tương dung triết học.

Các Bồ-tát Đại thừa như Bồ-tát Văn-thù-sư-lợi (Mañjuśrī), Quán Thế Âm (Avalokiteśvara), Kim Cương Thủ (Vajrapāṇi) được du nhập vào Ấn Độ giáo, đồng nhất với các thần linh Bà-la-môn.

Hình tượng *parivrājaka* được các kinh Đại thừa dùng để chỉ trí tuệ tự tại, vượt mọi biên giới tư tưởng.

---

36 Thời đại Gupta – Ấn Độ" (khoảng thế kỷ IV–VI Stl.) là giai đoạn được xem là thời kỳ cực thịnh của văn hóa và tư tưởng Ấn Độ cổ điển. Dưới các vương triều như Samudragupta, Candragupta II và Kumāragupta, nghệ thuật, kiến trúc, văn học và triết học Phật giáo đều phát triển rực rỡ. Nhiều kinh điển Đại thừa, trong đó có *Avataṃsaka-sūtra* (*Hoa nghiêm kinh*) và *Gaṇḍavyūha-sūtra* (*Phẩm Nhập pháp giới*), được kết tập, hiệu chỉnh và phổ truyền mạnh mẽ trong bối cảnh học phong hợp lưu giữa Bà-la-môn giáo, Phật giáo và các trào lưu triết học như Sāṃkhya, Nyāya, và Yogācāra.

IV. Ý NGHĨA BIỂU TƯỢNG

1. "Ngoại đạo xuất gia" là sự hợp nhất giữa động và tĩnh

"Ngoại đạo" (ra khỏi khuôn khổ giáo điều), "xuất gia" (từ bỏ chấp thủ), cả hai biểu thị hai cực: ngoại hướng và nội ly. Khi kết hợp, thành hình tượng người hành trong động mà tâm bất động, biểu tượng cho hạnh Bồ-tát đi vào mọi cảnh giới mà không vướng nhiễm.

2. Vượt qua đối đãi giáo môn

"Ngoại đạo" ở đây không mang nghĩa tà kiến, mà là biểu tượng cho trí dung thông vô ngại, thấy Phật đạo trong mọi pháp. Chính vì thế, Biến Hành du sĩ được xem là thị hiện của Phổ Hiền hạnh, hiện hữu khắp pháp giới, đem trí bình đẳng vào từng hành động.

3. Phản chiếu tinh thần "phổ môn" của Đại thừa

Trong *Phổ Môn phẩm*, Bồ-tát Quán Thế Âm thị hiện ba mươi hai thân; ở đây, Biến Hành thị hiện thân ngoại đạo, đó chính là "phổ thân", tùy loại mà hiện, đồng nhất với tinh thần Hoa Nghiêm: "Nhất tức nhất thiết, nhất hạnh vô ngại."

Hình tượng "ngoại đạo xuất gia" (*parivrājaka*) là người không xuất gia trong Tăng đoàn Phật giáo, nhưng tu chứng đạt được cảnh giới Bồ-tát hạnh.

Điều này biểu thị tinh thần Hoa Nghiêm về tính vô biên của pháp giới: chân lý không bị hạn cuộc trong một giáo pháp hay một hình thức tín ngưỡng, vì tất cả đều do tâm hiển bày.

Thị hiện thân ngoại đạo mà chẳng lìa Bồ-đề, biểu thị rằng tất cả hành đều dung nhập vào trí Phật.

4. Biến Hành – hạnh phổ cập không ngăn ngại.

Biến Hành (*Sarvagāmin*) nghĩa là "đi khắp, hành khắp nơi", biểu tượng cho hạnh phổ môn, tức Bồ-tát hành khắp mọi cảnh giới, không phân chánh–tà, thánh–phàm, mà đều hóa độ bình đẳng.

5. Ánh sáng bình đẳng – biểu tượng của trí tuệ viên dung.

Thân Ngài phóng ánh sáng chiếu khắp, biểu thị cho "trí bình đẳng" (*samatā-jñāna*) – một trong ngũ trí của Phật: trí thấy tất cả pháp bình đẳng, không có cao thấp, trong ngoài, hữu vô.

IV. TƯ TƯỞNG HOA NGHIÊM

1. Bình đẳng hành – phá chấp tịnh uế.

Pháp môn "Nhất thiết hạnh bình đẳng" chỉ rõ rằng mọi hành động, nếu vô ngã, đều là Bồ-tát hạnh.

Bồ-tát không phân biệt tịnh và uế, vì ngay trong hành động thế gian đã có bản chất của đạo; hễ tâm vô nhiễm thì hành đều giải thoát. Bình đẳng nghĩa là tuy hành muôn hạnh, không pháp nào chẳng là chân như; tuy vào trần lao, không niệm nào lìa Bồ-đề.

2. Phá chấp pháp môn, hiển dụng tự tại.

Bằng hình tượng một đạo sĩ ngoại đạo, Hoa Nghiêm chỉ ra rằng Phật trí không bị giới hạn trong một khuôn khổ tông phái hay giới luật riêng biệt.

Tất cả hạnh nếu được hành trong tâm vô ngã, đều đồng quy Phật đạo; đây là pháp môn dung thông vạn đạo, bình đẳng nhất vị.

3. Bình đẳng hành là nền của vô ngại hành.

Khi hành giả chứng được sự bình đẳng giữa mọi hành động, tức là đạt tới vô ngại hạnh (*anāvaraṇa-caryā*), không còn phân biệt động–tĩnh, tịnh–uế, trí–bi.

4. Pháp môn của Biến Hành ngoại đạo đánh dấu sự mở rộng tầm nhìn của Thiện Tài: từ tâm bất động (nội chứng) bước sang tâm bình đẳng trong vạn hạnh (ngoại dụng). Thiện Tài thấy rõ rằng mọi pháp đều có thể là đạo, không có hành nào rời giác ngộ. Hành khắp các cõi mà tâm không khác, nên gọi là Bình Đẳng; trí chiếu muôn hạnh mà không hai thấy, nên gọi là Giải Thoát.

V. TÓM LẠI

Biến Hành ngoại đạo xuất gia biểu trưng cho sự viên dung giữa nội đạo và ngoại đạo, giữa tịnh và nhiễm, giữa hành và trí.

Các pháp môn của Biến Hành là nấc thang đưa hành giả từ bất động nội chứng đến nhập thế vô ngại – thấy rằng mỗi hành vi trong đời sống, nếu vô ngã, đều là hạnh Bồ-tát.

Đây là cột mốc chuyển tiếp trong hành trình Thiện Tài Đồng tử: từ chỗ "tâm bất động giữa động" (Bất Động Ưu-bà-di) đến chỗ "hành bình đẳng trong vạn hạnh" (Biến Hành ngoại đạo), mở ra con đường phổ môn vô ngại mà sau này được viên mãn nơi Phổ Hiền đại hạnh.

Parivrājaka từ chỗ là "người ngoài đạo" trong xã hội Bà-la-môn, trở thành "người hành đạo vô biên" trong tư tưởng Đại thừa. Hoa Nghiêm đã thăng hoa hình ảnh ấy thành biểu tượng của trí bình đẳng và hạnh phổ môn – nơi mọi hành vi, mọi pháp, mọi đạo đều trở thành phương tiện hiển bày chân như.

Hình tượng "ngoại đạo xuất gia Biến Hành" do vậy không chỉ mang tính dung hòa tôn giáo, mà còn là tuyên ngôn triết học của Đại thừa: "Không có pháp nào là ngoài đạo; chỉ có tâm chấp thủ mới thành ngoại đạo."

21. ƯU-BÁT-LA HOA TRƯỞNG GIẢ
(Utpalaśrī Gṛhapati 優鉢羅華)

I. BỐI CẢNH KINH VĂN

Sau khi tham học nơi Biến Hành ngoại đạo, Thiện Tài Đồng tử được chỉ đến trưởng giả Ưu-bát-la Hoa, vị thiện tri thức thứ hai mươi mốt. Trong *Hoa Nghiêm kinh* mô tả trưởng giả này là người chuyên chế tạo và buôn bán các loại hương quý, hương xoa, hương đốt, hương bột, v.v., đi khắp các thế giới, từ cõi trời đến long cung, tổng hợp hương của muôn loài để tạo nên thứ hương thù thắng không đâu sánh bằng.

Kinh văn: Thiện nam tử! Ta khéo phân biệt và thông tỏ tất cả các loại hương, cũng biết rõ phép điều hòa, phối hợp các hương, như là: tất cả hương, tất cả hương đốt, tất cả hương xoa, tất cả hương bột. Ta cũng biết rõ nơi xuất sinh của tất cả các loại hương vương như thế; lại cũng thấu triệt hương của chư thiên, hương của loài rồng, hương của dạ-xoa, cùng hương của càn-thát-bà, a-tu-la, ca-lâu-la, khẩn-na-la, ma-hầu-la-già, người và phi nhân.

Hán:

善男子！我善別知一切諸香，亦知調合一切香法，所謂：一切香、一切燒香、一切塗香、一切末香。亦知如是一切香王所出之處，又善了知天香、 香、夜叉香，乾闥婆、阿脩羅、迦樓羅、緊那羅、摩睺羅伽、人、非人等所有諸香。

Phạn văn:

Sa gṛhapatiḥ Utpalaśrī nāma sarva-gandha-saṃgraha-vimokṣa-mukham udīrayati.

Nghĩa là: "Vị trưởng giả tên Ưu-bát-la Hoa thuyết pháp môn giải thoát 'Hoà hợp tất cả hương'."

II. PHÁP MÔN GIẢI THOÁT

Kinh văn: Thiện nam tử, tôi khéo phân biệt biết tất cả các loại hương, cũng biết điều hòa phối hợp tất cả pháp về hương, tức là: tất cả hương, tất cả hương đốt, tất cả hương xoa, tất cả hương bột.

Hán:

善男子！我善別知一切諸香，亦知調合一切香法，所謂：一切香、一切燒香、一切塗香、一切末香。

- Hương (*gandha*) là biểu tượng trọng yếu diễn tả công đức, trí tuệ và tam-muội của Bồ-tát trong pháp giới vô ngại; "hương" không phải mùi vật chất mà là hương công đức (puṇya-gandha), hương thanh tịnh (viśuddhi-gandha), hương tam-muội (samādhi-gandha), hương trí tuệ (jñāna-gandha).

- Bốn loại hương được nêu trong kinh; tất cả hương (sarva-gandha), hương đốt (sarva-dhūpa-gandha), hương thoa (sarva-anulepya-gandha), hương bột (sarva-cūrṇa-gandha)— tượng trưng cho bốn phương diện tu chứng của Bồ-tát: công đức được thăng hoa, thân tâm được thanh tịnh, hạnh vi tế được đầy đủ, và trí tuệ hiển lộ khắp.

- Trong truyền thống chú giải của Pháp Tạng và Tông Mật, "hương" là lực cảm ứng của hạnh thanh tịnh, lan khắp mười phương mà không ngăn ngại, biểu thị hạnh Phổ Hiền: một pháp dung thông tất cả pháp; do đó, vị thiện tri thức "khéo điều hợp tất cả hương pháp" là hình tượng của Bồ-tát đại phương tiện, người hợp nhất mọi đức hạnh vào nhất vị pháp giới giải thoát.

III. Ý NGHĨA BIỂU TƯỢNG

1. **Hương**: biểu tượng của giới hạnh và công đức

Trong văn hệ Đại thừa, "giới hương" (*śīla-gandha*) là một biểu trưng thường thấy. *Avataṃsaka-sūtra* khẳng định "giới hương thù thắng hơn mọi thứ hương thế gian." Hương của Ưu-bát-la Hoa không phải vật chất mà là hương đức hạnh: khi đốt lên, khiến người nghe pháp tiêu trừ phiền não, khởi tâm hiền thiện.

2. **Ưu-bát-la** (*Utpala*) là hoa sen xanh, biểu trưng cho tâm thanh tịnh trong bùn trần cấu. Trưởng giả mang tên này gợi ý rằng dù sống giữa đời (gṛhastha), tâm vẫn tỏa hương công đức, không nhiễm bụi đời.

3. "**Hương**" lan tỏa – biểu tượng của hạnh Bồ-tát

Mùi hương lan tỏa khắp thành, khiến mọi người tùy loại cảm hóa. Đây là hình tượng về năng lực nhiếp hóa vô hình của từ bi, khác với giáo hóa bằng ngôn ngữ.

Hương là đức; đức hương xông khắp, khiến tâm chúng sanh hoan hỷ.

4. Trưởng giả: hình ảnh cư sĩ hành đạo trong đời

Ưu-bát-la Hoa là người thế tục giàu có nhưng thanh tịnh, biểu trưng cho tinh thần nhập thế mà không ô nhiễm, bố thí tài sản để hóa độ; thị hiện giàu có mà không tham, khiến tâm người khai ngộ."

IV. TƯ TƯỞNG HOA NGHIÊM

1. Pháp thí-Tài thí hợp nhất

Trưởng giả dùng "hương" để giáo hóa, biểu thị sự hợp nhất của tài thí (vật chất) và pháp thí (giáo lý). Khi hương lan tỏa, người ngửi đều phát tâm thiện, tức đồng lúc thành tựu công đức cả hai loại bố thí.

2. Từ tĩnh hạnh sang động hạnh

Sau khi Thiện Tài học với Biến Hành ngoại đạo (bình đẳng hành), Ngài bước sang giai đoạn đem đạo vào đời – biểu hiện qua người trưởng giả cư sĩ sống giữa thương trường nhưng tâm vẫn thanh tịnh. Đây là bước tiến từ "bình đẳng hành" đến "hương đức hành" – hành trong động mà tỏa hương tịnh.

3. Pháp giới viên dung nơi từng hành vi

Mỗi hương được chế từ nhiều nguyên liệu khác nhau, ví như mọi thiện pháp hợp thành một đạo. Đây là biểu tượng cho pháp giới viên dung vô ngại – tất cả pháp tương nhập như các hương hòa vào nhau không mất mùi riêng.

4. Trưởng giả Ưu-bát-la Hoa biểu thị tinh thần Hoa Nghiêm: pháp giới tương dung, đạo không rời đời, tịnh không lìa uế. Thiện Tài qua vị thiện tri thức này chứng nghiệm rằng hương công đức của Bồ-tát là sự hợp nhất của trí và bi, của tịch và dụng. Hương xông pháp giới, không chỗ nào chẳng khắp; tâm tịnh thì hương tỏa, hương tức là tâm hương.

V. TÓM TẮT

Vị thiện tri thức Ưu-bát-la Hoa trưởng giả là hình ảnh Bồ-tát tại gia đem đạo vào đời, dùng "hương đức" giáo hóa thế gian. Pháp môn của ông hiển bày tinh thần Hoa Nghiêm viên dung: từ tịnh sinh động, từ tâm lan khắp pháp giới, khiến mỗi hơi thở, mỗi hành động đều trở thành mùi hương của Bồ-đề. Hương khắp pháp giới là các hạnh đều là đức; đức thành vô ngại nên gọi là giải thoát.

22. BÀ-THI-LA THUYỀN TRƯỞNG (婆施羅)[37]

I. BỐI CẢNH KINH VĂN

Sau khi rời trưởng giả Ưu-bát-la Hoa, Thiện Tài Đồng tử được chỉ đến thành Lâu Các ở phương Nam, nơi có vị thiện tri thức thứ hai mươi hai là thuyền trưởng Bà-thi-la.

Kinh văn: Thiện nam tử! Ở phương Nam có đại thành Lâu Các; trong thành ấy có t vị thuyền sư tên là Bà-thi-la. Ông hãy đến chỗ ấy thưa hỏi: "Bồ-tát học hạnh Bồ-tát và tu đạo Bồ-tát như thế nào?"

Hán:

善男子！於此南方，有一大城，名曰：樓閣：中有船師，名：婆施羅。汝詣彼問：菩薩云何學菩薩行、修菩薩道？」

Khi Thiện Tài đến nơi, kinh mô tả cảnh: "Thiện Tài thấy Bà-thi-la đứng bên bờ biển, quanh ông có hàng trăm ngàn thương nhân cùng vô lượng chúng hội vây quanh. Bà-thi-la giảng dạy cho họ 'Đại hải phương tiện', khai thị 'Phật công đức hải'.

---

[37] Bản Phạn ghi Vaihīla (tr. 157–158), vị Thiện tri thức 27, ở thành Śubhavaśrama-nagara; là Gia chủ (gṛhapati)

II. PHÁP MÔN GIẢI THOÁT

Kinh văn: Thiện nam tử, tôi ở nơi đường ven biển của thành này, thanh tịnh tu hành hạnh Đại-bi-tràng của Bồ-tát. Thiện nam tử, tôi quán sát các chúng sinh nghèo thiếu trong cõi Diêm-phù-đề, vì muốn làm lợi ích cho họ nên tu các khổ hạnh, tùy theo sở nguyện của họ mà đều khiến được đầy đủ. Trước dùng các vật thế gian khiến họ được thỏa ý; rồi lại thí tài pháp khiến họ hoan hỷ, khiến tu hành các phước, khiến sinh đạo trí, khiến tăng trưởng sức thiện căn, khiến phát tâm Bồ-đề, khiến thanh tịnh nguyện Bồ-đề, khiến kiên cố sức Đại bi, khiến tu đạo có thể diệt sinh tử, khiến sinh hạnh không chán sinh tử, khiến nhiếp lấy biển tất cả chúng sinh, khiến tu biển tất cả công đức, khiến chiếu sáng biển tất cả các pháp, khiến thấy biển tất cả chư Phật, khiến vào biển nhất thiết trí trí. Thiện nam tử, tôi an trụ nơi đây, như thế tư duy, như thế tác ý, như thế lợi ích tất cả chúng sinh.

Hán:

善男子！我在此城海岸路中，淨修菩薩大悲幢行。善男子！我觀閻浮提內貧窮眾生，為饒益故，修諸苦行，隨其所願悉令滿足。先以世物，充滿其意；復施法財，令其歡喜，令修福行，令生智道，令增善根力，令起菩提心，令淨菩提願，令[3]堅大悲力，令修能滅生死道，令生不厭生死行，令攝一切眾生海，令修一切功德海，令照一切諸法海，令見一切諸佛海，令入一切智智海。善男子！我住於此，如是思惟，如是作意，如是利益一切眾生。

- Đại-bi-tràng (mahā-karuṇā-dhvaja) là hạnh môn trọng yếu của Bồ-tát trong văn hệ Hoa Nghiêm, nơi tâm đại bi được ví như ngọn phướn tối thắng dựng lên giữa pháp giới, biểu thị sức mạnh dẫn đạo, nhiếp hóa và mở đường cho vô lượng hạnh khác. Trong chú giải *Thám huyền ký*, Pháp Tạng giải rằng " tràng; 幢" tượng trưng sự cao hiển, khó ai sánh bằng, là nơi các hạnh nương vào mà phát khởi; Bồ-tát an trụ trong đại bi, dùng lòng thương bình đẳng làm nền để tu khổ hạnh, lợi ích hữu tình, hành đạo vô tác, và khiến mọi công đức đều tùy bi mà sinh. Vì vậy "đại-bi-tràng" là biểu tượng của hạnh Phổ Hiền, nơi đại bi không chỉ là tâm mà là lực dụng dẫn dắt tất cả phẩm tính Bồ-tát.

- Biển công đức (*puṇya-samudra*) trong *Hoa Nghiêm* chỉ công đức vô lượng của Bồ-tát phát sinh từ tâm vô ngã và đại bi bình đẳng; "hải" biểu thị tính chất vô biên, vô tận và vô ngại, tương ưng với pháp giới viên dung. Theo Pháp Tạng, công đức của Bồ-tát rộng lớn như biển, không thể tính lường, vì mọi hành động của hạnh đại bi, từ bố thí, trì giới đến thiền định, đều là pháp vô tác, tự nhiên hiển hiện. Do đó, "biển công đức" không phải sự tích tụ công đức theo nghĩa thường, mà là sự vận hành tự nhiên của pháp giới khi tâm bi và trí vô phân biệt được hiển khởi, khiến tất cả hạnh đều trở thành dòng công đức vô ngại.

- Biển nhất thiết trí trí (*sarvajñatā-jñāna-samudra; 一切智智海*) là biểu tượng của trí tuệ tối thượng trong *Hoa Nghiêm*, tương đương cảnh giới tri kiến của Như Lai, nơi trí biết tất cả pháp, tất cả tướng, tất cả duyên khởi, và tất cả phương tiện một cách vô ngại. Truyền thống Hoa Nghiêm tông phân biệt nhất thiết trí, đạo chủng trí và nhất thiết chủng trí; "*biến nhất thiết trí trí*" thuộc cấp độ sau cùng, mang nghĩa đại trí viên dung của pháp giới. Khi thêm yếu tố "*hải*", thuật ngữ này biểu thị trí vô tận, vô biên, vượt mọi giới hạn phân biệt, là cứu cánh của hành trình Nhập pháp giới, nơi Bồ-tát từ đại bi và công đức vô ngại mà hiển lộ biển trí bao trùm tất cả pháp.

III. Ý NGHĨA BIỂU TƯỢNG

1. Thuyền: biểu tượng của phương tiện (*upāya*)

Thuyền giúp vượt biển, như pháp phương tiện giúp vượt khổ hải. Trong kinh, Bà-thi-la đưa người đi tìm châu báu nhưng thật ra là dẫn họ vào biển trí tuệ để chứng ngộ pháp tánh. Hình ảnh này ẩn dụ Bồ-tát giáo hóa tùy căn cơ: đáp ứng ham muốn ban đầu của chúng sinh rồi từ đó đưa họ vào chánh đạo

2. Biển: biểu tượng của pháp giới và trí tuệ

Biển mênh mông, dung chứa muôn dòng sông, như pháp giới dung nhiếp mọi pháp. "Đại hải phương tiện" là khả năng vô ngại của Bồ-tát trong việc dùng mọi phương tiện để giáo hóa, không bị ràng buộc bởi hình tướng hay giai cấp.

3. Thương nhân và châu báu: biểu tượng của phàm phu và Phật trí

Những người thương nhân tìm châu báu tượng trưng cho phàm phu cầu lợi ích thế gian; châu báu là Phật trí (*buddhajñāna*). Bà-thi-la đưa họ đi tìm báu, khiến họ tự thấy biển khổ mà phát tâm cầu trí tuệ, đây là phương tiện dẫn dắt từ dục vào đạo.

4. Thuyền trưởng không lấy báu: biểu trưng cho vô tham và trí tự tại

Bà-thi-la tuy đưa người đến nơi châu báu nhưng bản thân không lấy gì. Ông tượng trưng cho Bồ-tát hành đạo mà không chấp thủ kết quả, hoàn toàn tự tại trong bi – trí.

IV. TƯ TƯỞNG HOA NGHIÊM

1. Pháp môn biển rộng vô ngại

Bà-thi-la tượng trưng cho Bồ-tát đã thâm nhập "biển pháp giới" (*dharmadhātu-samudra*), thấy rõ sinh tử tức Niết-bàn, hữu lậu tức vô lậu. Phương tiện ông dùng không bị giới hạn bởi hình thức, biểu hiện tinh thần "pháp giới viên dung".

2. Từ đối trị phiền não đến khởi đại bi

Khi thấy chúng sinh trầm luân trong biển khổ, Bà-thi-la phát khởi hạnh đại bi, lái thuyền trí tuệ cứu độ. Từ hình ảnh biển sóng sinh tử, ông khiến người nhận ra "phiền não tức Bồ-đề", "sanh tử tức Niết-bàn".

3. Giáo hóa viên dung: từ phàm tâm đến Bồ-đề tâm

Ông dùng ngôn ngữ của thương nhân – của báu, lợi nhuận, hải hành – để dẫn dắt họ. Khi người đã hiểu biển khổ, ông chỉ cho biển trí tuệ. Đây là phương tiện thiện xảo (*upāyakauśalya*): từ ngôn ngữ thế tục mà hiển chân lý giải thoát.

Bà-thi-la thuyền trưởng biểu hiện hạnh nhập thế của Bồ-tát trong tinh thần Hoa Nghiêm: ở giữa biển đời mà tâm định, vận hành giữa sóng gió mà không bị chìm đắm. Ông tiêu biểu cho sự kết hợp giữa trí và bi: trí như la bàn chỉ hướng, bi như sức gió đẩy thuyền tiến.

V. TÓM TẮT

Bà-thi-la thuyền trưởng là hình ảnh Bồ-tát hành đạo giữa đời, dùng phương tiện và trí tuệ cứu người khỏi biển khổ. Ông mở bày "Đại Hải phương tiện" và "Phật công đức hải", tượng trưng cho khả năng vô ngại của Bồ-tát: đem chúng sinh từ mê vào ngộ, từ phàm tâm đến Bồ-đề tâm. Sóng biển chẳng ngừng mà thuyền vẫn tiến; bi trí song vận nên độ sanh vô ngại.

23. VÔ THƯỢNG THẮNG TRƯỞNG GIẢ (Jyotiṣmatī Gṛhapati)

I. BỐI CẢNH KINH VĂN

Sau khi học với Bà-thi-la thuyền trưởng, Thiện Tài Đồng tử được chỉ đến thành Khả Lạc gặp trưởng giả Vô Thượng Thắng.

Kinh văn: Thiện nam tử! Ở phương Nam có thành tên Khả Lạc; trong thành ấy có vị trưởng giả Vô Thượng Thắng. Ông hãy đến chỗ ấy thưa hỏi: "Bồ-tát học hạnh Bồ-tát và tu đạo Bồ-tát như thế nào?"

Hán:

善男子！於此南方，有城名：可樂；中有長者，名：無上勝。汝詣彼問：菩薩云何學菩薩行、修菩薩道？」

- Thiện Tài đến gặp, thấy trưởng giả đang vì chúng hội vô số mà giảng nói về pháp môn Nhất thiết công đức trí quang minh giải thoát (*sarva-guṇa-jñāna-prabhā-vimokṣa-mukha*), ánh sáng trí tuệ chiếu khắp mười phương, khiến ai thấy nghe đều hoan hỷ, trí tâm khai phát.

Phạn văn: *Sa gṛhapatiḥ Jyotiṣmatīḥ nāma sarva-guṇa-jñāna-prabhā-vimokṣam udīrayati.*

Dịch nghĩa:

"Vị trưởng giả tên là Vô Thượng Thắng tuyên nói pháp môn giải thoát ánh sáng trí tuệ của mọi công đức.

II. PHÁP MÔN GIẢI THOÁT

Kinh văn: Thiện nam tử, tôi đã thành tựu pháp môn Bồ-tát hạnh đến tất cả xứ, và đã thành tựu thần thông lực không nương tựa, không tạo tác.

Hán:

善男子！我成就至一切處菩薩行門無依無作神通之力

- Bồ-tát hạnh đến tất cả xứ: diễn tả cảnh giới hạnh Bồ-tát khi đã chứng được năng lực thông đạt mọi cảnh giới hữu tình và pháp giới, không bị giới hạn bởi không gian, thời gian hay sai biệt chủng loại. Trong văn hệ Hoa Nghiêm, điều này không chỉ là "đi đến các nơi", mà là hạnh tự tại trong trí vô ngại: một niệm có thể ứng hiện ở vô lượng cõi; một hành động lợi ích tất cả loài; một phương tiện thích hợp cho từng căn cơ. Theo tinh thần Pháp Tạng, "đến tất cả chỗ" nghĩa là trí và bi dung hợp, hạnh và nguyện đầy đủ, tùy duyên vô ngại, khiến Bồ-tát có thể ứng hóa trong mọi cảnh mà không rời chân như.

- Thần thông lực không nương tựa: (vô y; *anāśrita*) là trạng thái hạnh và trí của Bồ-tát không nương tựa vào bất cứ pháp hữu vi nào, không y cứ vào ngã, nhân, chúng sinh hay thọ mạng, cũng không nương dựa nơi tướng, công đức hay quả báo. Trong Đại thừa, đặc biệt theo Hoa Nghiêm tông, "vô y" biểu thị sự thanh tịnh của tâm hành: trí không dựa vào phân biệt, bi không dựa vào sở duyên, công đức không dựa vào nhân ngã, và phương tiện không dựa vào tác ý hữu vi. Đây là trình độ tu chứng nơi hành động hoàn toàn tự tại, pháp giới như thật là nơi duy nhất mà Bồ-tát "an trụ", nhưng sự "an trụ" ấy chính là không còn trú vào bất cứ dấu vết nào.

- Không tạo tác (vô tác; *anabhisaṃskṛta*) trong ngữ cảnh Phẩm Nhập pháp giới, chỉ hành động không do tạo tác hữu vi, không khởi từ ý muốn tích lũy công đức, không từ tác ý chấp trước, mà vận hành tự nhiên như biểu hiện của pháp giới duyên khởi thanh tịnh. Trong truyền thống Hoa Nghiêm, "vô tác" không phải là không hành động, mà là hành động không có dấu vết của chủ thể, không có sự tác thành trong tâm, không có ý hướng tìm cầu quả báo; do tâm vô ngã và trí vô phân biệt nên mọi hành được gọi là "vô tác". Đây là nền tảng của khả năng thần thông vô ngại: hành mà không tạo, làm mà không có người làm, lợi ích vô lượng hữu tình mà không sinh tâm mệt chán, đúng tinh thần hạnh Phổ Hiền.

III. Ý NGHĨA BIỂU TƯỢNG

1. Ánh sáng trí tuệ (*jñāna-prabhā*)

Ánh sáng là biểu tượng xuyên suốt trong hệ thống Hoa Nghiêm, tượng trưng cho tuệ giác vô phân biệt chiếu khắp pháp giới. Ở đây, ánh sáng trí không chỉ soi chiếu mà còn phát sinh công đức, tức trí tuệ và hạnh nguyện tương dung.

2. Vô Thượng Thắng: Hán dịch từ *Jyotiṣmatī* xuất phát từ gốc danh từ *jyotis* nghĩa là "ánh sáng", "quang minh", "tia sáng", "trí tuệ soi chiếu", kết hợp với hậu tố tính từ *-mat*, nghĩa "có", "đầy đủ", "thành tựu".

- *jyotis* ⟶ ánh sáng, minh quang.

- *matī* (dạng nữ của *-mat*) ⟶ mang, có, được trang bị với.

Do đó, *Jyotiṣmatī* có nghĩa là "người có ánh sáng", "bậc đầy đủ quang minh", "người được trang nghiêm bằng ánh sáng trí tuệ".

Trong ngữ cảnh *Gaṇḍavyūha-sūtra* (Dutt, p. 157; Vaidya, p. 134), *Jyotiṣmatī* là tên của một vị thiện tri thức nữ, biểu trưng cho quang minh trí huệ soi khắp pháp giới, nghĩa là trí tuệ không chỉ chiếu sáng tự tâm mà còn làm hiển lộ tánh thanh tịnh nơi tất cả pháp.

Trong hệ thống biểu tượng của *Hoa nghiêm*, danh hiệu này tương ứng với *prajñā-āloka* – "ánh sáng của trí huệ", cho thấy sự chuyển hóa từ trí năng hữu tướng sang trí vô ngại (*anāvṛta-jñāna*), tức quang minh viên mãn của Bồ-tát đạo.

Thiện tri thức nữ này đại biểu cho cảnh giới Bồ-tát đắc pháp thân trí, thấy rõ vạn pháp.

IV. TƯ TƯỞNG HOA NGHIÊM

1. Trí tuệ và công đức không hai

Pháp môn của trưởng giả nhấn mạnh tính đồng nhất giữa trí và hạnh: trí tuệ là nguồn sinh công đức, công đức là sự vận dụng của trí. Khi trí chiếu soi, mọi hành động đều thành đức hạnh, mọi lời nói đều thành pháp thí.

2. Chiếu soi vô ngại: nhập pháp giới viên dung

Ánh sáng trí chiếu khắp mười phương biểu tượng cho tuệ giác vô phân biệt (*advaya-jñāna*). Đây chính là nhập pháp giới: không còn biên giới giữa tự – tha, hữu – vô, động – tĩnh.

3. Từ tự chiếu đến chiếu tha

Trưởng giả Vô Thượng Thắng không chỉ tự chứng trí mà còn dùng ánh sáng trí để dẫn dắt chúng sinh. Đó là bước chuyển từ "tự giác" sang "giác tha", từ "tịch" sang "chiếu", từ "trí" sang "bi".

Vô Thượng Thắng trưởng giả biểu hiện tâm Phật toả chiếu bình đẳng: trí tuệ như ánh sáng mặt trời, không phân biệt cao thấp, sáng tối. Trong tinh thần Hoa Nghiêm, đây là tầng tu chứng "trí quang phổ chiếu pháp giới" – trí không ở đâu mà không soi, soi mà không rời bản tánh tịch tĩnh.

V. TÓM TẮT

Trưởng giả Vô Thượng Thắng là biểu tượng cho trí quang minh Bồ-tát, trí tuệ chiếu khắp mà không lìa từ bi, hành giữa đời mà không nhiễm đời. Pháp môn của Trưởng giả hiển thị tinh thần Hoa Nghiêm về viên dung vô ngại, nơi mọi hành động, lời nói, ý niệm đều trở thành ánh sáng của giác ngộ, chiếu khắp pháp giới. Ánh sáng trí đã khắp, công đức vô cùng, nên gọi là Vô Thượng Thắng.

24. TỈ-KHƯU-NI SƯ TỬ TẦN THÂN (Siṃhaviśrambhita 師子頻申比丘尼)

I. BỐI CẢNH KINH VĂN

Sau khi Thiện Tài Đồng tử đảnh lễ trưởng giả Vô Thượng Thắng, ngài được chỉ đến vị thiện tri thức kế tiếp là Tỉ-khưu-ni Sư Tử Tần Thân.

Kinh văn: Thiện nam tử! Ở phương Nam có quốc độ Thâu-na; trong có thành Ca-lăng-ca-lâm. Ở đó có Tỳ-kheo-ni Sư Tử Tần-thân. Ông hãy đến thưa hỏi: "Bồ-tát học hạnh Bồ-tát và tu đạo Bồ-tát như thế nào?"

Hán:

善男子！於此南方，有一國土，名曰：輸那；其國有城，名：迦陵迦林；有比丘尼，名：師子頻申 。汝詣彼問：菩薩云何學菩薩行、修菩薩道？」

II. PHÁP MÔN GIẢI THOÁT

Kinh văn: Thiện nam tử, tôi đã chứng đắc giải thoát, tên là Thành tựu Nhất thiết trí.

Hán: 善男子！我得解脫，名：成就一切智

- Nhất thiết trí" (sarvajñatā) trong ngữ Hoa Nghiêm chỉ cảnh giới trí tuệ viên mãn của Như Lai, nơi toàn thể pháp giới – tướng, tánh, nhân, duyên, quả, báo – đều hiển bày như lưới trời Đế-thích, một tức tất cả và tất cả tức một. Theo Pháp Tạng, trí tuệ được phân làm ba bậc: nhất thiết trí (trí biết chân như), đạo chủng trí (trí biết vô lượng đạo và phương tiện), và nhất thiết chủng trí (trí của Phật, đầy đủ tất cả chủng loại trí).

- Trong Hoa Nghiêm, "nhất thiết trí" nơi các thiện tri thức không phải là trí Phật viên mãn, mà là một môn giải thoát biểu thị một phần của biển trí, giúp người tu tiến vào pháp giới vô ngại. Vì thế, "thành tựu nhất thiết trí" nơi các vị thiện tri thức trong Phẩm Nhập pháp giới không phải là đạt Phật quả, mà là chứng đắc một cửa của nhất thiết trí, một "môn" dẫn Thiện Tài vào cảnh giới trí tuệ Phổ Hiền: trí tùy duyên, trí vô ngại, trí thấy khắp pháp mà không khởi phân biệt, là nền tảng của toàn bộ đạo lộ Nhập pháp giới.

III. Ý NGHĨA BIỂU TƯỢNG

1. Danh xưng "Sư Tử Tần Thân"

Sư tử (*siṃha;* 師子) tượng trưng cho vô úy trí của Bồ-tát, tiếng rống của Pháp không sợ hãi, phá tan mọi tà kiến.

Tần thân (頻申), nghĩa biểu tượng từ danh xưng *Śrī*, nghĩa là diệu nghiêm, diễm lệ, biểu thị trang nghiêm bi nguyện. Danh hiệu này ám chỉ sự hợp nhất giữa đại trí vô úy và đại bi nhu hòa, một hình tượng mẫu mực của Bồ-tát Ni.

2. Tỳ-kheo-ni: biểu tượng cho bi tuệ viên dung

Kinh nêu một vị Ni làm thiện tri thức thể hiện tư tưởng bình đẳng trong Hoa Nghiêm: trí tuệ và bi tâm không bị giới hạn bởi giới tính hay địa vị, minh chứng cho nguyên lý "nhất thiết pháp vô ngại" (*sarva-dharma-avighna*).

3. Ánh sáng đại bi

Kinh mô tả ánh sáng từ thân Sư Tử Tần Thân chiếu khắp mười phương, khiến chúng sanh đều phát tâm đại bi. Đây là biểu tượng của tâm bi như nhật nguyệt, chiếu soi mà không chấp thủ.

IV. TINH THẦN HOA NGHIÊM

1. Đại bi và đại trí bất nhị

Sư Tử Tần Thân biểu hiện cảnh giới Bồ-tát đã chứng bi trí viên dung: trí không lìa bi, bi không lìa trí. Đại bi ở đây không phải xúc cảm thương xót, mà là sự đồng thể với tất cả pháp. Biết tất cả pháp như huyễn, nên khởi đại bi vô ngại.

2. Vô úy thuyết pháp: tiếng rống của sư tử

Bồ-tát phát đại bi tâm, nói pháp không sợ hãi, khiến người nghe trừ nghi, dứt hoặc. "Rống sư tử" là hình ảnh biểu tượng cho chân ngôn vô ngại, tiếng nói từ tự chứng trí, không bị ngôn cú hạn chế.

3. Pháp giới bình đẳng

Sư Tử Tần Thân là biểu tượng của tính bình đẳng giữa nam và nữ trong giác ngộ. Trong pháp giới Hoa Nghiêm, mọi chúng sinh đều có khả năng thành Phật; thân nữ không chướng đạo. Từ đây Thiện Tài học được rằng chân lý không phân giới tính hay giai cấp, chỉ tùy tâm chứng ngộ.

Tỳ-kheo-ni Sư Tử Tần Thân tiêu biểu cho đại bi quang minh, năng lực chiếu soi của tâm Bồ-tát, dung hợp "trí dũng" và "từ nhu", hành giữa thế gian mà không nhiễm, cứu độ vô biên mà không trụ tướng.

Ánh sáng bi chiếu khắp pháp giới, không một hạt bụi nào chẳng hiện tâm từ; tiếng rống trí vang khắp tam thiên, không một niệm nào chẳng lìa hoặc buộc.

V. TÓM TẮT

Tỳ-kheo-ni Sư Tử Tần Thân là hình ảnh Bồ-tát hành đạo giữa đời, dung hợp trí vô úy và bi nhu hòa. Pháp môn "Thành tựu Nhất thiết trí" biểu hiện tinh thần Hoa Nghiêm: bi–trí bất nhị, giác–hạnh viên dung, chiếu soi khắp pháp giới mà chẳng rời một niệm từ tâm. Bi và trí vận hành song đôi, tiếng pháp như rống sư tử, chiếu soi và độ thoát quần mê, nên gọi là Sư Tử Tần Thân.

25. NỮ NHÂN BÀ-TU-MẬT-ĐA (Bāhumatī)

I. BỐI CẢNH KINH VĂN

Sau khi đảnh lễ Tỳ-kheo-ni Sư Tử Tần Thân, Thiện Tài Đồng tử được chỉ đến vị thiện tri thức kế tiếp là nữ nhân Bà-tu-mật-đa (Bāhumatī).

Kinh văn: Thiện nam tử! Ở phương Nam có một quốc độ tên là Hiểm Nan, trong quốc độ ấy có thành Bảo Trang Nghiêm[38]. Trong thành có nữ nhân tên là Bà-tu-mật-đa. Ông hãy đến thưa hỏi: "Bồ-tát học hạnh Bồ-tát và tu đạo Bồ-tát như thế nào?"

Hán:

「善男子！於此南方，有一國土，名曰：險難；此國有城，名：寶莊嚴；中有女人，名：婆須蜜多。汝詣彼問：菩薩云何學菩薩行、修菩薩道？」

- Trong thành có người không biết công đức và trí tuệ của cô gái ấy, liền khởi nghĩ như vầy:

"*Nay đồng tử này, các căn đều tịch tĩnh, trí tuệ sáng suốt, chẳng mê lầm, chẳng tán loạn; khi chăm chú quán sát trong một*

---

38 Phạn: Ratnakūṭa-nagara (thành Bảo Tích). Vaidya, 1960, p. 153–156.

tầm, không mệt mỏi, không chấp trước, mắt nhìn chẳng chớp, tâm không dao động, sâu rộng như biển cả. Người như thế không nên đối với cô gái Bà-tu-mật này mà khởi tâm tham ái, khởi tâm điên đảo, sinh tưởng thanh tịnh hay tưởng dục; chẳng nên bị sắc đẹp của người nữ ấy làm cho nhiếp phục.”

- Người trong thành cho rằng cô gái Bà-tu-mật sẽ dùng sắc đẹp làm huỷ hoại tịnh đức của chàng thiếu niên. Nhưng khi Thiện Tài gặp được thì: “ *Bấy giờ, Thiện Tài thấy người nữ ấy dung mạo đoan nghiêm, sắc tướng viên mãn, làn da sắc vàng, mắt tóc xanh biếc, không dài không ngắn, không thô không mịn; trong cõi Dục, dù là người hay trời, không ai có thể sánh bằng. Âm thanh của nàng vi diệu nhiệm mầu, vượt hơn cả tiếng của chư Phạm thiên; mọi loại ngôn âm sai biệt của chúng sanh, nàng đều đầy đủ, không có gì chẳng thông đạt.”*

- Điều này khiến các dịch giả Hán thời Đường nhận định vai trò của bà như là kỹ nữ (妓女, courtesan), người dùng hình sắc và lời nói ngọt ngào để nhiếp phục người đời.

Kinh văn: Thiện nam tử! Ta đã chứng được pháp giải thoát của Bồ-tát tên là Ly tham dục tế (*Vigata-kāma-anta-vimokṣa*), tùy theo sở thích và dục lạc của chúng sanh mà hiện thân hóa độ.

Hán:

善男子！我得菩薩解脫，名：離貪欲際，隨其欲樂而為現身。

Tuy nhiên bản Phạn (*Gaṇḍavyūha*, Dutt ed. p. 153–156) chỉ gọi bà là *Bhadramayī nāma strī Ratnakūṭanagare*: người nữ tên Bhadramayī tại thành Ratnakūṭa", không có từ tương đương với *veśyā* (娼女; kỹ nữ).

Bản Phạn mô tả bà "*adbhutālaṅkārā bhūtā ... lokasya kāmātmikā, dharmasya paramātmikā*", nghĩa là "bậc trang nghiêm tuyệt diệu, tuy thuộc về thế gian ái dục mà tâm thuộc về pháp tối thắng". Đây chính là nghệ thuật đối lập giữa 'ái dục' và 'pháp lạc', chứ không nhằm mô tả nghề nghiệp thế tục.

Như vậy, bản Hán dịch đã dùng cách diễn giải (interpretative translation) nhằm làm rõ tính "dẫn dụ bằng sắc dục" trong văn cảnh thử thách tâm không nhiễm của Thiện Tài. Hán dịch "*thành trung nữ nhân* (城中女人) theo lối "tục trung hiển đạo", tức mượn hình ảnh nữ nhân để biểu thị "sắc không nhiễm tâm".

II. PHÁP MÔN GIẢI THOÁT

Pháp môn của vị thiện tri thức này là *Ly tham dục tế* (*Vigata-kāma-anta-vimokṣa*), tùy theo sự ưa thích của họ mà hiện các thân hình" nêu rõ một đặc điểm then chốt của hạnh Bồ-tát trong Phẩm Nhập pháp giới: giải thoát này không phải là xuất ly thế gian theo nghĩa đoạn tuyệt, mà là một dạng giải thoát vô ngại, vượt qua "cảnh giới của tham dục" (貪欲際) bằng trí vô phân biệt; nhờ đó Bồ-tát có năng lực ứng hiện tùy dục lạc (隨其欲樂而為現身), tức tùy theo tâm thức, sở duyên và khuynh hướng của từng chúng sinh mà hiện tướng thích hợp để nhiếp hóa.

Trong truyền thống Hoa Nghiêm, đây là biểu hiện của "tùy loại hiện thân" (隨類現身), một mô thức phương tiện siêu việt: Bồ-tát không bị dục lạc ô nhiễm, nhưng vì đã rời mọi giới hạn của tham dục nên có thể đi vào tất cả các cảnh giới mà không bị nhiễm ô. Do đó, "ly tham dục tế" là trí tuệ bất nhiễm; "tùy dục lạc hiện thân" là đại bi vô ngại; hai yếu tố hợp nhất thành hạnh Phổ Hiền, khiến mọi thân hiện ra đều là phương tiện dẫn chúng sinh vào đạo.

Khi Thiện Tài đến hỏi, Bà-tu-mật-đa giảng rằng Bồ-tát hành đạo giữa thế gian phải lấy phương tiện thiện xảo (upāya-kauśalya) làm hạnh, vì "tất cả thế gian pháp đều có thể nhiếp vào Phật pháp".

III. Ý NGHĨA BIỂU TƯỢNG

Hình tượng nữ nhân

Bà-tu-mật-đa hiện thân cô gái đẹp trong thành, biểu trưng cho phương tiện nhu thuận mà không yếu kém. Trong Hoa Nghiêm, thân nữ là biểu tượng cho sự dung nhiếp, ôn nhu của bi, Trong toàn phẩm *Nhập pháp giới*, tuyến nhân vật nữ thiện tri thức giữ vai trò đặc biệt: mỗi vị tượng trưng cho một phương diện của Bồ-tát hạnh trong đời sống thế gian (tỉ-khưu-ni, dạ thần, trưởng giả phu nhân, v.v.).

Kinh văn bản Hán và Phạn không dùng trực tiếp thuật ngữ kỹ nữ, nhưng từ thời Trí Khải trở đi, truyền thống chú giải Hán tạng thường hiểu Bà-tu-mật-đa là một vị Bồ-tát thị hiện thân kỹ nữ (妓女), nhằm hiển bày pháp môn 'ly tham dục tế giải thoát'." Đây là cách giải thích của luận sư, giảng sư từ các nguồn cụ thể như *Ma-ha Chỉ quán* (摩訶止觀), *Phật quang Đại từ điển* (佛光大辭典), v.v... chứ không phải nguyên văn kinh.

Kỹ nữ (courtesan) trong văn hóa Ấn Độ cổ không hoàn toàn mang nghĩa thấp hèn. Ở thời Gupta, nhiều *gaṇikā* (kỹ nữ cao cấp) là người có học thức, thông âm nhạc, thi ca, tôn giáo, được xem như một "nghệ nhân trong pháp giới dục". Khi Phật giáo sử dụng hình tượng ấy, ý nghĩa là "người sống trong cảnh dục mà không bị dục chi phối", một ẩn dụ của trí Bát-nhã thanh tịnh giữa trần lao.

Trong quá trình cầu học 52 thiện tri thức, sự xuất hiện của Bà-tu-mật-đa đánh dấu sự chuyển tiếp từ trí quán về đạo lý sang thực chứng trong cảnh thế tục: Thiện Tài đã đủ định tuệ để gặp cảnh ái mà không nhiễm, nên vị thiện tri thức này biểu trưng cho giai đoạn phá chấp về tịnh–uế, đạo–tục.

IV. TƯ TƯỞNG HOA NGHIÊM

1. Phương tiện và trí tuệ song hành

Bà-tu-mật-đa dạy Thiện Tài rằng: "Hành Bồ-tát đạo phải đem trí tuệ vận hành trong phương tiện, tùy cơ ứng hóa mà không trái với chân lý." Đây là giai đoạn chuyển từ "đại bi quang minh" của Tỉ-khưu-ni Sư Tử Tần Thân sang "phương tiện quang minh" – trí hoạt dụng trong bi.

2. Bi-trí vô ngại

Nếu Tỉ-khưu-ni Sư Tử Tần Thân biểu hiện bi khởi từ trí, thì Bà-tu-mật-đa biểu hiện trí khởi trong bi: "lấy tâm đồng thể mà hành, lấy trí vô ngại mà độ." Đây là pháp giới "dụng vô ngại" trong hệ tư tưởng Hoa Nghiêm.

3. Đại bi nhập thế

Bà-tu-mật-đa xuất hiện giữa tụ lạc Bà-la-môn, hành hóa trong đời sống thế gian, cho thấy bi tâm không xa rời tục thế. Dùng thế tục mà vào chân thật, dùng chân thật mà hiện thế tục."

V. TÓM TẮT

Nữ nhân Bà-tu-mật-đa tiêu biểu cho pháp môn phương tiện trí, nối tiếp ánh sáng đại bi của Sư Tử Tần Thân, biểu hiện bước trưởng thành của hành giả Bồ-tát: từ bi quang soi tâm giới đến trí quang vận hành trong thế giới.

Trong tinh thần Hoa Nghiêm, nàng là hình ảnh của bi-trí dung thông, vào tục mà chẳng nhiễm tục, hành nơi hữu vi mà chứng vô vi. Trí và bi soi chiếu lẫn nhau như trăng sáng trên nước; nước lặng thì trăng tỏ, nên gọi là Bà-tu-mật-đa.

26. CƯ SĨ TỲ-SẮC-CHI-LA (Piśacchīla-Gṛhapati)

I. BỐI CẢNH KINH VĂN

Sau khi đảnh lễ nữ nhân Bà-tu-mật-đa, Thiện Tài Đồng tử được chỉ đến vị thiện tri thức kế tiếp là Trưởng giả Tỳ-sắc-chi-la.

Kinh văn: Thiện nam tử! Ở phương Nam có thành Thiện Độ.[39] Trong thành có cư sĩ Tỳ-sắc-chi-la. Vị ấy thường cúng dường tháp Phật tòa hương chiên-đàn. Ông hãy đến thưa hỏi: "Bồ-tát làm thế nào để học hạnh Bồ-tát và tu đạo Bồ-tát?"

Hán:

善男子！於此南方有城，名：善度；中有居士，名：鞞瑟胝羅，彼常供養栴檀座佛塔 。汝詣彼問：菩薩云何學菩薩行、修菩薩道？」

---

39 *Subhavaśrama* (nơi an trú thanh tịnh, tốt lành) là danh xưng một thành phố được nhắc đến nhiều lần trong Phẩm Nhập pháp giới (*Gaṇḍavyūha-sūtra*) (Phạn bản, ed. N. Dutt, p. 41; P. L. Vaidya, p. 35), tương ứng với Hán dịch "善度城" của Thật-xoa-nan-đà (Śikṣānanda; 實叉難陀). Tên này biểu trưng cho nơi chốn thanh tịnh của thiện tri thức, thường được dịch ý là "Thành Thiện Trú" hoặc "Thành Thiện An Trụ".

II. PHÁP MÔN GIẢI THOÁT

Kinh văn: Thiện nam tử, tôi đã chứng đắc pháp giải thoát của Bồ-tát, tên là *Bất ban niết-bàn tế*. Thiện nam tử, tôi không khởi tâm nghĩ rằng: Như thế Như Lai đã nhập Niết-bàn, như thế Như Lai đang thị hiện Niết-bàn, như thế Như Lai sẽ nhập Niết-bàn. Tôi biết các Đức Phật Như Lai trong mười phương tất cả thế giới, rốt ráo không có Nhập Niết-bàn; chỉ vì muốn điều phục chúng sinh mà thị hiện như vậy.

Hán:

善男子！我得菩薩解脫，名：不般涅槃際。善男子！我不生心言：『如是如來已般涅槃，如是如來現般涅槃，如是如來當般涅槃。』我知十方一切世界諸佛如來，畢竟無有般涅槃者，唯除為欲調伏眾生而示現耳。

- *Bất ban niết-bàn tế* là một môn giải thoát đặc thù của Bồ-tát trong Phẩm Nhập pháp giới, chỉ cảnh giới thấy rõ thật nghĩa Niết-bàn không phải diệt tận hay đoạn diệt, mà là tính chất bất sinh bất diệt của Pháp thân Như Lai. Chữ "tế" (際) ở đây mang nghĩa "biên vực", "giới hạn", nên *Bất ban niết-bàn tế* tức là vượt qua ý niệm về một biên vực gọi là "Nhập Niết-bàn", thấy rằng Như Lai không có điểm khởi sinh Niết-bàn, không có tiến trình nhập Niết-bàn, cũng không có trạng thái sau khi Niết-bàn. Bồ-tát chứng môn giải thoát này thì không còn chấp thủ Niết-bàn như một hành tướng, cũng không còn tưởng về Phật như một hữu thể có đến có đi, mà trực nhận Pháp thân vốn vô sinh, vô khứ, vô lai.

- *Thị hiện Niết-bàn* là khái niệm quan trọng của Đại thừa, đặc biệt trong các kinh Hoa Nghiêm, Pháp Hoa, và hệ Như Lai Tạng. Phật không thật sự đoạn diệt; Ngài chỉ dùng phương tiện để "thị hiện" nhập Niết-bàn nhằm điều phục chúng sinh. Việc thị hiện này có ba chức năng: khiến người chưa phát tâm khởi tâm tin kính; khiến người chấp thường thấy rằng các pháp vô thường; và khiến người chấp đoạn hiểu rằng Phật chỉ thị hiện chứ không mất đi. Trong Phẩm Nhập pháp giới, Bồ-tát thấy được Phật "thị hiện Niết-bàn" mà không thật sự Niết-bàn, đây là biểu hiện của trí thấy pháp giới vô ngại: Phật thân vô sinh, nhưng vì đại bi mà hiện đủ sinh – diệt, đến – đi để dẫn dắt chúng sinh.

- Tương quan Niết-bàn và Pháp thân trong Hoa Nghiêm: Trong hệ thống Hoa Nghiêm, Niết-bàn và Pháp thân không phải hai thực tại khác biệt, mà là hai cách nhìn một bản thể duy nhất: *Pháp thân Như Lai.* Niết-bàn được hiểu là "tịch diệt vô tướng", còn Pháp thân là "thường trụ vô ngại"; cả hai đều chỉ bản chất của chân như pháp giới vốn không sinh diệt. Vì thế, nói Như Lai "nhập Niết-bàn" chỉ là dựa theo phương tiện, còn theo thật nghĩa, Pháp thân thường trụ, không hề diệt mất. Mối quan hệ này được Pháp Tạng giải thích bằng nguyên lý "tánh khởi": *tánh* thường trụ (Pháp thân), *khởi* tùy duyên (ứng thân, thị hiện Niết-bàn). Do đó, trong Hoa Nghiêm, Niết-bàn chính là Pháp thân hiển lộ ở mặt tịch tịnh; Pháp thân chính là Niết-bàn hiển lộ ở mặt viên dung vô ngại. Đây là lý do mà Phẩm Nhập pháp giới dạy rằng chư Phật rốt ráo không có Nhập Niết-bàn, chỉ vì điều phục chúng sinh mà thị hiện.

III. Ý NGHĨA BIỂU TƯỢNG

1. Cư sĩ: biểu tượng của hạnh tại gia vô nhiễm

Khác với các vị xuất gia, cư sĩ Tỳ-sắc-chi-la đại diện cho Bồ-tát tại gia hành đạo giữa thế tục. Kinh mô tả ông buôn bán giữa thành phố, giao tiếp đủ hạng người, nhưng tâm không lay động — đó là "thế gian vô ngại hạnh".

2. Bình đẳng trong hành: Hành xử mọi việc đời thường với tâm bình đẳng là biểu tượng cho pháp giới duyên khởi vô sai biệt. Trong cái thấy của Bồ-tát, không có "thế gian" và "xuất thế gian" riêng biệt.

3. Tỳ-sắc-chi-la giảng dạy rằng: "Bồ-tát hành trong thế gian, tuy thân là cư sĩ, nhưng tâm trụ nơi pháp giới bình đẳng. Trong mọi hành động, buôn bán, xây dựng, quản lý tài sản đều quán rằng hết thảy pháp không sai khác (*sarva-dharmāḥ samāḥ*). Chính đó là tu hành Bồ-tát đạo."

IV. TƯ TƯỞNG HOA NGHIÊM

1. Hạnh "bình đẳng" (samatā)

Cốt tủy lời dạy của Tỳ-sắc-chi-la là quán "tất cả pháp bình đẳng" (*sarva-dharmāḥ samāḥ*). Hành giả Bồ-tát phải tu hạnh này để vượt qua chấp năng–sở, thiện–ác, tịnh–uế.

2. Tùy duyên hành đạo

Trong khi hành nghiệp thế gian, cư sĩ vẫn lấy tâm từ bi làm gốc, tùy duyên hóa độ mà chẳng rời trí tuệ. Đây là thực hành *lokasamudācāra-upāya* — “phương tiện tùy tục” — được nói đến trong Kinh Hoa nghiêm (Avataṃsaka).

3. Nhập thế mà không nhiễm thế

Đây là nguyên lý “trong trần mà chẳng nhiễm trần”. Hành giả ở trong đời, dùng thân nghiệp thế tục làm phương tiện cứu độ, nhưng tâm luôn tương ưng với pháp giới. Tỳ-sắc-chi-la biểu trưng cho đạo của Bồ-tát tại gia, nơi pháp và thế dung thông, hành mà vô hành, nhiễm mà bất nhiễm.

V. TÓM TẮT

Cư sĩ Tỳ-sắc-chi-la tiêu biểu cho pháp môn bình đẳng hạnh, tu hành giữa đời mà không nhiễm đời, hành trong pháp giới mà không rời thế gian.

Từ nữ nhân Bà-tu-mật-đa biểu hiện phương tiện trí, Thiện Tài tiến đến cư sĩ Tỳ-sắc-chi-la, học hạnh tùy duyên vô ngại, đưa trí và bi vào đời sống thực tế. Tại gia tu đạo, sự và lý dung thông, dùng thế tục hiển chân thật, động tĩnh đều vô ngại.”

27. QUÁN TỰ TẠI BỒ-TÁT (Avalokiteśvara)[40]

I. BỐI CẢNH KINH VĂN

Sau khi đảnh lễ cư sĩ Tỳ-sắc-chi-la, Thiện Tài Đồng tử được chỉ đến vị thiện tri thức kế tiếp là Bồ-tát Quán Tự Tại (Avalokiteśvara).

Kinh văn: Thiện nam tử! Ở phương Nam có ngọn núi Bồ-đà-lạc-ca. Ở đó có Bồ-tát Quán Tự Tại. Ông hãy đến nơi ấy thưa hỏi: "Bồ-tát làm thế nào để học hạnh Bồ-tát và tu đạo Bồ-tát?"

Hán:

「善男子！於此南方有山，名：補怛洛迦；彼有菩薩，名：觀自在。汝詣彼問：菩薩云何學菩薩行、修菩薩道？」

---

40 *Akalakīrti-deva*, dịch nghĩa: "Thiên có danh xưng vô cấu", vị trời biểu hiện trí tuệ thanh tịnh không bị ô nhiễm) là vị thiện tri thức thứ 46 trong *Phẩm Nhập pháp giới* (*Gaṇḍavyūha-sūtra*). Nơi ngài cư trú là *Potala-parvata* (núi Bồ-đà-lạc), tức núi nơi Bồ-tát Quán Thế Âm (*Avalokiteśvara*) thị hiện. Nên bản Hán chuyển hướng dịch, xem vị thiên tri thức này là Bồ-tát Quán Tự Tại. Theo Phạn bản N. Dutt (1934, tr. 158–164) và Vaidya (1960, p. 135–142), kinh văn mô tả Thiện Tài Đồng tử đến núi ấy, thấy thiên cung của Akalakīrti rực rỡ quang minh, đầy âm nhạc vi diệu, biểu trưng cho cảnh giới quán chiếu bình đẳng trong đại bi trí.

II. PHÁP MÔN GIẢI THOÁT

Kinh văn: Thiện nam tử, tôi đã thành tựu pháp môn *Giải thoát hạnh Đại bi của Bồ-tát.* Thiện nam tử, nhờ pháp môn hạnh Đại bi này của Bồ-tát mà tôi giáo hóa tất cả chúng sinh một cách bình đẳng, tương tục không dứt. Thiện nam tử, tôi an trụ pháp môn hạnh Đại bi này, thường ở nơi tất cả các Đức Như Lai và hiện khắp trước mặt tất cả chúng sinh.

Hán:

善男子！我已成就菩薩大悲行解脫門。善男子！我以此菩薩大悲行門，平等教化一切眾生相續不斷。「善男子！我住此大悲行門，常在一切諸如來所，普現一切眾生之前。

- *Đại bi hạnh* trong Hoa Nghiêm không chỉ là tâm thương xót chúng sinh, mà là toàn bộ hạnh dụng của Bồ-tát được phát khởi từ trí vô ngã và thấy pháp giới viên dung; vì vậy đại bi không phải cảm xúc, mà là năng lực tự nhiên của trí giác, khởi lên vì sự thấy đúng thật tướng của chúng sinh và các pháp.

- Pháp Tạng giải thích đại bi là "năng sinh nhất thiết Phật sự chi bổn", nghĩa là gốc của mọi Phật sự, vì đại bi khiến Bồ-tát không trụ Niết-bàn riêng mình, mà quay về thế gian, hiện đủ thân hình và pháp môn. Trong Phẩm Nhập pháp giới, "đại bi hạnh" là hạnh Phổ Hiền: không có biên vực, không phân biệt, không chọn lựa chúng sinh, tùy cơ dẫn đạo, và mọi hành động đều là phương tiện cứu độ. Nhờ đại bi, Bồ-tát có thể đi vào mọi cảnh giới mà không nhiễm, vì bi là biểu hiện của trí, và trí là nền tảng của bi.

- *Tương tục bất đoạn* là nói về dòng giáo hóa của Bồ-tát vận hành như pháp giới duyên khởi: không gián đoạn, không dừng nghỉ, không bị ngăn ngại bởi thời gian, không gian hay số lượng đối tượng. Theo Hoa Nghiêm, đây là do Bồ-tát đã chứng "nhất tâm tương tục" – cảnh giới tâm vô phân biệt trải qua tất cả cảnh, khiến đại bi và trí tuệ vận hành như dòng nước không dứt. Điều này không có nghĩa Bồ-tát mệt nhọc trong việc giáo hóa, mà là vì hành của Bồ-tát vốn "vô y, vô tác", không khởi từ ý muốn, nên không có điểm bắt đầu hay kết thúc. "Tương tục bất đoạn" là đặc điểm của hạnh Phổ Hiền: một lời, một thân, một hạnh đều liên tục thành tựu vô lượng Phật sự trong vô số cõi, như lưới trời Đế-thích: một mắt lưới sáng thì tất cả cùng sáng.

- *Thường tại chư Như Lai sở*, chỉ cảnh giới Bồ-tát đã chứng được sự tương ưng không hai với Pháp thân chư Phật; không phải thân vật lý thường ở cạnh Phật, mà là tâm hạnh và trí tuệ luôn tương ưng với cảnh giới của Phật. Trong Hoa Nghiêm, Như Lai sở chính là Pháp giới, và Pháp giới cũng là nơi hạnh Phổ Hiền vận hành, nên Bồ-tát trụ trong đại bi và trí vô ngại thì tự nhiên "thường tại Như Lai sở". Đây cũng là nghĩa "nhất thiết xứ hiện tiền", tức ở bất cứ chỗ nào cũng đồng thấy, đồng biết, đồng hành với chư Phật. Bồ-tát ở trong thế gian mà vẫn trụ trong cảnh giới Phật; giáo hóa chúng sinh mà không rời Pháp thân; đi vào trần lao mà không lìa tánh tịnh. Như vậy, "thường tại chư Như Lai sở" là sự chứng đắc Pháp thân duyên khởi: tùy hình ứng hiện vô lượng cõi, nhưng thể tính không rời trí giác bình đẳng của chư Phật.

Quán Tự Tại dạy Thiện Tài rằng: "Bồ-tát quán khắp tất cả chúng sinh bằng tâm đại bi vô phân biệt; nghe âm thanh thế gian mà không động tâm; hiện thân trong vô lượng cõi nước để cứu khổ chúng sinh. Ấy là hạnh 'quán tự tại', tự tại trong bi, tự tại trong trí."

III. Ý NGHĨA BIỂU TƯỢNG

1. Danh xưng "Quán Tự Tại" (Avalokiteśvara)

Avalokita (quán sát, chiếu soi) + *īśvara* (tự tại, chủ tể): người "quán khắp mà tự tại". Danh hiệu biểu thị tâm từ bi của Bồ-tát chiếu soi khổ đau thế gian, mà không bị khổ chi phối.

2. Hình tượng: Bồ-đà-lạc-ca (*Potala-parvata*), ngọn núi linh thánh nơi Bồ-tát Quán Tự Tại (*Avalokiteśvara*) thị hiện, trong một số dị bản là *Potalaka-giri*, nghĩa là "nơi cao trỗi lên" hay "điểm tựa trên biển", hàm chỉ "ngọn núi giữa đại dương của bi nguyện" là núi sen trắng, tượng trưng cho tâm thanh tịnh không nhiễm bụi trần. Bồ-tát ở nơi ấy, hiển hiện muôn thân trong nước, lửa, địa ngục, cõi trời – biểu thị công năng "ứng hiện tự tại" của bi tâm.

3. Âm thanh đại bi

Kinh văn mô tả: "Ngài hiện vô lượng âm thanh, dùng các thứ âm thanh ấy mà thuyết pháp." biểu trưng cho từ bi âm (*karuṇā-śabda*), là tiếng vọng của chân như qua các cảnh giới sai biệt.

IV. TƯ TƯỞNG HOA NGHIÊM

1. Đại bi quán chiếu vô ngại

Bồ-tát Quán Tự Tại dạy rằng: muốn hành Bồ-tát đạo phải khởi đại bi tâm, nhưng không rơi vào hữu tình chấp; phải "quán" bằng trí như huyễn, để "bi" được tự tại.

2. Nghe khổ mà không động tâm

"Quán" là năng tri; "tự tại" là vô ngại. Bồ-tát nghe tiếng kêu khổ của thế gian mà tâm không lay, vì biết tất cả là duyên khởi. Như vậy, bi không còn là cảm xúc mà là trí đồng thể.

3. Ứng hiện vô lượng thân

Do "bi" khởi từ "trí", nên Bồ-tát có thể hiện thân khắp mười phương tùy cơ hóa độ. Đây là biểu hiện của phương tiện thiện xảo (*upāya-kauśalya*) viên mãn: ứng thân, hóa thân, pháp thân đồng thời hành đạo.

V. TÓM TẮT

Bồ-tát Quán Tự Tại (Avalokiteśvara) tiêu biểu cho đại bi vô ngại, giai đoạn Thiện Tài tiến từ "bình đẳng hạnh" của Tỳ-sắc-chi-la đến bi-trí viên dung tự tại hạnh.

Ngài biểu hiện trí chiếu soi và bi ứng hóa đồng thời, ở trong sinh tử mà chẳng nhiễm sinh tử, hành trong luân hồi mà chẳng bỏ Niết-bàn. Bi trùm pháp giới mà chẳng động, trí soi quần sinh mà không ngại; bi và trí vận hành song đôi, gọi là Quán Tự Tại.

28. CHÍNH THÚ BỒ-TÁT
(Ananyagāmī 正趣)

I. BỐI CẢNH KINH VĂN

Sau khi đảnh lễ Bồ-tát Quán Tự Tại, Thiện Tài Đồng tử được chỉ đến vị thiện tri thức kế tiếp là Bồ-tát Chính Thú.

Kinh văn: Bấy giờ, Bồ-tát Quán Tự Tại bảo Thiện Tài rằng: Thiện nam tử! Ông có thấy Bồ-tát Chánh Thú đến trong hội này chăng? Thiện Tài thưa: Đã thấy. Quán Tự Tại nói: Thiện nam tử! Ông nên đến đó thưa hỏi: "Bồ-tát làm thế nào để học hạnh Bồ-tát và tu đạo Bồ-tát?"

Hán:

時，觀自在菩薩告善財言：「善男子！汝見正趣菩薩來此會不？」白言：「已見。」告言：「善男子！汝可往問：菩薩云何學菩薩行、修菩薩道？」

Phạn bản: *tataḥ sudhanaḥ dakṣiṇasyāṃ diśi ananyagāmi-nāma-gagana-saṃcārinam upasaṃkramya pṛcchati*, (N. Dutt 1934, tr. 164–166) và P. L. Vaidya (1960, tr. 142–144).

Việt dịch: "Từ đó Thiện Tài đi về phương Nam, đến chỗ vị du hành trong hư không tên Ananyagāmī, và thưa hỏi...".

II. PHÁP MÔN GIẢI THOÁT

Kinh văn: Thiện nam tử, tôi đã chứng đắc giải thoát của Bồ-tát, tên là *Phổ môn tốc tật hạnh.*

... Thiện nam tử, việc này khó biết; tất cả thế gian, trời, người, A-tu-la, Sa-môn, Bà-la-môn đều không thể hiểu được; chỉ có các hàng Bồ-tát dũng mãnh tinh tấn, không thoái lui, không khiếp nhược, đã được tất cả thiện hữu nhiếp trì, được chư Phật nhớ nghĩ, thiện căn đầy đủ, chí lạc thanh tịnh, thành tựu căn Bồ-tát, có mắt trí tuệ, có thể nghe, có thể trì, có thể hiểu, có thể nói.

Hán:

善男子！我得菩薩解脫，名：普門速疾行。」…「善男子！此事難知，一切世間天、人、阿脩羅、沙門、婆羅門等所不能了；唯勇猛精進無退無怯諸菩薩眾，已為一切善友所攝、諸佛所念，善根具足，志樂清淨，得菩薩根，有智慧眼，能聞能持，能解能說。

- *Phổ môn tốc tật hạnh* là pháp môn giải thoát nêu rõ khả năng của Bồ-tát ứng khắp tất cả cảnh giới bằng hành động mau lẹ, không chướng ngại, tương ưng với bản chất "nhất thời viên dung" của pháp giới Hoa Nghiêm. "*Phổ môn*" chỉ vô lượng cửa phương tiện, gồm tất cả cảnh, tất cả duyên, tất cả chủng loại chúng sinh; "*tốc tật*" biểu thị khả năng đến đúng nơi, đúng lúc, ngay khi chúng sinh khởi tâm cầu thỉnh hoặc phát sinh nhu cầu được điều phục.

- Trong tư tưởng Hoa Nghiêm, đây không phải tốc độ vật lý, mà là sự " nhanh chóng" của trí vô phân biệt: một niệm chiếu khắp pháp giới, nên hạnh của Bồ-tát cũng lan khắp, không bị ngăn ngại bởi không gian hay thời gian. Vì hạnh được vận hành bởi đại bi và trí vô tác nên không có sự do dự, không có điểm khởi hành, và không có điều kiện để thành tựu; hành động xảy ra "tức thời" vì không sinh từ tác ý hữu vi. Do đó, *Phổ môn tốc tật hạnh* là biểu hiện của hạnh Phổ Hiền, nơi một cửa là tất cả cửa, một hạnh là tất cả hạnh, và một niệm lợi ích vô số hữu tình trong vô biên thế giới.

- Trong Phẩm Nhập pháp giới, hầu hết thiện tri thức đều tránh nói rõ "lai xứ" và "khứ xứ", tức không chỉ ra cõi Phật nơi mình đã đến hay nơi pháp môn được thọ nhận, vì bản tánh của pháp giới trong Hoa Nghiêm vốn vô lai vô khứ, không có thật thể của khoảng cách hay quá trình; việc hỏi "từ đâu đến" thuộc về nhận thức phân biệt của người chưa thấy pháp giới viên dung. Đối với các vị thiện tri thức đã chứng nhập hạnh Phổ Hiền, cõi Phật mà họ "đến" không phải không gian, mà là cảnh giới trí; pháp môn không phải thu nhận từ một nơi chốn riêng biệt, mà là sự hiển lộ của pháp giới trong một hạnh. Vì thế, nói rõ "cõi Phật" sẽ làm người nghe chấp vào phương hướng, thời gian, khoảng cách—tất cả đều trái với lý "sự sự vô ngại". Chỉ có Bồ-tát dũng mãnh, đã được thiện tri thức nhiếp trì và được chư Phật nhớ nghĩ, mới có thể thấu hiểu rằng các "cõi Phật" được nêu trong *Nhập pháp giới* đều là phương tiện thiện xảo, dùng để khai thị cho người ở mức độ căn cơ khác nhau; còn về bản chất, trong pháp giới Hoa Nghiêm, không có từ đâu đến và cũng không có đi về đâu.

III. Ý NGHĨA BIỂU TƯỢNG

1. **Chính Thú:** biểu trưng cho Bồ-tát hành trung đạo, chánh hướng về nhất thừa đạo, "đặt chân xuống đỉnh Luân vi" nghĩa là đặt trí tuệ và bi nguyện vào vị trí toàn thể vũ trụ, khiến pháp giới sáu cách chấn động, tượng trưng cho sự giao cảm giữa trí chứng và thế gian. Trong tư tưởng Hoa Nghiêm, sáu chấn động này là pháp giới khởi tướng, do tâm Bồ-tát cảm ứng, làm hiển lộ sự viên dung giữa cảnh và trí.

2. **Chánh Thú** *còn có nghĩa* 'không đi theo lối khác', nêu rõ bồ-tát không còn dị đạo, chỉ hành Nhất thừa đạo, không còn đường nào ngoài trí–bi viên dung.

3. **Du hành trong hư không** (*gagana-saṃcārin*) biểu thị sự tự tại vượt ngoài giới hạn địa phương, thân nghiệp và tâm cảnh. Bồ-tát "du hành trong hư không" tức hành trong tánh Không, không bị ngăn ngại bởi giới hạn của thân, của cõi hay của thời gian. Du hành trong các thế giới" là chỉ hạnh tự tại trong thập phương pháp giới, biểu hiện Bồ-tát vô ngại giải thoát, tùy duyên ứng hiện, mà không rời bản tâm tịch chiếu.

IV. TƯ TƯỞNG HOA NGHIÊM

1. Phổ trang nghiêm tức nhất tâm

Bồ-tát Chính Tu dạy rằng mọi sự trang nghiêm của Phật quốc đều khởi từ nhất tâm. Khi tâm thanh tịnh, mỗi niệm mỗi hạnh đều là sự trang nghiêm của pháp giới.

2. Định-tuệ viên dung

Nhập tam-muội Phổ trang nghiêm là an trụ nơi định sáng suốt, trong đó trí tuệ quán chiếu vô ngại. Định khiến tâm an, trí khiến tâm chiếu – an chiếu song vận, nên gọi là Phổ Trang Nghiêm.

3. Tự-tha viên dung

Trang nghiêm của Bồ-tát không chỉ cho tự chứng, mà làm lợi ích hữu tình. Tự chứng viên mãn, tha hóa thành tựu; hai việc không hai, là cảnh giới bất tư nghị của Bồ-tát địa.

V. TÓM TẮT

Bồ-tát Chính Thú tiêu biểu cho pháp môn *Phổ môn tốc tật hạnh,* giai đoạn Thiện Tài tiến từ "đại bi tự tại" của Quán Tự Tại đến định tuệ viên dung của Phổ Trang Nghiêm.

Ngài dạy rằng: "Tâm tịnh tức quốc độ tịnh; một niệm thanh tịnh làm trang nghiêm vô lượng thế giới." Đây chính là tinh thần Hoa Nghiêm viên dung vô ngại, nơi mỗi hạnh nhỏ đều là Phật sự lớn. Một niệm tâm tịnh, trang nghiêm pháp giới; một hạnh thành đức, khắp mười phương; đó gọi là Bồ-tát Chính Thú.

29. THẦN ĐẠI THIÊN
(Mahādeva)

I. BỐI CẢNH KINH VĂN

Sau khi đảnh lễ Bồ-tát Chính Thú, Thiện Tài Đồng tử được chỉ đến vị thiện tri thức kế tiếp là Thần Đại Thiên, một vị thần hộ thành.

Kinh văn: Thiện nam tử! Ở phương Nam có một thành tên là Đọa-la-bát-đề. Trong thành ấy có một vị thần tên Đại Thiên. Ông hãy đến đó thưa hỏi: "Bồ-tát làm thế nào để học hạnh Bồ-tát và tu đạo Bồ-tát?"

Hán:

「善男子！於此南方有城，名：墮羅鉢底；其中有神，名曰：大天。汝詣彼問：菩薩云何學菩薩行、修菩薩道？」

II. PHÁP MÔN GIẢI THOÁT

Kinh văn: Thiện nam tử, tôi đã thành tựu giải thoát của Bồ-tát, tên là *Vân võng*... Khi ấy, Đại Thiên ở trước mặt Thiện Tài hiện ra các tụ vàng, tụ bạc, tụ lưu-ly, tụ pha-lê, tụ xà-cừ, tụ mã-não, tụ đại diệm bảo, tụ ly cấu tạng bảo, tụ đại quang minh bảo, tụ phổ hiện thập phương bảo, tụ bảo quán, tụ bảo ấn, tụ bảo anh-lạc, tụ bảo đang, tụ bảo xuyến, tụ bảo tỏa, tụ châu võng, tụ các thứ ma ni bảo, tụ tất cả đồ trang nghiêm, tụ như-ý ma-ni, tất cả đều như núi lớn; lại hiện ra tất cả hoa, tất cả tràng, tất cả hương, tất cả hương đốt, tất cả hương xoa, tất cả y phục, tất cả phướn phan, tất cả âm nhạc, tất cả các món vui thuộc năm dục, đều chất như núi; và hiện vô số trăm ngàn muôn ức chúng đồng nữ.

Hán:

善男子！我已成就菩薩解脫，名為：雲網…爾時，大天於善財前，示現金聚、銀聚、瑠璃聚、玻瓈聚、硨磲聚、碼碯聚、大焰寶聚、離垢藏寶聚、大光明寶聚、普現十方寶聚、寶冠聚、寶印聚、寶瓔珞聚、寶璫聚、寶釧聚、寶鎖聚、珠網聚、種種摩尼寶聚、一切莊嚴具聚、如意摩尼聚，皆如大山；又復示現一切華、一切鬘、一切香、一切燒香、一切塗香、一切衣服、一切幢幡、一切音樂、一切五欲娛樂之具，皆如山積；及現無數百千萬億諸童女眾

- *Vân võng giải thoát* biểu thị cảnh giới phương tiện của Bồ-tát trong đó mọi công đức, mọi phương tiện, mọi trang nghiêm đều trùng trùng vô tận như lưới mây che khắp pháp giới, vừa bao trùm, vừa xuyên chiếu, vừa dung thông lẫn nhau. Tên gọi "vân võng" gồm hai hình ảnh then chốt của Hoa Nghiêm: "vân" là sự che phủ nhu hòa của đại bi, "võng" là sự tương dung tương nhiếp như lưới trời của trời Đế-thích, mỗi mắt lưới phản chiếu toàn thể pháp giới.

- Do đó, *Vân võng giải thoát* không chỉ là biểu hiện của năng lực thị hiện bảo tạng vô lượng, mà còn là biểu hiện của định-tuệ Phổ Hiền: công đức vô số mà không chướng ngại, muôn pháp trang nghiêm mà không rời nhất chân pháp giới. Khi Đại Thiên thị hiện vô số bảo tụ như núi lớn, đó là biểu tượng cho công đức vô tận của Bồ-tát được phơi bày trong tính chất viên dung và trùng trùng giao nhập của pháp giới, không phải là phô diễn kho tàng vật chất, mà là hiển hiện bản chất vô tận của đại bi và trí.

- Đại Thiên trong Phẩm Nhập pháp giới thuộc nhóm thiện tri thức mang chức năng "chủ thành, chủ quốc độ", tức những vị cai quản một không gian xã hội – nghiệp báo – nhân duyên của cõi người, biểu tượng cho năng lực cảm ứng và giáo hóa ở cấp độ cộng nghiệp. Loại thiện tri thức này thường xuất hiện khi Thiện Tài cần được mở rộng tầm nhìn từ hạnh cá nhân sang hạnh cộng đồng, từ sự tu tập tâm lý sang tầm mức trang nghiêm thế giới. Trong Hoa Nghiêm, "chủ thành" không phải thần linh quản lý địa vực theo nghĩa thần thoại, mà là biểu tượng của bản nguyện trang nghiêm quốc độ của Bồ-tát; thành và quốc độ là tâm cảnh, và vị chủ thành là nguyện lực Bồ-tát làm tịnh hóa cảnh giới. Đại Thiên xuất hiện với năng lực thị hiện vô số bảo tụ, hoa, hương, y phục, năm dục, đồng nữ... nhằm khai thị cho Thiện Tài về "sự trang nghiêm của thế giới" do tâm Bồ-tát phát sinh: mọi sự vật đều có thể trở thành pháp môn, mọi cảnh giới đều có thể trở thành đạo tràng, và quốc độ nếu được thấy bằng trí Phổ Hiền thì tức khắc là tịnh độ. Như vậy, Đại Thiên là cửa ngõ dẫn Thiện Tài đi vào quán chiếu về sự trang nghiêm của pháp giới trên cấp độ thế giới rộng lớn.

III. Ý niệm "deva – 天; thiên" cấu trúc giao thoa tôn giáo – ngôn ngữ – triết học giữa Ấn Độ và Trung Hoa trong tiến trình phiên dịch *Hoa Nghiêm kinh*.

1. Nguồn gốc ngữ nguyên và ý nghĩa

Trong Phạn ngữ, *deva* (天; thiên) xuất phát từ gốc động từ *div* (chiếu sáng, rực rỡ, thiên quang). Nghĩa gốc là "bậc chiếu sáng", "hữu quang giả". Vì vậy, *deva* không nhất thiết chỉ "thần" theo nghĩa nhân cách hóa, mà là những hữu thể sinh trong cõi sáng, tức *trời, thiên giới, hữu quang sinh.* Phật giáo Ấn Độ xếp (天; thiên) trong sáu cõi luân hồi (*ṣaḍgati*): địa ngục, ngạ quỷ, súc sinh, nhân, a-tu-la, và thiên. *Deva* (天; thiên) do nghiệp thiện sinh, nhưng chưa giải thoát khỏi sinh tử.

Trong Hán dịch, *deva* được dịch là 天 (thiên), nghĩa là "trời, vị ở trên cao, năng che chở, chiếu soi". Chữ 天 (thiên) lại vốn mang sắc thái vũ trụ luận và đạo đức luận của Nho – Lão: "Thiên đạo", "Thiên ý", "Thiên nhân cảm ứng".

Do đó, khi *deva* được dịch thành 天 (thiên) nó chuyển từ ý nghĩa ánh sáng, quả báo thiện (Ấn Độ) sang ý nghĩa tôn chủ, đạo đức siêu việt (Trung Hoa).

2. Hệ quả trong tín ngưỡng

Ở Ấn Độ, *deva* (天; thiên) là chúng sinh hữu lậu, vẫn trong luân hồi. Đức Phật thường nói: "Chư thiên hữu sinh diệt, chỉ Phật là vô thượng tôn." Các *deva* (天; thiên) trong kinh điển (như Đế-thích; *Śakra*, Phạm thiên; *Brahmā*, *Mahāsādhu-deva*) đều là người học đạo, thậm chí quy y Phật pháp.

Nhưng khi kinh Phật truyền sang Trung Hoa, dịch giả như Cưu-ma-la-thập, Huyền Trang, Thật-xoa-nan-đà đều chịu ảnh hưởng ngôn hệ Hán, nên khi dịch *deva* là 天 (thiên) đã khiến người đọc đồng nhất với "Thượng đế" hay "thiên thần".

Từ đó, *deva* (天; thiên) trong Hán ngữ Phật học thường mang sắc thái hộ pháp siêu nhiên, không đơn thuần là một hữu tình trong tam giới. Đây là bước thần linh hóa (deification) của *deva* (天; thiên) trong bối cảnh Hán hóa, khiến "Thiên" trở thành biểu tượng của uy lực hộ trì hơn là hữu tình trong luân hồi.

3. So sánh ý niệm

Thuộc tính	Ấn Độ (deva)	Trung Hoa (天)
Từ nguyên	"Người sáng chói" (*div*)	"Trời cao, ý chí siêu nhiên"
Bản thể luận	Chúng sinh hữu lậu trong dục/sắc giới	Quyền năng siêu việt, cảm ứng đạo đức
Tôn giáo học	Một loại chúng sinh trong luân hồi	Lực hộ trì, đạo đức hoặc thiên mệnh
Vai trò trong Phật giáo	Quy y Phật, nghe pháp, hộ trì	Biểu tượng hộ pháp, thần minh ứng hiện
Khuynh hướng diễn giải	Nhân quả nghiệp báo	Thiên đạo, cảm ứng, linh dị

Kết quả: Hán dịch 天; thiên" khiến *deva* trở thành thần minh có năng lực hộ trì Bồ-tát đạo, thay vì chỉ là hữu tình trong pháp giới luân hồi.

4. Vai trò của "chư thần / thiên" trong Bồ-tát đạo

Trong cấu trúc 52 thiện tri thức, các vị "thiên" hay "thần" xuất hiện nhiều lần trong *Phẩm Nhập pháp giới*:

- Mahāsādhu-deva (Thần Đại Thiên) – thứ 29
- Indra-deva (Đế Thích thiên vương) – thứ 36
- Mahābrahmā (Đại Phạm thiên) – thứ 38
- Các thần chủ sơn, hải, hoặc thành – nhiều nơi khác.

Sự xuất hiện này không nhằm tán dương năng lực thần linh, mà để chỉ rằng Bồ-tát đạo bao trùm toàn thể hữu tình, từ nhân gian, thiên giới đến xuất thế gian. Mỗi "thần" là một bậc thiện tri thức biểu thị một hạnh công đức.

Ví dụ: Thần Đại Thiên (*Mahādeva*): thiện nghiệp quang minh, biểu thị thanh tịnh hành. Đế-thích thiên vương (*Śakra-devānām-indra*): vô úy thuyết pháp, biểu thị trí bi hộ thế. Đại Phạm thiên (*Brahmā*): tâm vô ngại, biểu thị pháp giới tánh thanh tịnh.

Như vậy, các vị "thiên" trong *Hoa Nghiêm* không phải là đối tượng cầu nguyện, mà là hình ảnh tượng trưng cho tầng bậc công đức trong tiến trình Bồ-tát đạo: từ phàm thiện đến trí thiện, từ nghiệp thiện đến pháp thiện.

Về ý nghĩa giáo lý, đó là từ thiện hữu lậu đến thiện vô lậu, "Thần" biểu thị thiện nghiệp, "Bồ-tát" biểu thị trí nghiệp. Khi Thiện Tài học với Đại Thiên, nghĩa là từ thiện hữu lậu tiến lên thiện vô lậu, dùng thiện nghiệp làm nền cho trí tuệ.

Ngoài ra, còn ý nghĩa chuyển hóa tín ngưỡng, Phật giáo Ấn Độ không phủ nhận *deva*, mà chuyển hướng thờ thần thành học đạo. Thần không còn là đối tượng cúng bái, mà trở thành thiện tri thức. Đây là sự dung hóa tín ngưỡng rất sâu sắc: thay vì xung đột tôn giáo, Phật giáo hấp thụ thần thoại vào tiến trình tu chứng.

Qua đó, biểu hiện ý nghĩa Pháp giới viên dung của tư tưởng Hoa Nghiêm, tất cả pháp: Phật, Bồ-tát, người, thần, thú đều có thể là thiện tri thức, vì mỗi pháp giới đều có tánh chân như (*dharmatā*). Sự hiện diện của "chư thiên" trong lộ trình Thiện Tài là biểu chứng cho pháp giới vô ngại (dharmadhātu-pratītyasamutpāda).

Tóm lại:

Về mặt *Ngôn ngữ học và tín ngưỡng:* cách dịch *deva* → 天 làm thay đổi ý niệm: từ "chúng sinh sáng chói trong tam giới" thành "thần linh hộ pháp siêu việt". Đây là một bước Hán hóa tất yếu, khiến Phật giáo hòa nhập vào cấu trúc "Thiên đạo" của văn hóa Trung Hoa.

Trong Bồ-tát đạo: Các vị "thần / thiên" không phải nhân vật phụ thuộc, mà là biểu tượng cho tầng thiện hành và công đức gia trì. Họ minh chứng rằng mọi hình thái tồn tại đều có thể là phương tiện của giác ngộ, nếu được soi chiếu bằng trí và bi.

Tinh thần Hoa Nghiêm: "Pháp giới viên dung, nhất tức nhất thiết." Trong đó, "thần/thiên" là biểu tượng của hành động thiện trong thế gian; "Bồ-tát" là trí tuệ siêu việt của xuất thế gian;

cả hai đồng quy nơi chân như bình đẳng, nên *Thiện* cũng là *Phật hạnh.*

IV. TƯ TƯỞNG HOA NGHIÊM

1. Thiện nghiệp là nền của đạo Bồ-tát

Mọi pháp hành của Bồ-tát đều bắt đầu bằng thiện nghiệp. Thiện ở đây không chỉ là làm lành tránh ác, mà là thiện tuệ, hành vi hợp với chánh tri kiến.

2. Chuyển nghiệp thành đạo

Thần Đại Thiên dạy rằng: “Bồ-tát dùng trí soi vào nghiệp, nên mọi nghiệp đều thành đạo.” Ở đây, nghiệp (*karma)* không bị đoạn trừ mà được chuyển hóa; nghiệp trở thành hạnh, hành thành giải thoát.

3. Hộ thế nhiếp thiện

Là một vị thần hộ thành, Đại Thiên biểu hiện năng lực nhiếp hộ thế gian bằng thiện nghiệp. Bồ-tát lấy chính hành động hằng ngày – hộ trì, cứu giúp, giữ giới, bố thí – làm phương tiện hóa độ.

V. TÓM TẮT

Thần Đại Thiên (Mahādeva) là hình ảnh của pháp môn Thiện nghiệp quang minh giải thoát, nơi hành động và trí tuệ hợp nhất. Ông dạy rằng: “Làm lành không phải vì quả báo, mà vì muốn soi sáng nghiệp và đời bằng tâm vô ngại.”

Thiện nghiệp trong Hoa Nghiêm không chỉ tạo công đức cá nhân, mà là năng lực thanh tịnh hóa pháp giới. Khi thân khẩu ý đều thiện, thế giới liền sáng. Lấy trí làm đèn, chiếu soi mọi thiện hạnh; lấy bi làm nghiệp, hóa độ quần sinh, nên gọi là Thần Đại Thiên.

30. AN TRỤ ĐỊA THẦN (Sthāvara-Deva)

I. BỐI CẢNH KINH VĂN

Sau khi đảnh lễ Thần Đại Thiên, Thiện Tài Đồng Tử được chỉ đến vị thiện tri thức kế tiếp là An Trụ Địa Thần, vị thần giữ đất, biểu trưng cho tâm an trụ trong đạo.

Kinh văn: Thiện nam tử! Ở cõi Diêm-phù-đề, trong nước Ma-kiệt-đà, tại đạo tràng Bồ-đề, có một vị thần giữ đất tên là An Trụ. Ông hãy đến đó thưa hỏi: "Bồ-tát làm thế nào để học hạnh Bồ-tát và tu đạo Bồ-tát?"

Hán:

「善男子！此閻浮提摩竭提國菩提場中，有主地神，其名：安住。汝詣彼問：菩薩云何學菩薩行、修菩薩道？」

Kinh văn: Bấy giờ, Thiện Tài Đồng tử tuần tự du hành, đi đến nước Ma-kiệt-đà, vào trong đạo tràng Bồ-đề, đến chỗ địa thần An Trụ. Ở đó có hàng trăm vạn vị thần đất cùng hiện diện, đồng nhau nói rằng: "Đồng tử này chính là tạng của chư Phật; ắt sẽ làm chỗ nương tựa cho tất cả chúng sinh; ắt sẽ phá tan mọi tàng thức vô minh của chúng sinh. Người này đã sinh vào chủng tánh Pháp vương, sẽ đem tấm lụa pháp ly cấu vô ngại đội trên đầu, sẽ mở kho tàng châu báu đại trí huệ, hàng phục hết thảy tà luận và dị đạo."

II. PHÁP MÔN GIẢI THOÁT

Kinh văn: Thiện nam tử, tôi đã chứng đắc giải thoát của Bồ-tát, tên là *Bất khả hoại trí tuệ tạng*, tôi thường dùng pháp này để thành tựu chúng sinh.

Thiện nam tử, tôi nhớ từ thời Đức Nhiên Đăng Như Lai đến nay, tôi thường tùy tùng các vị Bồ-tát, cung kính gìn giữ, quan sát tất cả tâm hạnh của Bồ-tát, các cảnh giới trí tuệ, mọi đại nguyện, các hạnh thanh tịnh, tất cả tam-muội, thần thông rộng lớn, sức đại tự tại, các pháp không thể bị phá hoại; tôi đến khắp tất cả cõi nước chư Phật, phổ vì tất cả Như Lai mà thọ ký, chuyển pháp luân của tất cả chư Phật, rộng nói các môn tu-đa-la, đại pháp quang minh chiếu soi khắp, giáo hóa điều phục tất cả chúng sinh, thị hiện mọi thần biến của chư Phật. Tôi đều có thể lãnh thọ, có thể ghi nhớ giữ gìn.

Hán:

善男子！我得菩薩解脫，名：不可壞智慧藏，常以此法成就眾生。「善男子！我憶自從然燈佛來，常隨菩薩，恭敬守護，觀察菩薩所有心行、智慧境界、一切誓願、諸清淨行、一切三昧、廣大神通、大自在力、無能壞法，遍往一切諸佛國土，普[4]授一切諸如來記，轉於一切諸佛法輪，廣說一切修多羅門，大法光明普皆照[＊]耀，教化調伏一切眾生，示現一切諸佛神變，我皆能領受、皆能憶持。

- *Bất khả hoại trí tuệ tạng*, chỉ cho cảnh giới trí tuệ mà Bồ-tát chứng đắc khi thể nhập thật tướng các pháp. Trí ấy không bị phiền não phá hoại, không bị thời gian hay biến dịch làm suy tổn, không bị sinh tử hay cảnh giới làm chướng ngại. Trong hệ thống Hoa Nghiêm, trí tuệ này chính là "Pháp giới trí" vốn vô tác, vô y, viên dung, và bất khả hoại vì đồng thể với Pháp thân. Gọi là "tạng" vì bao hàm vô lượng công đức và vô lượng pháp môn, giống như kho tàng vô tận, và "bất khả hoại" vì dù thị hiện trong bất cứ thế giới nào, nhập vào mọi cảnh sinh tử, trí ấy không bị phân đoạn hay che mờ. Do đó, Bồ-tát nhờ trí này mà có thể thọ trì, diễn nói, ghi nhớ toàn bộ hành nguyện, tam-muội, thần thông và pháp luân của chư Phật trong mười phương mà không hề suy giảm.

- Trong truyền thống Đại thừa và cả các bộ phái như Nhất thiết hữu bộ (Sarvāstivāda), Nhiên Đăng Phật được xem là biểu tượng "khởi duyên" và "khai thị đạo Bồ-tát". Ngài là vị Phật quá khứ chứng minh cho đại nguyện của các Bồ-tát lớn, đặc biệt là Thích-ca Mâu-ni và các Bồ-tát thành tựu hạnh Phổ Hiền. Trong Phẩm Nhập pháp giới, việc truy nguyên đến Đức Phật Nhiên Đăng nhấn mạnh rằng hạnh của thiện tri thức không chỉ thuộc về một đời hay một kiếp, mà nối dài qua vô lượng a-tăng-kỳ kiếp; đồng thời khẳng định tính liên tục của truyền thống Bồ-tát đạo: mỗi đời Phật đều có Bồ-tát tùy tùng học đạo, tích tập trí và bi, rồi tiếp tục trong đời Phật kế tiếp. Nhiên Đăng Phật do vậy được xem như "cội nguồn lịch sử" của hạnh Bồ-tát và là chỗ phát tâm, thọ ký, truyền đăng của các vị chứng nhập hạnh Phổ Hiền.

- Trong Hoa Nghiêm, "thọ ký" không phải là lời tiên đoán tương lai theo nghĩa thời gian tuyến tính, mà là sự hiển bày của quả vị đã thành tựu trong tánh đức. Phàm phu vì phân biệt nên thấy như "vị lai"; còn Bồ-tát trong pháp giới vô ngại thì biết rằng thọ ký là sự khai mở bản tánh Phật vốn sẵn, chỉ được chư Phật làm hiển lộ. Trong Phẩm Nhập pháp giới, thọ ký là một phần của "phổ môn đại dụng": Bồ-tát đi vào tất cả cõi Phật để chứng tri và thành tựu vô lượng Phật sự, rồi trở lại giáo hóa chúng sinh. Thọ ký trong Hoa Nghiêm còn mang nghĩa xác lập bất thoái chuyển, chứng đắc năng lực chuyển pháp luân, và hòa nhập vào mạng lưới trí tuệ của chư Phật mười phương. Do đó, thọ ký không phải một sự kiện, mà là sự tương ưng giữa trí tuệ Phổ Hiền và Pháp thân chư Phật—sự đồng hiện giữa nhân và quả trong pháp giới viên dung.

Địa Thần dạy Thiện Tài rằng: "Bồ-tát phải an trụ tâm như đại địa, chẳng dao động giữa các cảnh giới. Tâm an, thì pháp giới hiển hiện; như đất nâng đỡ vạn vật mà chẳng chọn lựa, tâm Bồ-tát nâng đỡ muôn hạnh mà chẳng phân biệt."

III. Ý NGHĨA BIỂU TƯỢNG

1. An Trụ (*Sthāvara*) phát sinh từ căn động từ *sthā-* ("đứng", "an trụ") kết hợp với hậu tố *-vara*, mang nghĩa "có tính chất đứng yên", "bất động". Trong triết hệ Kỳ-na giáo (Jaina), *sthāvara* là một trong tám loại sinh hữu (*aṣṭajīva-sthānīya*), chỉ những sinh thể "nhất căn" (đất, nước, lửa, gió, thảo mộc) không di động. Trong Phật giáo, *sthāvara* thường chỉ "hữu tình bất động", hoặc biểu tượng cho các pháp an trụ trong chân như. Trong Kinh Từ bi *Metta-sutta* (Sn 1.8) tiếng Pāli, xuất hiện dạng tương đương *thāvara*: "*sabbe sattā bhavantu sukhitattā, ye keci pāṇabhūtā atthi tasā vā thāvarā vā anavasesā*", nghĩa là "nguyện cho tất cả chúng sinh, dù di động hay bất động, đều được an lạc." Trong hệ Hoa Nghiêm, *sthāvara* được diễn giải là "pháp giới tịch nhiên, an trụ nơi chân như mà vô ngại hóa hiện", biểu trưng cho tâm bất động nhưng năng sinh vạn hạnh.

2. Tính biểu trưng của "Đất"

Đất có đức nâng đỡ, sinh trưởng, bình đẳng. Trong Phật giáo, "Địa Thần" không chỉ là thần tự nhiên, mà là pháp thân công đức biểu hiện của tâm định. Khi tâm hành giả an như đất, thì vạn pháp đều từ đó sinh.

3. Hình tượng "Thần"

"Thần" ở đây biểu trưng cho năng lực nội hộ (*adhiṣṭhāna śakti*). Đó là sự gia trì của định lực, giúp tâm hành giả an trụ trong trí tuệ.

IV. TƯ TƯỞNG HOA NGHIÊM

1. Tâm địa kiên cố

Bồ-tát lấy tâm địa làm nền cho đạo. Khi tâm kiên cố, không bị lay động bởi tám gió (*aṣṭa lokadharma*), thì mọi hạnh đều từ đó sinh khởi.

2. Định tuệ song hành

Pháp môn An Trụ địa không chỉ là định tĩnh mà còn là quán chiếu. "Tâm định như đất, trí chiếu như nhật"; định giữ, trí soi – hai đức cùng vận.

3. Đức địa bình đẳng

Như đại địa không chọn vật để nâng, tâm Bồ-tát bình đẳng nhiếp thọ muôn loài. Đây là biểu hiện của "vô sai biệt tánh bình đẳng trí" (*samatā-jñāna*).

V. TÓM TẮT

An Trụ Địa Thần tiêu biểu cho pháp môn *Bất khả hoại trí tuệ tạng*, nơi tâm định như đại địa, tuệ chiếu như quang minh.

Ngài dạy Thiện Tài rằng Bồ-tát hành đạo giữa muôn duyên, nhưng tâm chẳng lay động; như đất dung chứa vạn vật mà không phân biệt.

Đây là cảnh giới định tuệ bình đẳng, mở đầu cho giai đoạn Thiện Tài bước vào nội chứng thập địa. Tâm an trụ như đất nâng sinh, tuệ chiếu sáng như mặt trời hiện khắp; an và chiếu dung hợp, nên gọi là An Trụ Địa Thần.

31. CHỦ DẠ THẦN BÀ-SĂN-BÀ-DIỄN-ĐỀ (Vasantī Rātri-Devatā 婆娑婆演提夜神)

I. BỐI CẢNH KINH VĂN

Sau khi đảnh lễ An Trụ Địa Thần, Thiện Tài Đồng tử được chỉ đến vị thiện tri thức kế tiếp là Chủ Dạ Thần tên Bà-săn-bà-diễn-để, vị nữ thần của đêm, biểu trưng cho trí tuệ soi chiếu trong tịch tĩnh.

Kinh văn: Thiện nam tử! Ở trong cõi Diêm-phù-đề, thuộc nước Ma-kiệt-đà, thành Ca-tỳ-la có một vị thần chủ ban đêm tên là Bà-săn-bà-diễn-để. Ông hãy đến đó thưa hỏi: Bồ-tát học hạnh Bồ-tát và tu đạo Bồ-tát như thế nào?

Hán:

善男子！此閻浮提摩竭提國迦毘羅城，有主夜神，名：婆珊婆演底。汝詣彼問：菩薩云何學菩薩行、修菩薩道？」

Kinh văn: Thiện nam tử! Ta ở trong đêm tối cõi nhân gian tịch mịch, là lúc quỷ thần, trộm cướp và các loài chúng sinh ác thường đi lại; khi mây dày sương nặng, gió dữ mưa to, mặt trời, mặt trăng và tinh tú đều bị che khuất không thấy hình, ta thấy có những chúng sinh hoặc vào trong biển hoặc đi trên đất liền, giữa núi rừng, đồng hoang, chốn hiểm nạn; hoặc gặp bọn cướp, hoặc kẻ thiếu lương thực, hoặc lạc mất phương hướng quên đường đi, hoang mang sợ hãi không thể tự thoát ra; khi ấy ta liền dùng các phương tiện sai biệt để cứu giúp họ.

Hán:

善男子！我於夜闇人靜，鬼、神、盜賊、諸惡眾生所遊行時，密雲重霧、惡風暴雨、日月星宿並皆昏蔽不見色時，見諸眾生，若入於海，若行於陸，山林、曠野、諸險難處，或遭盜賊，或乏資糧，或迷惑方隅，或忘失道路，慞惶憂怖不能自出；我時即以種種方便而救濟之。

II. PHÁP MÔN GIẢI THOÁT

Kinh văn: Thiện nam tử, ta đắc [pháp môn] *Bồ-tát phá nhất thiết chúng sinh si ám pháp quang minh giải thoát.* Thiện nam tử, ta đối với chúng sinh ác tuệ khởi đại từ tâm; đối với chúng sinh bất thiện nghiệp khởi đại bi tâm; đối với chúng sinh tu tác thiện nghiệp khởi hỷ tâm; đối với chúng sinh hành hai thiện ác khởi bất nhị tâm; đối với chúng sinh tạp nhiễm khởi tâm khiến sinh thanh tịnh; đối với chúng sinh tà đạo khởi tâm khiến sinh chánh hạnh; đối với chúng sinh liệt giải khởi tâm khiến phát đại giải; đối với chúng sinh ưa sinh tử khởi tâm khiến xả luân chuyển; đối với chúng sinh trụ Nhị thừa đạo khởi tâm khiến trụ nhất thiết trí. Thiện nam tử, do ta được giải thoát này nên thường cùng với tâm như thế tương ưng.

Hán:

善男子！我得菩薩破一切眾生癡暗法光明解脫。善男子！我於惡慧眾生，起大慈心；於不善業眾生，起大悲心；於作善業眾生，起於喜心；於善惡二行眾生，起不二心；於雜染眾生，起令生清淨心；於邪道眾生，起令生正行心；於劣解眾生，起令興大解心；於樂生死眾生，起令捨輪轉心；於住二乘道眾生，起令住一切智心。善男子！我以得此解脫故，常與如是心共相應。

Phá nhất thiết chúng sinh si ám pháp quang minh là một loại pháp giải thoát (*vimokṣa*) mang ý nghĩa hiển lộ năng lực trí huệ thanh tịnh của Bồ-tát: dùng ánh sáng của pháp (*dharma-prabhāsa*) phá tan sự tối tăm của vô minh (*avidyā-andhakāra*) đang che phủ các chúng sinh. Trong văn cảnh Phẩm Nhập pháp giới, "si ám" không chỉ là trạng thái nhận thức mù mịt, mà là toàn bộ cấu trúc mê lầm khiến chúng sinh mất khả năng thấy thực tướng các pháp; còn "quang minh" không phải ánh sáng vật lý mà là biểu tượng của trí (*prajñā*) chiếu soi duyên khởi, khiến các vọng tưởng tan rã.

Do vậy, giải thoát này biểu thị công dụng đặc thù của một thiện tri thức: tùy thuận căn cơ mà khai mở trí sáng, khiến chúng sinh thoát khỏi bóng tối của tà kiến, chấp ngã, chấp pháp, và được đưa vào con đường hướng đến nhất thiết trí (*sarvajñatā*).

III. Ý NGHĨA BIỂU TƯỢNG

1. Danh xưng Bà-săn-bà-diễn-để (Vasantī)

Vāsantī (hoặc *Vasanti*, tùy dị bản). Danh xưng này xuất phát từ căn *vas* – "trú ngụ, cư trú", với hậu tố *-antī*, mang nghĩa "trú lại" hay "mang lại mùa xuân, sự tươi mát". Trong *Gaṇḍavyūha-sūtra* (ed. Dutt, p. 3; Vaidya, p. 2), vị thần này được gọi là *rātri-devatā Vāsantī*, tức "Dạ thần Vasanti". Tên gọi có thể hiểu là "mang lại mùa xuân", biểu thị sức sống của trí tuệ trong tịch tĩnh, khi đêm dài vô minh được chiếu rọi.

2. "Dạ Thần" (rātri-devatā)

Trong Ấn Độ cổ, "Dạ Thần" không chỉ là thần thời gian, mà còn biểu trưng cho sự ẩn mật của tâm linh, nơi minh triết khởi sinh giữa lặng yên. Trong Hoa Nghiêm, Dạ Thần là pháp thân quang chiếu trong tịch tĩnh, nói lên mối liên hệ giữa định và trí.

3. Đêm và Ánh sáng

Đêm tượng trưng cho vô minh, ánh sáng tượng trưng cho giác trí. Nhưng trong tư tưởng Hoa Nghiêm, hai mặt ấy không đối nghịch: trong đêm có ánh sáng, trong ánh sáng có tịch chiếu, đó là cảnh giới "tịch chiếu viên dung".

IV. TƯ TƯỞNG HOA NGHIÊM

1. Trí khởi từ tịch

Pháp môn Dạ quang minh dạy rằng: chỉ khi tâm tịch tĩnh như đêm, ánh sáng trí mới hiện. Bồ-tát hành thiền trong tịch, nhưng không lìa bi; chiếu soi trong bi, mà không rời định.

2. Chiếu sáng vô minh

Bồ-tát như ánh trăng giữa đêm, không xua đuổi bóng tối, mà hóa giải vô minh bằng chiếu sáng bình đẳng. Ánh sáng của trí không phân biệt sáng - tối, thiện - ác, mà soi đến tận căn nguyên khổ đau.

3. Từ định khởi dụng

Khi tâm an trụ, trí khởi, từ đó hạnh bi vận hành. Đây là mối tương giao giữa "tịch" và "chiếu", một đặc trưng của tư tưởng Hoa Nghiêm: "Định là thể, trí là dụng; tịch là gốc, chiếu là ngọn."

V. TÓM TẮT

Chủ Dạ Thần Bà-săn-bà-diễn-đề (Vasantīprabhā Rātri-devatā) tiêu biểu cho pháp môn *Phá nhất thiết chúng sinh si ám pháp quang minh*, là giai đoạn Thiện Tài chứng nhập trí tuệ tịch chiếu. Ngài dạy rằng: "Hãy an trụ như đêm, soi sáng như trăng; trong tịch tĩnh mà chiếu khắp, trong chiếu soi mà không động." Đây là bước chuyển từ an trụ định (An Trụ Địa Thần) sang tịch chiếu trí, mở đầu cho tầng tuệ quán sâu trong *Hoa Nghiêm*.

32. PHỔ ĐỨC TỊNH QUANG DẠ THẦN (Samantagambhīraśrī-vimalaprabhā 普德淨光夜神)

I. BỐI CẢNH KINH VĂN

Sau khi đảnh lễ Dạ Thần Bà-săn-bà-diễn-để, Thiện Tài Đồng tử được chỉ đến vị thiện tri thức kế tiếp là Phổ Đức Tịnh Quang Dạ Thần, vị nữ thần biểu trưng cho quang minh của công đức thanh tịnh, viên mãn khắp pháp giới.

Kinh văn: Thiện Tài Đồng tử lần lượt du hành, dần dần đi đến chỗ của Dạ thần Phổ Đức Tịnh Quang, đảnh lễ dưới chân vị ấy, nhiễu quanh vô số vòng, rồi chắp tay trước mặt bạch rằng: Thưa Thánh giả! Con đã từng phát tâm cầu Vô thượng Chánh đẳng Chánh giác, nhưng nay con vẫn chưa biết: Bồ-tát tu hành các địa Bồ-tát như thế nào? Làm sao sinh khởi các địa của Bồ-tát? Làm sao thành tựu các địa của Bồ-tát?

Hán:

漸次遊行，至普德淨光夜神所，頂禮其足，遶無數匝，於前合掌而作是言：「聖者！我已先發阿耨多羅三藐三菩提心，而我未知菩薩云何修行菩薩地？云何出生菩薩地？云何成就菩薩地？」

II. PHÁP MÔN GIẢI THOÁT

Kinh văn: Thiện nam tử! Ta đã chứng đắc pháp giải thoát của Bồ-tát, tên là *Tịch tĩnh thiền định lạc phổ du bộ*. Nhờ đó, ta có thể thấy khắp tất cả chư Phật trong ba đời, cũng thấy rõ cõi Phật thanh tịnh của các Ngài, đạo tràng, đại chúng, thần thông, danh hiệu, thuyết pháp, thọ mạng, âm thanh ngôn ngữ và thân tướng của các Ngài, tuy vô lượng sai biệt mà ta đều thấy rõ ràng minh bạch, song tâm không chấp thủ.

Hán:

善男子！我得菩薩解脫，名：寂靜禪定樂普遊步。普見三世一切諸佛，亦見彼佛清淨國土、道場、眾會、神通、名號、說法、壽命、言音、身相，種種不同，悉皆明覩而無取著。

- *Tịch tĩnh thiền định lạc phổ du bộ* (*śānta-dhyāna-sukha-sarva-gamana-vihāra-vimokṣa*) là pháp môn giải thoát (*vimokṣa*) mô tả trạng thái nội chứng của Bồ-tát khi thiền định đạt đến mức hoàn toàn an tĩnh (*śama*) và thanh lương, khiến tâm định trở thành nguồn an lạc rộng lớn (*dhyāna-sukha*) và không bị hạn cuộc bởi không gian hay thời gian; từ đó, Bồ-tát có khả năng "phổ du bộ", tức tự tại du hành trong mười phương, thấy rõ ba đời chư Phật và vô số quốc độ mà không khởi tâm phân biệt hay chấp thủ.

- *Tịch tĩnh* nhấn mạnh sự vắng bặt của tán loạn và vọng tưởng; "thiền định lạc" là kinh nghiệm hỷ lạc sâu thẳm phát sinh từ trí định tương ưng; "phổ du bộ" là khả năng của trí định soi thấu toàn thể pháp giới như một trường hiển lộ nhất vị, nơi quá khứ–hiện tại–vị lai, uế độ–tịnh độ, sai biệt–bình đẳng đều hiện tiền mà không ngăn ngại, biểu thị trí tuệ thấy Phật và quốc độ bằng trực chứng pháp thân, không do tưởng tượng hay chứng đắc hữu vi.

III. Ý NGHĨA BIỂU TƯỢNG

1. Danh xưng "Phổ Đức Tịnh Quang (*Samantagambhīraśrī-vimalaprabhā*).

Toàn thể hợp từ có nghĩa là "(vị nữ thần) có ánh sáng thanh tịnh và diệu đức sâu rộng khắp nơi". ạn. Về biểu tượng, vị Dạ thần này tượng trưng cho trí tuệ thanh tịnh (*prajñā-vimala*) chiếu khắp pháp giới, mở đầu cho hành trình *Bồ-tát đạo* của Thiện Tài: ánh sáng giác ngộ khởi sinh giữa đêm tối vô minh.

2. Dạ Thần: biểu tượng của đức tịch chiếu

Nếu Bà-săn-bà-diễn-để biểu trưng trí chiếu trong tịch, thì Phổ Đức Tịnh Quang là đức viên dung trong tịch chiếu: công đức vô lượng hiển hiện trong sự tĩnh lặng. "Dạ" là tịch, "Quang" là chiếu, "Phổ Đức" là năng dụng từ tịch chiếu ấy lan tỏa khắp.

3. Quang minh của đức

Ánh sáng ở đây không phải vật chất, mà là trí-bi chiếu soi qua hạnh đức. Khi hạnh tịnh, trí hiện; khi trí hiện, bi khởi; ba đức (bi–trí–hạnh) viên dung, ấy là "Phổ Đức Tịnh Quang".

IV. TƯ TƯỞNG KINH HOA NGHIÊM

1. Tịnh hạnh chiếu đức

Bồ-tát hành thiện nhưng không chấp tướng; vì tâm thanh tịnh nên mọi công đức đều rạng chiếu. Đây là ý "hạnh vô tướng, đức vô ngại" — công đức từ tịch tâm mà sinh, chẳng do cầu phước.

2. Đức quang tự chiếu

Ánh sáng của công đức không từ ngoài soi đến, mà từ nội tâm chiếu ra. Bồ-tát không tìm ánh sáng, mà tự làm nguồn sáng cho pháp giới; "tâm tịnh tức quang minh hiện".

V. TÓM TẮT

Trong pháp giới Hoa Nghiêm, mọi công đức của Phật và Bồ-tát đều tương dung. "Phổ Đức Tịnh Quang" là cảnh giới mà một hạnh nhỏ cũng chứa đủ công đức vô lượng, như một ánh quang phản chiếu cả thái hư. Qua Phổ Đức Tịnh Quang, Thiện Tài nhận ra: công đức chính là ánh sáng; tâm thanh tịnh là ánh sáng của thế giới.

33. HỶ MỤC QUÁN SÁT CHÚNG SINH DẠ THẦN (喜目觀察眾生夜神)[41]

I. BỐI CẢNH KINH VĂN

Sau khi đảnh lễ Dạ Thần Phổ Đức Tịnh Quang, Thiện Tài Đồng tử được chỉ đến vị thiện tri thức kế tiếp là Hỷ Mục Quán Sát Chúng Sinh Dạ Thần, vị nữ thần biểu trưng cho niềm vui

---

41 Bản Phạn: *Pramuditārājñī-jagad-rūciranā:* xuất hiện trong *Gaṇḍavyūha-sūtra* (Dutt, p. 13; Vaidya, p. 10) là danh xưng của một vị thiện tri thức thuộc hàng nữ vương, được Thiện Tài Đồng tử đến tham học. Danh hiệu này là một *bahuvrīhi-samāsa* (hợp từ định danh ngoại), gồm ba yếu tố: *pramuditā-rājñī* (*pramuditā* = "hoan hỷ, rạng rỡ", từ căn √*mud*, nghĩa là "hoan lạc, hân hoan"; *rājñī* = "nữ vương", hình thức giống cái của *rājan*), nghĩa là "Nữ vương hoan hỷ", biểu trưng cho tâm Bồ-tát vui mừng khi thấy chúng sinh được lợi ích, tương ứng với *muditā-brahmavihāra*; và *jagad-rūciranā* (*jagat* = "thế gian"; *rūcira* = "tươi sáng, khả ái, rực rỡ", từ căn √*ruc*, "chiếu sáng, phát quang"; hậu tố *-nā* biểu thị tính nữ), nghĩa là "người nữ có vẻ đẹp rực rỡ làm sáng thế gian", hàm ý "ánh sáng công đức làm đẹp pháp giới". Khi kết hợp, *Pramuditārājñī-jagad-rūciranā* được hiểu là "Nữ vương Hoan Hỷ, người làm rạng rỡ thế gian bằng ánh sáng hoan lạc của trí tuệ". Bản Hán T279 (Śikṣānanda dịch) ghi là「喜目觀察眾生夜神」, nhấn mạnh yếu tố 夜神 (dạ thần) còn phần *jagad-rūciranā* được chuyển thành "喜目觀察眾生". Danh hiệu này biểu trưng cho tâm hoan hỷ vô ngại của Bồ-tát, ánh sáng của đại bi và trí tuệ trang nghiêm chiếu khắp thế gian, khiến sinh tử tự hiển thành cõi tịnh.

của trí tuệ khi quán sát và nhiếp thọ chúng sinh bằng đại bi vô ngại.

Kinh văn: Bấy giờ, Thiện Tài Đồng tử tôn kính lời dạy của bậc Thiện tri thức, hành trì đúng theo những điều mà Thiện tri thức đã chỉ dạy, và tự khởi niệm rằng: "Thiện tri thức thật khó thấy, khó gặp. Gặp được Thiện tri thức thì tâm không tán loạn; gặp được Thiện tri thức thì có thể phá tan núi chướng ngại; gặp được Thiện tri thức thì được vào biển đại bi để cứu hộ chúng sinh; gặp được Thiện tri thức thì được ánh sáng trí tuệ chiếu khắp pháp giới; gặp được Thiện tri thức thì có thể tu hành đạo nhất thiết trí; gặp được Thiện tri thức thì có thể thấy biển Phật khắp mười phương; gặp được Thiện tri thức thì được thấy chư Phật chuyển bánh xe pháp và ghi nhớ chẳng quên. Sau khi khởi niệm ấy, [Thiện Tài] liền phát tâm muốn đến chỗ của Dạ thần Hỷ Mục Quán Sát Chúng Sinh

Hán:

爾時，善財童子敬善知識教，行善知識語，作如是念：「善知識者，難見難遇；見善知識，令心不散亂；見善知識，破障礙山；見善知識，入大悲海救護眾生；見善知識，得智慧光普照法界；見善知識，悉能修行一切智道；見善知識，普能覩見十方佛海；見善知識，得見諸佛轉於法輪憶持不忘。」作是念已，發意欲詣喜目觀察眾生夜神所。

II. PHÁP MÔN GIẢI THOÁT

Kinh văn: Bấy giờ, Thiện Tài đồng tử, thấy và nghe tất cả các việc hy hữu như trên đã hiện, niệm niệm quán sát, tư duy hiểu rõ, sâu xa an trụ. Do nương sức oai thần của chư Phật và sức giải thoát, liền được *Bồ-tát bất tư nghị đại thế lực phổ hỷ tràng tự tại lực giải thoát.* Vì sao vậy? Vì với Hỷ Mục Dạ thần thuở quá khứ đã cùng tu hành; vì được sức thần lực của Như Lai gia trì; vì được thiện căn bất tư nghị giúp đỡ; vì được các căn của Bồ-tát; vì sinh trong chủng tánh của Như Lai; vì được sức của thiện hữu nhiếp thọ; vì được chư Như Lai hộ niệm; vì từng được Tỳ-lô-giá-na Như Lai hóa độ; vì phần thiện căn kia đã thành thục; vì có khả năng tu hạnh Phổ Hiền Bồ-tát.

Hán:

爾時，善財童子見聞如上所現一切諸希有事，念念觀察，思惟解了，深入安住，承佛威力及解脫力，則得菩薩不思議大勢力普喜幢自在力解脫。何以故？與喜目夜神於往昔時同修行故，如來神力所加持故，不思議善根所祐助故，得菩薩諸根故，生如來種中故，得善友力所攝受故，受諸如來所護念故，毘盧遮那如來曾所化故，彼分善根已成熟故，堪修普賢菩薩行故。

- *Phổ hỷ tràng tự tại lực giải thoát* là pháp môn giải thoát (*vimokṣa*) biểu thị năng lực tâm linh của Bồ-tát khi niềm hoan hỷ giác ngộ (*muditā*) rộng khắp mười phương được triển khai như một pháp tràng, hiển bày công đức giải thoát, khiến Bồ-tát tự tại trong việc nhiếp hóa chúng sinh.

- *Phổ hỷ* nói lên sự hỷ lạc không hạn lượng, không do cảm xúc cá nhân mà do trí chứng thấy tất cả pháp là bình đẳng; "tràng" là biểu tượng của sự hiển hiện công đức và oai lực; "tự tại lực" là khả năng không bị ngăn ngại trong việc ứng hiện, giáo hóa, vào ra các cảnh giới mà không rơi vào phân biệt.

- Pháp môn giải thoát này trong Phẩm Nhập pháp giới gắn liền với sự tương ưng giữa Thiện Tài và Hỷ Mục Dạ Thần, biểu thị sự trưởng thành của thiện căn và hạnh nguyện Phổ Hiền, nơi niềm hỷ lạc của trí tuệ trở thành lực dụng bao trùm pháp giới.

- Hỷ Mục Dạ Thần dạy Thiện Tài rằng: "Bồ-tát khi quán chúng sinh bằng con mắt hoan hỷ, thấy hết thảy đều có Phật tánh, không ai là đối tượng của khinh chê hay đoạn diệt. Niềm vui ấy không phải do dục, mà do tuệ giác biết rằng chúng sinh tuy khổ mà bản tánh vốn tịnh."

III. Ý NGHĨA BIỂU TƯỢNG

1. Danh xưng "Hỷ Mục"

Biểu trưng tuệ nhãn an lạc, cái nhìn không chê bai, không vướng biên kiến. Đây là "Phật nhãn của bi-trí dung hợp".

2. "Quán sát chúng sinh"

"Quán sátkhông phải soi xét bằng phân biệt, mà là chiếu kiến đồng thể tính: Bồ-tát thấy tất cả chúng sinh như thấy chính mình – khổ não tuy khác, nhưng Phật tánh bình đẳng.

3. Dạ Thần: ánh sáng trong tịch lặng

"Dạ" là tịch tĩnh; trong tịch mà quán chiếu, ánh sáng từ tâm hỷ lan khắp. Hỷ Mục Dạ Thần tượng trưng cho trí hỷ khởi từ tịch định, quán sát mà không nhiễm, thương xót mà không sầu.

IV. TƯ TƯỞNG HOA NGHIÊM

1. Bi-hỷ song vận

Khi bi tâm vận hành mà không khổ, thì hỷ sinh; khi hỷ có nền của bi, thì hỷ ấy không tán loạn. Đây là cảnh giới "bi hỷ song hành" – một biểu hiện cao của tâm Bồ-tát.

2. Tuệ nhãn bình đẳng

Bồ-tát dùng "mắt hoan hỷ" để thấy pháp giới: mỗi chúng sinh đều là cảnh giới để khởi tâm từ, không có kẻ đáng chán ghét. Hỷ không phải cảm xúc, mà là tuệ tri bình đẳng.

3. Hỷ trong tịch, quán trong định

Cái hỷ của Bồ-tát không sinh từ dục lạc, mà từ định-tuệ viên dung. Tâm an tịnh, liền thấy tất cả chúng sinh trong quang minh của trí bi; đây là "tịch chiếu lạc dụng".

V. TÓM TẮT

Hỷ Mục Quán Sát Chúng Sinh Dạ Thần tiêu biểu cho pháp môn *Phổ hỷ tràng tự tại lực giải thoát*, biểu thị tâm bi-hỷ bình đẳng của Bồ-tát khi quán sát hữu tình.

Ngài dạy Thiện Tài rằng: "Hãy nhìn chúng sinh bằng con mắt hoan hỷ, thấy khổ mà khởi tâm bi mẫn, thấy thiện mà không chấp, thấy tánh Phật trong tất cả."

Đây là giai đoạn Thiện Tài bước vào trí-bi tương tức, nơi bi không còn sầu, hỷ không còn chấp, chiếu soi pháp giới bằng cái nhìn vô ngại.

34. PHỔ CỨU CHÚNG SINH DIỆU ĐỨC DẠ THẦN (Samantavyūha-Guṇottarā Rātri-Devatā 普救眾生妙德夜神)

I. BỐI CẢNH KINH VĂN

Sau khi đảnh lễ Dạ Thần Hỷ Mục Quán Sát Chúng Sinh, Thiện Tài Đồng tử được chỉ đến vị thiện tri thức kế tiếp là Phổ Cứu Chúng Sinh Diệu Đức Dạ Thần, vị nữ thần biểu trưng cho đức thường cứu khổ vô ngại, phổ nhiếp nhất thiết chúng sinh.

Kinh văn: Phát nguyện như vậy rồi, bèn đi đến chỗ của Phổ Cứu Chúng Sinh Diệu Đức Dạ Thần. Khi ấy, vị Dạ thần ấy vì Thiện Tài đồng tử mà thị hiện thần lực giải thoát của Bồ-tát điều phục chúng sinh, lấy các tướng tốt trang nghiêm thân mình, nơi khoảng giữa hai lông mày phóng ra đại quang minh, tên: Trí Đăng Phổ Chiếu Thanh Tịnh Tràng, có vô lượng ánh sáng làm quyến thuộc, ánh sáng ấy phổ chiếu tất cả thế gian. Chiếu soi thế gian rồi, liền vào đảnh của Thiện Tài, đầy khắp toàn thân. Khi ấy, Thiện Tài liền được *Cứu cánh thanh tịnh luân tam-muội.*

Hán:

作是願已，往詣普救眾生妙德夜神所。時，彼夜神為善財童子示現菩薩調伏眾生解脫神力，以諸相好莊嚴其身，於兩眉間放大光明，名：智燈普照清淨幢，無量光明以為眷屬，其光普照一切世間。照世間已，入善財頂，充滿其身。善財爾時即得究竟清淨輪三昧。

- *Dạ thần Phổ Cứu Chúng Sinh Diệu Đức* là hiện thân của trí tuệ đại bi: ánh sáng trí tuệ từ giữa chặng mày biểu thị *Bát-nhã quang*, chiếu khắp và nhập vào thân Thiện Tài, tượng trưng cho sự khai mở tri kiến Như Lai.

- *Phổ hỷ tràng tự tại lực giải thoát* là pháp môn biểu tượng của ánh sáng trí tuệ Bồ-tát trong Phẩm Nhập pháp giới, nơi "trí đăng" chỉ ngọn đèn trí huệ (*prajñā-dīpa*) phá chướng vô minh; "phổ chiếu" là công năng chiếu soi bình đẳng khắp mười phương, tương ưng với pháp giới vô ngại; "thanh tịnh tràng" là cờ phướn thanh tịnh (*viśuddhi-dhvaja*), biểu thị sự tuyên dương công đức và đạo lực thanh tịnh của Bồ-tát. Danh hiệu này không phải là ánh sáng vật lý, mà là sự hiển lộ của pháp thân trí huệ: từ khoảng giữa hai mày của vị thiện tri thức phóng quang, biểu trưng cho thể tính giác ngộ của Như Lai; ánh sáng ấy có "vô lượng quang minh làm quyến thuộc", nghĩa là trí huệ vô số phương tiện tùy duyên vận dụng; "chiếu tất cả thế gian" nghĩa là chiếu soi cả cảnh giới hữu lậu và vô lậu, hiển bày chân tánh của các pháp mà không phân biệt.

- *Cứu cánh thanh tịnh luân tam-muội* là một loại định đặc thù của Bồ-tát trong văn mạch Hoa Nghiêm, nơi "luân" chỉ sự viên mãn, tương tục không gián đoạn như bánh xe pháp, "thanh tịnh" chỉ sự vắng bặt mọi cấu nhiễm và phân biệt, "cứu cánh" nói đến mức rốt ráo không còn dư tàn của chấp thủ. Đây không phải là định của tịch diệt đơn thuần, mà là tam-muội vận hành trong cảnh giới pháp giới viên dung: định ấy có tính "luân" vì luôn xoay chuyển vô ngại giữa trí quán và hạnh nguyện, giữa định và động, giữa tự chứng và nhiếp hóa; "thanh tịnh" vì định này vượt khỏi mọi đối đãi của sinh–diệt, hữu–vô; "cứu cánh" vì đạt đến mức làm nền cho hạnh Phổ Hiền: mỗi sát-na là sự hiển lộ pháp thân, mỗi tác dụng đều mang bản chất thanh tịnh. Khi Thiện Tài tiếp nhận ánh sáng vào đảnh, định này thành tựu tròn đầy, biểu thị sự mở thông căn cơ để bước vào cảnh giới hạnh Phổ Hiền.

- *Cứu Cánh Thanh Tịnh Luân tam muội* chính là định của pháp giới vô ngại, đánh dấu bước chuyển quan trọng trong hành trình: từ tâm cầu học (śraddhā-citta) sang tâm quán chiếu thực chứng (darśana-mārga).

II. Vì sao đến chặng đường này, kinh văn giới thiệu các Thiện tri thức là Dạ thần (Rātri-devatā) và mang nữ tính?

(a) Chức năng cấu trúc của "Dạ-đêm tối" trong hành trình 52 thiện tri thức

Sau "An Trụ Địa Thần" (tâm làm đất, nền định vững), chuỗi các Dạ thần xuất hiện liên tiếp. Về cấu trúc, đây là một "khúc chuyển" từ an trụ–định sang tịch–chiếu: đêm (*rātri*) tượng trưng cho tịch mặc, còn "quang/ánh sáng (*prabhā*)" lặp lại trong tên các vị Dạ thần biểu trưng cho chiếu dụng.

Chuỗi Dạ thần vì vậy đảm nhiệm vai "trường đoạn tịch-chiếu", chuẩn bị cho những bậc thiện tri thức mang sắc thái quang minh–phương tiện về sau. Chuỗi này như một cụm tu chứng: "địa" (nền) ⟶ "dạ" (tịch) ⟶ "quang" (chiếu). Đó là tiến trình nội chứng của Thiện Tài: định an nhiên rồi mới có ánh sáng trí huệ khả dĩ chiếu khắp.

(b) Biểu tượng Ấn Độ học: "Đêm" như không gian của minh triết và khải thị

Trong bối cảnh Ấn Độ cổ, *Rātri* (Đêm) vốn là một nữ thần trong truyền thống Vệ-đà; "đêm" không chỉ là tối tăm mà là không gian tiềm sinh, tịch mặc, nơi trực giác khởi hiện. *Phẩm Nhập pháp giới* kế thừa và chuyển nghĩa: giữa "đêm" của vô minh, ánh quang trí (*prabhā*) hiện lên để khai thị–khai thông, nên các vị Dạ thần thường mang danh xưng gắn với quang minh, tịnh, hỷ, phổ cứu... Điều này làm nổi bật nghệ thuật nghịch chiếu: chính trong bóng tối, ánh sáng mới hiển công năng.

(c) Ngữ nghĩa–tu từ: cặp đối *"rātri–prabhā"*

Về ngôn từ, nhiều danh xưng được cấu tạo theo mô thức [đức tính/công đức] + prabhā (quang), đặt trong khung *rātri-devatā*. Đây là thủ pháp tu từ có chủ ý:

- "*Đêm*" = tịch (thể),

- "*Quang*" = chiếu (dụng).

Cặp đối này làm rõ luận đề Hoa Nghiêm: tịch–chiếu viên dung, không rơi vào hai cực tịch diệt hoặc tán động.

(d) Tôn giáo học so sánh: tích hợp tín ngưỡng địa phương *Phẩm Nhập pháp giới* nhất quán với tư tưởng Đại thừa: không phủ định thần linh bản địa, mà chuyển vị các thần làm thiện tri thức, người thầy chỉ dạy một pháp môn. Việc đưa Dạ thần vào chuỗi thiện tri thức của Thiện Tài vừa tôn trọng không gian tâm linh sẵn có, vừa Phật hóa các thiên/thần. Dạ thần không phải đối tượng thờ phụng, mà là biểu tượng khai thị một "giải thoát môn" cụ thể.

(e) Nhấn mạnh pháp hành: "đêm" của hành giả

Đêm là thời thiền quán, tỉnh giác, độc hành, một "không gian" tu chứng cổ điển. Gắn các giải thoát môn với Dạ thần nhấn mạnh chiều kích nội quán tịch tĩnh (định) làm nền cho ngoại dụng quang minh (trí–bi).

Sự xuất hiện liên tiếp của Dạ thần (Rātri-devatā) ở giai đoạn này là đòn bẩy cấu trúc–biểu tượng để đổi pha tu chứng của Thiện Tài: từ "an trụ" sang "tịch chiếu," biến tịch mặc thành năng lực chiếu soi và nhiếp thọ.

e) Vì sao các vị này đều mang nữ tính (Rātri-devatā)?

Vền ngữ học: "*rātri*" là giống cái; "devatā; thiên; 天", Hán dịch: *thần* (神) có cấu trúc dạng nữ; nhiều hợp từ về thần danh theo sau sẽ mang hình thái nữ. Vì thế, "*Rātri-devatā*" một cách tự nhiên là chủ thể nữ trong ngôn ngữ.

Về biểu tượng học Đại thừa: nữ tính = phương diện Prajñā (Bát-nhã).

Đại thừa thường nữ tính hóa trí huệ: Bát-nhã ba-la-mật-đa (*Prajñāpāramitā*) được tôn xưng là "Mẹ chư Phật". Dạ thần với các danh xưng "Tịnh Quang, Hỷ Mục, Phổ Cứu..." đều là biểu hiện của trí huệ khởi dụng: trí làm quang, bi nhiếp phục, đức làm thành. Nữ tính ở đây tượng trưng cho khả tính sinh thành, dung nhiếp và khai mở của trí huệ; "mẫu lực" sinh công đức.

Khi Phật giáo truyền sang Trung Hoa, kinh điển phiên dịch dung hợp văn hóa Hán, vận dụng phép diễn đạt "âm–dương". Qua đó, các "Dạ thần (夜神)" tự nhiên liên hệ với *Âm* (tịch, nhu, tiềm), đối trọng với *Dương* (động, hiển, quang). *Nữ thần* (*chủ đêm*) vì vậy trở thành hình tướng thích hợp để diễn đạt "tịch nhi năng chiếu": nhu mà không nhược, tĩnh mà hữu dụng, đúng tinh thần tịch–chiếu song vận của Hoa Nghiêm.

Trên phương diện xã hội–tôn giáo học: khẳng định "tính bình đẳng". Chuỗi thiện tri thức của Thiện Tài cố ý đa dạng hóa: xuất gia, tại gia, đồng nam, đồng nữ, vua, trưởng giả, thần, thiên... Việc đặt những nữ thần vào vị trí người thầy trực tiếp đã là một tuyên ngôn: đạo sư có thể là nữ, là thần, là bất kỳ hữu tình/hữu thể nào, miễn là biểu hiện một giải thoát môn chân thật. Đây là tư tưởng viên dung vô ngại.

Về chức năng sư phạm, nữ tính đáp ứng nghĩa "nhu hóa" để hiển dụng. Các Dạ thần nữ thường không dùng uy quyền mà dùng quang minh, tịnh, hỷ, diệu đức để cảm hóa. Sự nhu hóa ở hình tượng nữ là một phương tiện sư phạm: chuyển từ "thắng phục" bằng năng lực (ở các thiện tri thức trước) sang "nhiếp hóa" bằng đức tịnh–quang–hỷ, phù hợp giai đoạn trưởng thành vi tế của Thiện Tài.

Sau cùng là sự tương ứng tu–chứng: "tịch" (đêm) sinh "chiếu" (quang), trong lộ trình chứng đắc, *tịch* là điều kiện để *chiếu* thành tựu; nữ tính (biểu tượng của dung nhiếp, thai nghén) diễn tả khả năng sản sinh quang minh–công đức. Vì vậy, "*Rātri-devatā* (nữ-dạ thần)" là hình ảnh chính xác cho cội nguồn phát sinh trí quang.

Tóm lại, thiện tri thức là Dạ thần đánh dấu giai đoạn chuyển từ "an trụ địa" sang tịch–chiếu; "đêm" cung cấp nền tịch, "quang" là trí khởi dụng; đồng thời tích hợp khéo léo lớp thần thoại bản địa vào hệ thống pháp môn Đại thừa.

Dạ thần mang nữ tính vì lý do ngữ pháp (*rātri*, giống cái) và, quan trọng hơn, vì biểu tượng học Đại thừa: nữ tính đồng nhất với Prajñā – mẫu lực sinh công đức, phù hợp dụng ý tịch nhi thường chiếu và chủ trương bình đẳng vô ngại của tư tưởng Hoa nghiêm (Avataṃsaka): bất cứ hình tướng nào, kể cả nữ thần của đêm, đều có thể là thiện tri thức nếu khai mở một giải thoát môn chân thật.

III. TƯ TƯỞNG HOA NGHIÊM

1. Bi trí tương ứng: cứu khổ vô ngại

Bồ-tát cứu khổ không bằng cảm xúc mà bằng trí tuệ; vì vậy, lòng bi không dẫn đến ưu sầu, mà thành phương tiện tự tại. Đây là nghĩa của "Diệu Đức": bi là thể, trí là dụng, hợp nhất trong hành cứu hộ.

2. Phổ cứu: không giới hạn đối tượng

Bồ-tát không phân biệt loài, không phân biệt nghiệp; tất cả đều được nhiếp trong bi tâm. "Phổ cứu" không có nghĩa hành động khắp nơi bằng thân, mà là tâm năng cứu hiện khắp pháp giới.

3. Đức năng viên dung

Mỗi hành thiện của Bồ-tát đều bao gồm toàn thể hạnh nguyện, vì mỗi một niệm bi đều tương ưng với tâm Phổ Hiền. Do đó, một hành cứu khổ nhỏ cũng bao trùm pháp giới, đây gọi là "diệu đức".

IV. TÓM TẮT

Phổ Cứu Chúng Sinh Diệu Đức Dạ Thần tiêu biểu cho pháp môn *Phổ hỷ tràng tự tại lực giải thoát*, là cảnh giới của đại bi vô ngại, lấy trí làm thể, lấy đức làm dụng, nhiếp hóa chúng sinh bằng hạnh thanh tịnh.

Ngài dạy Thiện Tài rằng: "Cứu khổ không phải để độ người, mà để thành tựu bi trí; độ người tức tự độ, cứu sinh tức hiển pháp." Đây là giai đoạn Thiện Tài thể nhập phổ cứu đại bi đồng thể, thâm nhập cảnh giới Phổ Hiền, nơi hành và trí viên dung.

35. TỊCH TỊNH ÂM HẢI DẠ THẦN (Prabhāntasthitā-ratī rātri-devatā 寂靜音海夜神)

I. BỐI CẢNH KINH VĂN

Sau khi đảnh lễ Hỷ Mục Quán Sát Chúng Sinh Dạ Thần, Thiện Tài Đồng tử được chỉ đến vị thiện tri thức kế tiếp là Tịch Tịnh Âm Hải Dạ Thần.

Kinh văn: Thiện nam tử! Ông nghĩ sao? Khi xưa, vị Chuyển luân Thánh vương có tên là Diệu Bảo Liên Hoa Kế trong tạng Tỳ-lô-giá-na, há phải là người khác ư? Nay chính là Bồ-tát Di-lặc. Còn vị Vương phi có khuôn mặt viên mãn thuần tịnh khi ấy, chính là Dạ thần Tịch Tĩnh Âm Hải, hiện nay ở nơi này cách đây không xa.

Hán:

善男子！於意云何？爾時毘盧遮那藏妙寶蓮華髻轉輪聖王者，豈異人乎？今彌勒菩薩是。時王妃圓滿面者，寂靜音海夜神是，今所住處去此不遠。

II. PHÁP MÔN GIẢI THOÁT

Thiện nam tử! Nhờ nương nơi ánh sáng Nhất thiết trí, trong từng niệm ta đều thấy vô lượng chư Phật. Sau khi đã thấy Phật, thì tất cả những hạnh Phổ Hiền mà trước kia ta chưa từng đạt, chưa từng thấy, nay đều được viên mãn đầy đủ. Vì sao vậy? Vì ta đã chứng đắc *Nhất thiết trí quang minh*.

Hán:

善男子！我依一切智光明故，於念念中見無量佛；既見佛已，先所未得、先所未見普賢諸行，悉得成滿。何以故？以得一切智光明故。」

- *Nhất thiết trí quang minh* là ánh sáng của Nhất thiết trí (*sarvajñatā*), tức trí biết tất cả pháp như thật, vốn được Hoa Nghiêm xem là đức tánh tự nhiên của pháp thân Như Lai và cũng là mục tiêu rốt ráo của Bồ-tát đạo. "Quang minh" ở đây không mang nghĩa vật lý, mà tượng trưng cho năng lực chiếu soi toàn thể pháp giới bằng trí duyên khởi bình đẳng, thấy rõ tính không, vô tướng, vô ngại của các pháp. Khi một vị thiện tri thức tuyên bố "nương nơi nhất thiết trí quang minh", nghĩa là tâm đã tương ưng phần nào với cảnh giới của trí viên dung, nơi mọi phân biệt đối đãi đều được chiếu giải. Chính ánh sáng này làm thành duyên mở bày tất cả hạnh Phổ Hiền: vì chỉ có trí vô ngại mới thấy được tất cả cảnh giới, mới khởi được đại hạnh, và mới thực hiện được sự nhiếp hóa vô lượng vô biên.

- *Niệm niệm kiến vô lượng Phật* là một đặc tính tư tưởng của Hoa Nghiêm, diễn tả sự giao cảm trực tiếp giữa tâm Bồ-tát và cảnh giới pháp thân. "Niệm niệm" không phải thời gian tuyến tính, mà chỉ từng sát-na tâm thức trong đó trí vô phân biệt hiển lộ; "kiến vô lượng Phật" là sự thấy bằng trí chứ không bằng mắt, tức thấy vô số thân Phật phương tiện và bản thể của pháp thân vốn cùng hiện trong một pháp giới viên dung. Trong Hoa Nghiêm, thấy Phật không phải là gặp một hình tướng nhất định, mà là nhận ra thể tánh không ngăn ngại của pháp giới: nơi một niệm thanh tịnh, vô biên chư Phật, vô lượng quốc độ, vô số pháp môn đều đồng thời hiện tiền. Do vậy, "niệm niệm kiến vô lượng Phật" nói lên sự thành thục của căn cơ Thiện Tài: mỗi niệm đều là pháp giới, mỗi pháp giới đều trùm khắp tam thế, và tam thế đều quy về một niệm giác ngộ.

III. Ý NGHĨA BIỂU TƯỢNG

1. Danh xưng "Tịch Tịnh Âm Hải"

Phạn *Prabhāntasthitā-ratī*; Hán dịch 寂静音海夜神 phản ánh đặc điểm phiên dịch kinh điển Hoa Nghiêm: dịch giả không luôn phiên âm hay dịch sát âm tự, mà thường diễn dịch ý nghĩa tổng thể của cảnh giới Bồ-tát được mô tả, tùy theo văn mạch hiển lộ trong *Gaṇḍavyūha-sūtra.* Trong Phạn bản, *Prabhāntasthitā-ratī* gồm ba thành tố: *prabhāta* (bình minh, ánh sáng khai minh), *sthitā* (an trụ), *ratī* (hoan hỷ); biểu thị "nữ thần hoan hỷ an trụ trong ánh sáng bình minh", ý nói Bồ-tát an trú trong ánh sáng trí tuệ vừa hiển khởi, ra khỏi bóng tối vô minh.

Bản Hán chọn cách chuyển đạt tinh thần ấy qua biểu tượng âm thanh tịch tĩnh, nên dịch là「寂静音海」, nghĩa là "biển âm thanh tịch tĩnh", gợi cảnh giới Bồ-tát sau khi trí tuệ khai minh, đã đạt định tuệ viên dung, nói pháp vô ngại như biển âm thanh thanh tịnh. Do đó, hai danh hiệu không đồng nguyên tự nhưng đồng nghĩa về biểu tượng: *prabhāta* (bình minh) →

"khai minh", tương đương với *śānta* (tịch tĩnh) vì cả hai đều biểu thị "sự thoát khỏi bóng tối vô minh"; *ratī* (hoan hỷ) → "âm hải" (biển âm thanh), đều hàm nghĩa niềm vui tịch tĩnh của Bồ-tát trong định tuệ. Nói cách khác, Thật-xoa-nan-đà (Śikṣānanda) không dịch từng chữ, mà chuyển nghĩa tổng hợp để làm nổi bật cảnh giới tâm linh, từ "bình minh của trí" trong Phạn ngữ sang "biển tịch âm" trong Hán, cùng diễn tả một cảnh giới giác ngộ siêu việt, nơi tịch và chiếu bất nhị.

2. Bi tâm cảm ứng

Âm thanh của vị này không nhằm thuyết pháp bằng ngôn ngữ, mà là năng lực cảm ứng vi diệu: khiến chúng sinh nghe pháp trong im lặng, đồng cảm trong tâm bi.

3. Dạ Thần (rātri-devatā)

Là biểu tượng cho "trí trong tịch": trong đêm lặng, âm thanh của đạo hiển lộ; đây là *śabda-sāgara*, tức pháp giới tịch lặng nhưng vọng âm vô tận.

IV. TƯ TƯỞNG HOA NGHIÊM

1. Âm từ tịch lặng

Âm của Bồ-tát không phát từ vọng tâm, mà từ "tịch chiếu định tuệ"; nên tuy có âm mà vô âm, tuy thuyết pháp mà vô thuyết.

2. Bi trí song hành

Nhờ tâm đại bi mà khởi âm, nhờ trí tịch tịnh mà âm ấy không nhiễm trần. Đây là sự hợp nhất giữa phương tiện và trí tuệ, giữa động và tĩnh.

3. Âm hải bình đẳng

Biển âm của vị Dạ Thần tượng trưng cho pháp âm vô phân biệt: một tiếng mà khắp pháp giới đều nghe, như âm thanh Phật thuyết trong *Hoa Nghiêm Hải Âm tam-muội.*

V. TÓM TẮT

Tịch Tịnh Âm Hải Dạ Thần biểu trưng cho pháp môn *Nhất thiết trí quang minh,* dạy rằng: âm thanh và tịch lặng vốn không hai. Bồ-tát trụ định tuệ vô ngại, thuyết pháp không lời, lời trong tịch, tịch mà thông. Lấy trí làm tịch, lấy bi làm âm; tịch và âm bất nhị, nên gọi Tịch Tịnh Âm Hải.

36. THỦ HỘ NHẤT THIẾT THÀNH TĂNG TRƯỞNG UY LỰC CHỦ DẠ THẦN (Sarvanagara-Puṣṭi-Vīrya-Prabhā-Rātri-Devatā)

I. BỐI CẢNH KINH VĂN

Sau khi đảnh lễ Dạ Thần Tịch Tịnh Âm Hải, Thiện Tài Đồng tử được chỉ đến vị thiện tri thức kế tiếp là Thủ Hộ Nhất Thiết Thành Tăng Trưởng Uy Lực Chủ Dạ Thần (*Sarvanagara-puṣṭi-vīrya-prabhā Rātri-devatā*).

Kinh văn: [Thiện Tài liền] đến chỗ Dạ thần Thủ Hộ Nhất Thiết Thành (*Sarva-nagara-rakṣa-rātri-devatā*). Bấy giờ, thấy vị Dạ thần ấy đang ngồi trên tòa Sư tử ma-ni nương, được trang nghiêm bằng tất cả châu báu sáng ngời, vô số dạ thần khác vây quanh cung kính. Ngài hiện ra đủ loại thân sắc tướng của tất cả chúng sinh, hiện thân đối diện khắp với tất cả chúng sinh, hiện thân không nhiễm ô giữa mọi thế gian, hiện vô lượng thân bằng số lượng của chúng sinh, hiện thân vượt hơn hết thảy thân thế gian, hiện thân làm cho tất cả chúng sinh được thuần thục, hiện thân có thể nhanh chóng đi khắp mười phương, hiện thân bao trùm khắp mười phương, hiện thân cứu cánh đồng thể tánh Như Lai, hiện thân cứu cảnh điều phục chúng sinh.

Hán:

行詣守護一切城夜神所，見彼夜神坐一切寶光明摩尼王師子之座，無數夜神所共圍遶，現一切眾生色相身，現普對一切眾生身，現不染一切世間身，現一切眾生身數身，現超過一切世間身，現成熟一切眾生身，現速往一切十方身，現遍攝一切十方身，現究竟如來體性身，現究竟調伏眾生身。

II. PHÁP MÔN GIẢI THOÁT

Kinh văn: Thiện nam tử, ta đắc [pháp môn] Bồ-tát thậm thâm tự tại diệu âm giải thoát, làm bậc đại pháp sư, không có chướng ngại, khéo có thể khai thị các Phật pháp tạng; do có đại thệ nguyện và đại từ bi lực, khiến tất cả chúng sinh trụ nơi Bồ-đề tâm; có thể làm tất cả các việc lợi ích cho chúng sinh, tích tập thiện căn không có nghỉ dứt; làm bậc điều ngự của tất cả chúng sinh, khiến tất cả chúng sinh trụ nơi đạo Nhất thiết trí; làm mặt trời pháp thanh tịnh của tất cả thế gian, chiếu khắp thế gian khiến phát sinh thiện căn; đối với tất cả thế gian tâm mình bình đẳng, khiến khắp chúng sinh tăng trưởng thiện pháp; đối với các cảnh giới tâm mình thanh tịnh, trừ diệt tất cả các nghiệp bất thiện; phát thệ nguyện lợi ích tất cả chúng sinh, thân thường phổ hiện nơi tất cả quốc độ; thị hiện tất cả các nhân duyên bản sự, khiến các chúng sinh an trụ nơi thiện hạnh; thường phụng sự tất cả thiện tri thức nhằm khiến chúng sinh an trụ trong Phật giáo.

Hán:

善男子！我得菩薩甚深自在妙音解脫，為大法師，無所罣礙，善能開示諸佛法藏故；具大誓願、大慈悲力，令一切眾生住菩提心故；能作一切利眾生事，積集善根無有休息故；為一切眾生調御之師，令一切眾生住薩婆若道故；為一切世間清淨法日，普照世間，令生善根故；於一切世間其心平等，普令眾生增長善法故；於諸境界其心清淨，除滅一切諸不善業故；誓願利益一切眾生，身恒普現一切國土故；示現一切本事因緣，令諸眾生安住善行故；恒事一切諸善知識，為令眾生安住佛教故。

- *Thậm thâm tự tại diệu âm giải thoát* là một loại pháp môn giải thoát (*vimokṣa*) mô tả năng lực ngôn thuyết của Bồ-tát khi tiếng nói trở thành phương tiện bất khả tư nghị nhằm khai mở trí huệ cho chúng sinh. "Thậm thâm" chỉ chiều sâu vô hạn của pháp giới mà âm thanh này tùy thuận; "tự tại" là năng lực vượt mọi chướng ngại, khiến mỗi lời nói đều tương ưng với căn cơ; "diệu âm" không phải âm thanh thông tục mà là phạm âm thanh tịnh (*brahmasvara*), biểu hiện sức mạnh của trí và bi. Trong giải thoát này, lời Bồ-tát không phải từ tác ý chủ quan, mà từ pháp tính lưu xuất, nên mỗi âm vận đều có thể làm nhân duyên đưa chúng sinh nhập vào Bồ-đề tâm, trừ nghi, đoạn hoặc, mở bày tạng pháp Như Lai.

- *Đại pháp sư* trong văn mạch Phẩm Nhập pháp giới không chỉ là người thuyết pháp, mà là vị đã thấu đạt pháp giới vô ngại (*dharmadhātu-pratītyasamutpāda*), nên có khả năng dùng vô lượng phương tiện diễn nói pháp tạng của chư Phật mà không vướng mắc ngôn ngữ. Vị đại pháp sư ở phẩm *Nhập pháp giới* thường mang ba đặc điểm:

(i) lời nói khởi từ trí ấn của pháp thân, không dựa vào vọng tưởng;

(ii) giáo hóa tùy nghi, mỗi lời đều tương ưng căn cơ và dẫn vào nhất thiết trí;

(iii) thân–ngữ–ý đều là pháp khí, nên sự xuất hiện của vị ấy tự thân đã là sự thuyết pháp.

Vì thế, "đại pháp sư" trong Phẩm Nhập pháp giới là biểu tượng của Bồ-tát đạt đến cảnh giới Phổ Hiền: giáo hóa khắp pháp giới bằng diệu âm, khiến tất cả chúng sinh đều có khả năng phát khởi và an trụ nơi Bồ-đề tâm.

III. Ý NGHĨA BIỂU TƯỢNG

1. Danh xưng "Thủ Hộ Nhất Thiết Thành Tăng Trưởng Uy Lực Chủ" Phạn: *Sarvanagara-saṃbhava-prabhā* ; 守護一切城夜神」Thật-xoa-nan-đà dịch ý. biểu thị hai cách diễn đạt khác nhau của cùng một biểu tượng Bồ-tát hạnh. Trong Phạn bản, *sarva-nagara-saṃbhava-prabhā* gồm: *sarva* (tất cả), *nagara* (thành), *saṃbhava* (sinh khởi), *prabhā* (quang minh), nghĩa đen là "ánh sáng sinh khởi trong tất cả thành." Hình ảnh này mô tả trí tuệ Bồ-tát phát sinh khắp mọi cõi thế gian, chiếu soi trong thân tâm của chúng sinh.

2. Trong bản Hán, Thật-xoa-nan-đà (Śikṣānanda) dịch Thủ Hộ Nhất Thiết Thành (守護一切城夜神), đã chuyển sang hành dụng (tác dụng của ánh sáng), tức lấy năng lực chiếu sáng – bảo hộ – làm biểu hiện. "Thủ hộ" (守護) chính là tác dụng của *prabhā* (ánh sáng trí tuệ), vì ánh sáng này nhiếp hộ các thành (thân tâm) khỏi vô minh, tà kiến.

3. Như vậy, tuy khác cách dịch, hai bản phản ánh thể–dụng nhất như: Phạn dịch "ánh sáng khởi nơi thành" (thể của trí), Hán dịch "bảo hộ các thành" (dụng của trí). Sự chuyển dịch này là lối dịch "nghĩa giải" đặc trưng của Thật-xoa-nan-đà (Śikṣānanda) trong Phẩm Nhập pháp giới, nhằm hiển rõ đức năng cứu hộ của trí tuệ Bồ-tát: ánh sáng trí chính là hộ thành chi quang, soi và gìn giữ tất cả pháp giới.

4. Thủ hộ các thành

Bồ-tát lấy tâm đại bi làm thành trì, lấy tinh tấn làm uy lực, lấy trí tuệ làm quang minh mà hộ trì thế giới.

5. Tăng trưởng uy lực

Uy lực của Bồ-tát không do quyền thế, mà do tinh tấn lực (*vīrya-bala*) và chí nguyện cứu độ vô ngại.

IV. TƯ TƯỞNG HOA NGHIÊM

1. Hộ trì các thành

Tất cả "thành" (*nagara*) biểu trưng cho các cảnh giới tâm. Bồ-tát hộ trì bằng định tuệ, khiến tà ma không xâm phạm.

2. Uy lực từ tinh tấn

chỉ uy lực sinh từ tinh tấn không thoái. Chính tinh tấn ấy chiếu khắp như quang, khiến muôn thành (muôn tâm) đều an ổn.

3. Tăng trưởng công đức

hàm ý sự nuôi dưỡng, Bồ-tát không chỉ hộ trì, mà còn khiến công đức của chúng sinh được sinh trưởng trong ánh sáng tinh tấn. Thiện Tài hiểu rằng: hộ trì thế giới chính là khơi dậy tinh tấn nơi mọi hữu tình.

V. TÓM TẮT

Thủ Hộ Nhất Thiết Thành Tăng Trưởng Uy Lực Chủ Dạ Thần biểu trưng cho pháp môn hộ thành tăng trưởng giải thoát, dạy rằng: hộ trì muôn thành tức hộ trì tâm thành; tăng trưởng uy lực tức nuôi dưỡng tinh tấn; quang minh của Bồ-tát là giới-định-tuệ đồng thể. Lấy giới làm thành, lấy tuệ làm quang; bi-trí song hành, uy lực tự thành.

37. KHAI PHU NHẤT THIẾT THỌ HOA DẠ THẦN (Sarvajñā-Prasannā-Bhāsa Rātri-Devatā).

I. BỐI CẢNH KINH VĂN

Sau khi đảnh lễ Thủ Hộ Nhất Thiết Thành Tăng Trưởng Uy Lực Chủ Dạ Thần, Thiện Tài Đồng tử được chỉ đến vị thiện tri thức kế tiếp là Khai Phu Nhất Thiết Thọ Hoa Dạ Thần.

Kinh văn: [Thiện Tài liền] đến chỗ của Dạ thần Khai Phu Nhất Thiết Thọ Hoa. Thấy thân của vị ấy ngồi trong lầu các bằng hương báu, giữa rừng cây báu diệu, trên tòa sư tử làm bằng các bảo vật thù thắng, chung quanh có hàng trăm vạn Dạ thần cùng vây quanh cúng dường. Khi ấy, Thiện Tài Đồng tử đảnh lễ dưới chân vị Dạ thần ấy, chắp tay cung kính mà bạch rằng: Thánh giả! Con đã phát tâm Vô thượng Chánh đẳng Chánh giác, nhưng chưa rõ Bồ-tát phải học hạnh Bồ-tát như thế nào, làm sao có thể chứng được Nhất thiết trí (*sarvajñāna*)? Nguyện Thánh giả rủ lòng từ bi, vì con mà chỉ dạy.

Hán:

... 往詣開敷一切樹華夜神所，見其身在眾寶香樹樓閣之內妙寶所成師子座上，百萬夜神所共圍遶。時，善財童子頂禮其足，於前合掌而作是言：「聖者！我已先發阿耨多羅三藐三菩提心，而未知菩薩云何學菩薩行？云何得一切智？唯願垂慈，為我宣說！」

II. PHÁP MÔN GIẢI THOÁT

Kinh văn: Thiện nam tử, ta đã thành tựu Bồ-tát xuất sinh quảng đại hỷ quang minh giải thoát môn." Thiện Tài thưa: "Đại Thánh, cảnh giới của giải thoát môn này là như thế nào?"

Dạ thần nói:

"Thiện nam tử, nhập giải thoát này, có thể biết trí phương tiện khéo léo của Như Lai nơi sự nhiếp thọ tất cả chúng sinh. Thế nào là phổ nhiếp? Thiện nam tử, tất cả những lạc thọ mà chúng sinh nhận được đều do uy đức lực của Như Lai; do thuận theo lời dạy của Như Lai; do hành theo lời dạy của Như Lai; do học theo hạnh của Như Lai; do được sức hộ trì của Như Lai; do tu hành đạo Như Lai ấn chứng; do gieo trồng các thiện pháp mà Như Lai đã hành; do nương theo pháp mà Như Lai đã nói; do được ánh sáng mặt trời trí huệ của Như Lai chiếu soi; do được nghiệp lực tánh tịnh của Như Lai nhiếp trì. Thế nào biết được như vậy? Thiện nam tử, ta nhập xuất sinh quảng đại hỷ quang minh giải thoát này, nhớ nghĩ biển hạnh Bồ-tát mà Đức Tỳ-lô-giá-na Như Lai, Ứng, Chánh đẳng giác đã tu tập thuở quá khứ, tất cả đều thấy rõ ràng."

Hán:

善男子！我已成就菩薩[9]出生廣大喜光明解脫門。」善財言：「大聖！此解脫門境界云何？」夜神言：「善男子！入此解脫，能知如來普攝眾生巧方便智。云何普攝？

善男子！一切眾生所受諸樂，皆是如來威德力故，順如來教故，行如來語故，[10]學如來行故，得如來所護力故，修如來所印道故，種如來所行善故，依如來所說法故，如來智慧日光之所照故，如來性淨業力之所攝故 。云何知然？善男子！我入此出生廣大喜光明解脫，憶念毘盧遮那如來、應、正等覺往昔所修菩薩行海，悉皆明 。

- *Xuất sinh quảng đại hỷ quang minh giải thoát môn* là pháp môn giải thoát (*vimokṣa*) mô tả năng lực của Bồ-tát khiến vô lượng công đức, trí huệ và hạnh nguyện được "xuất sinh, tức sinh khởi không gián đoạn, như ánh sáng hoan hỷ chiếu khắp pháp giới. "Quảng đại" chỉ sự vô biên của cảnh giới mà giải thoát này hiển lộ; "hỷ quang minh" là ánh sáng của niềm hoan hỷ trí huệ, không phải cảm xúc thô động, mà là sự vui mừng phát sinh từ trực chứng các pháp bình đẳng, vô ngại.

- Trong văn mạch Phẩm Nhập pháp giới, giải thoát này biểu thị rằng mỗi niệm của Bồ-tát đều có thể làm nhân duyên khiến vô lượng thiện căn của chúng sinh được sinh khởi, y như ánh sáng phá tối, khiến tâm họ mở ra, tùy thuận giác ngộ. Vì vậy, giải thoát môn này vừa là cảnh giới nội chứng của Bồ-tát, vừa là sức nhiếp hóa rộng lớn không thể nghĩ bàn.

- *Như Lai phổ nhiếp chúng sinh* là một chủ đề trung tâm của tư tưởng Hoa Nghiêm, nói lên rằng mọi công đức, thiện căn và lạc thọ mà chúng sinh đạt được đều nằm trong sự nhiếp trì của pháp thân Như Lai. "Phổ nhiếp" không phải hành động chủ động của một vị thần linh, mà là nguyên lý pháp giới vô ngại: vì tất cả pháp đều an trụ trong trí huệ và nguyện lực của Như Lai, nên mọi nghiệp thiện, mọi hạnh lành, mọi tùy thuận giác ngộ đều "tùy thuận" vào pháp tánh vốn đã viên mãn. Do vậy, chúng sinh làm thiện là "học theo hạnh Như Lai", được an ổn là nhờ "uy đức Như Lai", phát tâm là do "Như Lai trí nhật chiếu soi", và tu tập thành tựu là nhờ "nghiệp tánh thanh tịnh của Như Lai nhiếp trì". Tư tưởng này nhấn mạnh tính nhất vị của pháp giới: Như Lai không ngoài chúng sinh, chúng sinh không ngoài pháp thân, và sự nhiếp hóa là sự vận hành tự nhiên của pháp tánh, chứ không phải sự phân hai giữa chủ thể và đối tượng.

III. Ý NGHĨA BIỂU TƯỢNG

1. Danh xưng Khai Phu Nhất Thiết Thọ Hoa

Phạn văn: *Sarvajñā-prasannā-bhāsa* và Hán dịch「開敷一切樹華」biểu hiện hai hướng chuyển nghĩa khác nhau trong truyền thống dịch kinh Hoa Nghiêm, một nghiêng về thể trí, một nghiêng về dụng hạnh, nhưng cùng quy về cảnh giới trí tuệ viên dung của Bồ-tát.

Về từ nguyên, *sarva-jñā-prasannā-bhāsa* gồm: *sarva-jñā* (一切智, Nhất thiết trí), *prasanna* (清淨、明朗, sáng trong, thanh tịnh), *bhāsa* (光明, ánh sáng, chiếu rọi); toàn danh có nghĩa "ánh sáng thanh tịnh của Nhất thiết trí," biểu thị trí tuệ Phật chiếu khắp, khiến mọi pháp đều sáng tỏ.

Hán dịch: 開敷一切樹華 "làm cho tất cả cây đều nở hoa", tuy khác hẳn về hình tượng, nhưng lại diễn tả công năng của ánh sáng trí tuệ ấy: khi ánh sáng Nhất thiết trí chiếu đến, mọi thiện căn (được ví như cây) đều khai hoa. Như vậy, bản Hán không dịch theo hình thức tự ngữ, mà chuyển dịch theo nghĩa biểu tượng, lấy *prabhā* (ánh sáng) làm "quang minh khai hoa," và lấy *sarva-jñā-prasanna* (nhất thiết trí thanh tịnh) làm năng lực khiến cây công đức nở rộ.

Do đó, Phạn bản diễn tả thể trí (ánh sáng của Nhất thiết trí), còn Hán bản chuyển thành dụng hạnh (khai phát thiện căn). Hai cách diễn đạt là tương đương về ý: ánh sáng của trí tuệ làm nở hoa công đức – trí và hạnh bất nhị, quang minh và hoa khai là hai mặt hiển-dụng của cùng một pháp thân viên mãn.

2. Hoa trong Phật pháp: "Cây nở hoa" biểu trưng cho công hạnh Bồ-tát làm cho Phật tánh hiển lộ trong tất cả chúng sinh. Thọ hoa nở là biểu tượng của giác ngộ.

Hoa là biểu tượng của trí và bi kết thành quả; Bồ-tát như xuân phong, làm cho mọi "cây" (nghiệp chướng, hữu tình) đều nở hoa Bồ-đề.

3. Ánh sáng trong đêm nở hoa: "Dạ" biểu thị tịch tĩnh; "hoa nở" biểu thị sự hiển lộ Phật tánh trong tịch. Từ đêm tối vô minh, Dạ Thần làm hiển hoa trí tuệ.

IV. TƯ TƯỞNG HOA NGHIÊM

1. Khai hiển Phật tánh

Bồ-tát quán tất cả chúng sinh đều có Phật tánh ẩn như hoa chưa nở; bằng từ bi và trí tuệ, khiến hoa tâm của họ khai hiển.

2. Bi-trí viên dung

"Cây" là bi (đức nuôi dưỡng); "hoa" là trí (đức hiển lộ). Bồ-tát khiến bi và trí đồng thời phát triển, giống như thọ hoa đồng khai.

3. Hoa trong tịch định

Hoa ở đây không nở bởi nhiệt của dục, mà bởi quang của tuệ. Trong định tĩnh vô ngại, mọi thiện căn nở hoa Bồ-đề.

VII. TÓM TẮT

Khai Phu Nhất Thiết Thọ Hoa Dạ Thần biểu trưng cho pháp môn "khai hiển trí tuệ bình đẳng", khi Bồ-tát làm hiển lộ Phật tánh trong mọi chúng sinh như hoa nở rộ trong đêm tịch lặng. Lấy định làm rễ, lấy tuệ làm hoa; bi-trí đồng hành, hoa nở chiếu giác.

38. ĐẠI NGUYỆN TINH TẤN LỰC CỨU HỘ NHẤT THIẾT CHÚNG SINH DẠ THẦN (大願精進力救護一切眾生)[42]

I. BỐI CẢNH KINH VĂN

Sau khi đảnh lễ Dạ Thần Khai Phu Nhất Thiết Thọ Hoa, Thiện Tài Đồng tử được chỉ đến vị thiện tri thức kế tiếp là Đại Nguyện Tinh Tấn Lực Cứu Hộ Nhất Thiết Chúng Sinh Dạ Thần.

Kinh văn: Thiện nam tử! Tại đạo tràng này có một vị Dạ thần tên là Đại Nguyện Tinh Tấn Lực Cứu Hộ Nhất Thiết Chúng Sinh. Ông hãy đến đó mà hỏi rằng: Bồ-tát làm sao giáo hóa chúng sinh khiến họ hướng về Vô thượng Chánh đẳng Chánh giác?Làm sao thanh tịnh và trang nghiêm tất cả cõi Phật?Làm sao phụng sự tất cả Như Lai?Và làm sao tu hành tất cả Phật pháp?

Hán:

善男子！此道場中，有一夜神，名：大願精進力救護一切眾生 。汝詣彼問：菩薩云何教化眾生，令趣阿耨多羅三藐三菩提？云何嚴淨一切佛刹？云何承事一切如來？云

[42] Không có tên tương ứng trong bản Phạn.

- *Bốn câu hỏi* trên nêu rõ bốn phạm vi hành Bồ-tát đạo:

(1) Giáo hóa chúng sinh (*sattvān upaśamayati samādāpayati*),

(2) Tịnh hóa cõi Phật (*pariśodhati buddhakṣetra*),

(3) Phụng sự chư Phật (*upasthāpayati tathāgata*),

(4) Tu tập Phật pháp (*bhāvanāṃ gacchati buddhadharma*).

Đây là mô hình bốn phương diện hành nguyện của Bồ-tát được *Phẩm Nhập pháp giới* triển khai xuyên suốt từ đầu đến cuối hành trình của Thiện Tài Đồng tử.

II. PHÁP MÔN GIẢI THOÁT

Kinh văn: Thiện nam tử! Môn giải thoát này gọi là *Giáo hóa chúng sinh khiến phát sinh thiện căn.* Do ta đã thành tựu môn giải thoát ấy, nên liễu ngộ tự tánh bình đẳng của tất cả pháp, thâm nhập vào tánh chân thật của các pháp, chứng đắc pháp vô y, lìa mọi cấu nhiễm thế gian. Ta biết rõ các sai biệt của hình sắc nơi các pháp, lại thấu đạt rằng các sắc xanh, vàng, đỏ, trắng bản tánh đều không thật, không có sai biệt, mà vẫn tùy duyên thị hiện vô lượng sắc thân.

Hán văn:

善男子！此解脫門，名：教化眾生令生善根。我以成就此解脫故，悟一切法自性平等，入於諸法真實之性，證無依法，捨離世間，悉知諸法色相差別，亦能了達青、黃、赤、白，性皆不實，無有差別，而恒示現無量色身。

1. Giáo hóa chúng sinh khiến phát thiện căn là một pháp môn giải thoát (*vimokṣa*) nêu rõ năng lực của Bồ-tát trong việc làm cho thiện căn của tất cả chúng sinh được phát khởi một cách tự nhiên, tùy thuận căn cơ, không cưỡng ép và không phân biệt. "Thiện căn" trong Hoa Nghiêm chủ yếu chỉ các nhân duyên sâu xa đưa đến Bồ-đề tâm—như tín, hỷ, từ bi, vô ngã, và trí duyên khởi. Khi thành tựu giải thoát này, Bồ-tát không chỉ dùng lời dạy mà còn dùng thân, ý, hạnh, oai nghi, thần lực và cảnh giới tam-muội để làm nhân duyên cho chúng sinh phát thiện tâm. Khả năng này không do tác ý chủ quan, mà do Bồ-tát đã tương ưng với pháp giới bình đẳng: mỗi hành động, mỗi hiện thân, thậm chí mỗi sắc tướng của Bồ-tát đều tự nhiên trở thành nhân duyên sinh trưởng thiện căn, giống như mặt trời chiếu soi khiến hạt giống tự nảy mầm. Vì thế, "giáo hóa chúng sinh khiến sinh thiện căn" là hình ảnh về sự giáo hóa vô ngại, vô tác, hiển lộ từ tự tánh trí huệ của Bồ-tát.

2. *Ngũ sắc giai không* trong văn mạch Hoa Nghiêm hàm nghĩa rằng những biểu tượng căn bản của hình tướng, tuy sai biệt vô số nhưng tự tính đều "bất thực", không có tự thể cố định. Đây là ứng dụng trực tiếp của giáo lý pháp giới duyên khởi: mọi sắc đều do duyên hợp, nên tánh vốn không; vì không nên bình đẳng; vì bình đẳng nên không chướng ngại. Khi vị thiện tri thức nói rằng thấu đạt tính không thật của các sắc mà vẫn "hằng thị hiện vô lượng sắc thân", điều đó diễn tả hai tầng nghĩa quan trọng của Hoa Nghiêm: (i) Bồ-tát chứng thấy bình đẳng tánh của các pháp, nên không chấp sắc; (ii) chính vì không chấp sắc nên có thể tự tại vận dụng vô lượng sắc thân làm phương tiện hóa độ mà không bị nhiễm trước. "*Ngũ sắc*

giai không" không phủ nhận thế giới hiện tượng, mà chỉ ra rằng trong bản tánh rỗng lặng của các pháp, vô số hình tướng đều có thể hiển hiện như huyễn, không trái nghịch bản thể. Đây là nền tảng để Bồ-tát vận dụng sắc thân, cảnh giới, thần lực làm đạo cụ giáo hóa mà không rơi vào nhị nguyên có–không, sắc–không.

III. Ý NGHĨA BIỂU TƯỢNG

1. Khái niệm "vô y pháp" (anāśraya-dharma; 無依法): trong hệ tư tưởng Đại thừa, "vô y" chỉ cho trạng thái tâm không nương tựa vào pháp tướng hữu vi nào, tương ứng với "vô trụ xứ niết-bàn" (apratiṣṭhita-nirvāṇa).

2. Bốn màu sắc (nīla-pīta-lohita-avadāta): biểu tượng cho mọi hình thái sai biệt trong hiện tượng giới; ngộ tính bất thực, tức là thấy rõ tính Không (śūnyatā), mà vẫn "thị hiện vô lượng sắc thân", tức thực hành *Bồ-tát hạnh* vô ngại: trí tuệ và phương tiện song hành.

3. Tinh tấn làm cứu hộ

"Tinh tấn" không chỉ là nỗ lực hành trì, mà là năng lực hộ pháp, che chở và nâng đỡ mọi hữu tình.

IV. TƯ TƯỞNG HOA NGHIÊM

1. Tinh tấn vô ngại

Bồ-tát vận hành sức tinh tấn không gián đoạn, cứu hộ hữu tình trong mọi cảnh giới mà không bỏ một ai.

2. Hộ trì bằng bi-trí

Cứu hộ không phải là can thiệp, mà là lấy từ (*maitrī*) và bi (*karuṇā*) làm căn bản, khiến mọi hữu tình tự khởi công đức.

3. Đại nguyện từ định tuệ

Lực tinh tấn của Bồ-tát sinh từ định-tuệ, chứ không phải do dục cầu; vì thế gọi "đại lực tịch tịnh tinh tấn".

V. TÓM TẮT

Đại Nguyện Tinh Tấn Lực Cứu Hộ Nhất Thiết Chúng Sinh Dạ Thần tượng trưng cho pháp môn tinh tấn cứu hộ, nguyện lực và bi-trí hợp thành đại lực hộ pháp của Bồ-tát. Lấy nguyện lực làm thể, lấy bi-trí làm dụng; không ngừng, không mệt mỏi, gọi là Đại Lực Tinh Tấn.

39. DIỆU ĐỨC VIÊN MÃN THẦN[43]

I. BỐI CẢNH KINH VĂN

Sau khi từ giã Dạ thần Đại nguyện Tinh tấn Lực Cứu hộ Nhất thiết chúng sinh, Thiện Tài dần dần du hành đến vườn Lâm-tỳ-ni, tìm cầu vị thiện tri thức tiếp theo là Diệu Đức Viên Mãn Thần.

Kinh văn: Khi ấy, Thiện Tài Đồng tử, sau khi ở nơi Dạ Thần Đại Nguyện Tinh Tấn Lực Cứu Hộ Tất Cả Chúng Sinh, đã chứng được pháp môn giải thoát của Bồ-tát, liền ghi nhớ, tu tập, liễu đạt tăng trưởng. Dần dần du hành đến rừng Lâm-tỳ-ni, khắp nơi tìm cầu thần Diệu Đức, thấy vị ấy đang ở trong các lầu gác trang nghiêm bởi vô lượng cây báu, ngồi trên tòa sư tử bằng hoa sen báu, có hai mươi ức na-do-tha chư thiên cung kính vây quanh, đang vì họ nói *Bồ-tát thọ sinh hải kinh*, khiến tất cả đều được sinh vào nhà Như Lai và tăng trưởng biển đại công đức của Bồ-tát.

Hán:

爾時，善財童子於大願精進力救護一切眾生夜神所，得菩薩解脫已，憶念修習，了達增長。漸次遊行，至嵐毘尼林，周遍尋覓彼妙德神，見在一切寶樹莊嚴樓閣中，坐寶

[43] Phạn bản: *Sutejomatī-devatā*: nữ thần có trí tuệ quang minh thù thắng.

蓮華師子之座，二十億那由他諸天恭敬圍遶，為說菩薩受生海經，令其皆得生如來家，增長菩薩大功德海。」

- Vị thần ấy đang vì họ thuyết giảng pháp môn có tên *Bồ-tát thọ sinh hải* (*Bodhisattva-janma-sāgara-nāma dharmaparyāya*), khiến cho tất cả đều được sinh vào nhà Như Lai, khiến biển đại công đức của Bồ-tát trong họ tăng trưởng vô lượng.

II. PHÁP MÔN GIẢI THOÁT

Pháp môn cốt lõi do vị này tuyên thuyết là *Bồ-tát thọ sinh hải.*

Kinh văn: Thiện nam tử, thuở trước ta từng phát nguyện: "Nguyện khi chư Bồ-tát thị hiện thọ sinh, ta đều được thân cận; nguyện được đi vào biển vô lượng thọ sinh của đức Tỳ-lô-giá-na Như Lai." Do sức bản nguyện ấy, ta sinh vào cõi Diêm-phù-đề này, nơi vườn Lâm-tỳ-ni, nhất tâm quán niệm thời điểm Bồ-tát sẽ giáng sinh; trải qua trăm năm như vậy, Thế Tôn quả nhiên từ cung trời Đâu-suất-đà hạ sinh nơi đây.

Hán:

善男子！我先發願：『願一切菩薩示受生時皆得親近；願入毘盧遮那如來無量受生海。』以昔願力，生此世界閻浮提中嵐毘尼園，專念菩薩何時下生；經於百年，世尊果從兜率陀天而來生此

- *Về nguyện lực và hạnh thân cận chư Phật*: Trong tư tưởng Hoa Nghiêm, đặc biệt trong Phẩm Nhập pháp giới, bản nguyện lực (*pūrvapraṇidhāna-bala*) là then chốt giải thích vì sao một vị có thể trở thành thiện tri thức. Khi vị nữ nhân kể rằng mình đã phát nguyện được thân cận chư Bồ-tát lúc các Ngài thị hiện thọ sinh, đó là sự nối dài của hạnh tùy Phật hành (*buddhānuvartana*), vốn là pháp môn căn bản của Bồ-tát đạo.

- Theo Gaṇḍavyūha bản Phạn[44], hình ảnh Bồ-tát trải nhiều đời theo hầu chư Phật xuất hiện thường xuyên, cho thấy sự thân cận ấy không tùy cơ hội mà tùy nguyện lực sâu dày. Trong chú giải của Tông Mật[45], hạnh thiện tri thức được nhìn như sự vận hành đồng thời của bi và trí: lấy từ bi làm gốc, lấy trí tuệ làm ánh sáng dẫn đường, nên sự thân cận chư Phật không phải là ân phúc ngẫu nhiên mà là sự tương ứng của tâm, nguyện và hạnh với Pháp thân.

- *Vô lượng thọ sinh hải*: Tỳ-lô-giá-na (Vairocana) như nguồn suối vô tận của vô số ứng thân, hóa thân xuất hiện trong vô lượng thế giới. Tỳ-lô-giá-na là pháp thân tùy duyên biểu hiện vô lượng thân để lợi ích hữu tình, giống như biển cả tùy gió mà sinh vô số sóng nhưng nước không hề biến tánh.

- Pháp Tạng trong *Thám huyền ký* (探玄記) diễn đạt điều này bằng hình ảnh pháp thân như đại hải, vô lượng diệu dụng hiển hiện mà vẫn bất động nơi thể tánh. Thế nên *Vô lượng thọ sinh hải* là cách mô tả sự nhất vị của Pháp thân trong vô số thị hiện của chư Phật, và người Bồ-tát nguyện nhập biển ấy tức

---

44 Trong bản Phạn Gaṇḍavyūha, các đoạn mô tả Bồ-tát nhiều đời theo Phật xuất hiện dày đặc: "*anekajanmasu bodhisattvair buddhānāṃ janmāntikāḥ paricaryāḥ.*" Đây chính là mạch tư tưởng "hạnh tích lũy" (*adhiṣṭhāna*).Bồ-tát không tình cờ gặp Phật mà do sức đại nguyện từ vô lượng kiếp.

45 華嚴經行願品疏鈔, mô tả: *以慈為本，以慧為照，照而無礙，慈而不染*. Hạnh thân cận chư Phật là biểu hiện của cả hai: từ làm nền, trí làm ánh sáng hướng dẫn.

là nguyện hòa hợp với trí tuệ thấy tất cả thị hiện của Phật đều là một vị Pháp giới.

III. Ý NGHĨA BIỂU TƯỢNG

Danh xưng Diệu Đức Viên Mãn biểu trưng sự viên mãn của thiện đức và quang minh trí tuệ. Toàn thiện, viên mãn, nên pháp dụng là phổ biến, không trở ngại cảnh–sự.

Lâm-tỳ-ni (Lumbinī-vana): chính là thánh địa nơi Thái tử Tất-đạt-đa (Siddhārtha) đản sinh. Trong ngữ cảnh *Phẩm Nhập pháp giới*, nơi đây được biểu thị như một thánh địa khởi sinh hạnh nguyện của Bồ-tát, chứ không phải chỉ một địa điểm lịch sử.

Tại đây, kinh văn chuyển danh xưng từ Dạ thần (夜神) sang Thiên thần (天神), biểu thị Thiện Tài đã vượt qua tầng cảnh giới đêm để bước vào quang minh hiển lộ.

IV. TƯ TƯỞNG HOA NGHIÊM

Y nghĩa "thọ sinh" trong Hoa Nghiêm không phải tái sinh hữu lậu, mà là phát khởi và tăng trưởng "chủng tánh Như Lai" nơi Bồ-tát: sinh vào nhà "Như Lai" nhờ nguyện–trí–định–hạnh tương ưng. Các bản thuyết giảng Hoa Nghiêm Hán truyền hệ thống hóa pháp môn này thành "thập thọ sinh tạng" (十受生藏), mở đầu bằng nguyện thường cúng dường chư Phật, phát Bồ-đề tâm, quán pháp môn, v.v.

"Hải" là ẩn dụ cốt lõi của *Nhập pháp giới:* pháp môn như đại hải, dung nhiếp vô lượng thiện xảo; thọ sinh hải tức quỹ đạo căn bản để đắc "Phật tử tính" (pháp "sinh Phật chủng tánh").

"Viên mãn" (*paripūrṇā*) trong danh xưng liên hệ trực tiếp mục tiêu của pháp môn: làm viên mãn các nhân duyên sinh vào Như Lai gia, tăng trưởng công đức Bồ-tát đến vô tận.

V. TÓM TẮT

Diệu Đức Viên Mãn Thần biểu trưng cho Viên mãn bi-trí đức-hạnh, là bước chuyển từ công hạnh tu tập đến đức hạnh viên thành.

Thiên thần dạy Thiện Tài rằng: khi trí và bi đều viên dung, thì mọi công đức đều thành tựu, đó là ánh quang của Phật. Trí bi song viên gọi là Diệu đức; công hạnh đầy đủ gọi là Viên mãn.

40. NỮ NHÂN CÙ-BA
(Śākya Gopā 釋迦瞿波女)

I. BỐI CẢNH KINH VĂN

Sau khi rời Diệu Đức Viên Mãn Thần, Thiện Tài đồng tử tiếp tục du hành và đến thành Thủ-ba (*Śubha-pura*). Tại đó, Ngài gặp Cù-ba, nữ nhân dòng Thích, đang thuyết pháp trong tòa bảo đường rực sáng.

Kinh văn: Thiện Tài đồng tử đến chỗ nữ nhân Cù-ba, đảnh lễ dưới chân, chắp tay đứng sang một bên mà thưa rằng: Thánh giả! Con đã phát tâm Vô thượng Chánh đẳng Chánh giác, nhưng chưa biết Bồ-tát làm sao ở trong sinh tử mà không bị các lỗi lầm của sinh tử làm ô nhiễm; làm sao sau khi liễu đạt tự tánh các pháp mà không an trụ nơi địa vị Thanh văn hay Duyên giác; làm sao viên mãn các Phật pháp mà vẫn tu hành hạnh Bồ-tát?

II. PHÁP MÔN GIẢI THOÁT

Kinh văn: Thiện nam tử, ta đã thành tựu *Quan sát nhất thiết Bồ-tát tam-muội hải giải thoát*... Thiện nam tử, khi ta nhập vào giải thoát môn này, ta biết trong thế giới Ta-bà này, trải qua số kiếp nhiều như vi trần của các cõi Phật, tất cả chúng sinh trong các đường đều từ chỗ này chết sang chỗ khác sinh, làm các nghiệp thiện ác và chịu quả báo tương ứng; có kẻ cầu xuất ly, có kẻ không cầu xuất ly; có chính định, tà định và bất định; có thiện căn kèm phiền não, có thiện căn không kèm phiền não; có người đầy đủ thiện căn, có người không đầy đủ thiện căn; có thiện căn bị bất thiện căn chi phối, và có bất thiện căn bị thiện căn nhiếp phục. Những thiện pháp và bất thiện pháp tập hợp như vậy, ta đều biết và đều thấy.

Hán:

善男子！我已成就觀察一切菩薩三昧海解脫門⋯「善男子！我入此解脫，知此娑婆世界佛剎微塵數劫，所有眾生於諸趣中，死此生彼，作善作惡，受諸果報，有求出離、不求出離，正定、邪定及以不定，有煩惱善根，無煩惱善根，具足善根，不具足善根，不善根所攝善根，善根所攝不善根；如是所集善、不善法，我皆知見。

- Pháp môn *Quan sát nhất thiết Bồ-tát tam-muội hải giải thoát* mô tả một loại trí quán đặc thù, không phải một tam-muội biệt lập, mà là năng lực đi vào toàn thể biển định của chư Bồ-tát, biểu thị trí thấy tất cả pháp như hiện lượng của Pháp giới, không bị giới hạn bởi thời gian, nơi chốn hay nhân duyên. Đây là định của Pháp thân, định của tính viên dung, nên gọi là "*hải*": dung lượng vô biên, chiếu soi không ngăn ngại, và có khả năng thấy cùng lúc vô số nhân quả của vô lượng chúng sinh trong vô lượng kiếp.

- Pháp Tạng trong *Thám huyền ký* (探玄記) diễn giải những tam-muội này không phải trạng thái nhập định cố định, mà là diệu dụng của Bồ-tát trên nền trí vô phân biệt, nên "hải" là ẩn dụ cho tính vô tận của pháp giới định.

- *Nghiệp, quả báo và ba loại định trong Hoa Nghiêm*: Đoạn kinh mô tả Bồ-tát thấy rõ sự chết đây sinh kia, thiện ác và quả báo trong vô lượng đời của tất cả chúng sinh, bao gồm những người cầu xuất ly và không cầu xuất ly, chính định, tà định. Trong văn mạch Hoa Nghiêm, *nghiệp* không phải chỉ là hành vi tạo tác, mà là toàn bộ dòng tương tục của tâm hành được dung nhiếp trong pháp giới. *Định* là trạng thái tâm tương ưng với chân đế, hướng về giải thoát; tà định là định lực nhưng bị phiền não nhiếp phục, hướng về kiến chấp và tà đạo; phi định là trạng thái trung gian chưa nghiêng về thiện hay bất thiện. Bồ-tát thấy tất cả những điều này như thấy bóng hiện trong nước, vì trong tam-muội hải, *nghiệp-quả-tâm-hành* được trực nhận bằng trí như thật, không có ranh giới sinh tử hay thời gian ngăn che.

- *Thiện căn hữu lậu, vô lậu và sự tương nhiếp giữa thiện và bất thiện*: Kinh nói rõ các trạng thái như thiện căn kèm phiền não, thiện căn không kèm phiền não, thiện căn không đầy đủ, bất thiện căn nhiếp thiện căn, hay thiện căn nhiếp bất thiện căn. Đây là cách Hoa Nghiêm mô tả tính phức hợp và duyên khởi của tâm hành. Trong hệ thống A-tì-đạt-ma, thiện căn được phân biệt theo lậu hoặc có mặt hay không, và tính chất tương ưng với trí vô lậu hay chưa. Khi nói "*bất thiện căn nhiếp thiện căn*" là chỉ những trường hợp thiện hành được khởi lên nhưng bị phiền não chi phối, mất đi định hướng giải thoát; ngược lại "*thiện căn nhiếp bất thiện căn*" là tình huống thiện lực mạnh mẽ có thể nhiếp phục và chuyển hướng những khuynh hướng bất thiện, khiến tâm hành hướng về giải thoát. Một vị Bồ-tát vào được "tam-muội hải" có thể thấy toàn bộ sự tương duyên đó như một mạng lưới ánh sáng trong pháp giới, mỗi tâm hành là một mắt lưới, vừa độc lập vừa tương nhập, đúng như tinh thần Hoa Nghiêm về pháp giới duyên khởi.

Kinh văn: "Thiện nam tử! Nếu các vị Bồ-tát thành tựu mười pháp, thì có thể viên mãn hạnh của Bồ-tát Nhân-đà-la võng Phổ trí Quang minh (Indrajāla-saṃantajñāna-prabhā-bodhisattva; 因陀羅網普智光明).

Những gì là mười?

- Một là, do nương tựa nơi thiện tri thức.
- Hai là, do đạt được thắng giải rộng lớn.
- Ba là, do có tâm ái lạc thanh tịnh.
- Bốn là, do tích tập tất cả phước và trí.
- Năm là, do nơi chư Phật mà được nghe chánh pháp.
- Sáu là, do tâm thường không rời chư Phật ba đời.
- Bảy là, do hành đồng với tất cả các Bồ-tát.
- Tám là, do được tất cả Như Lai hộ niệm.
- Chín là, do đại bi và thệ nguyện thù thắng đều thanh tịnh.
- Mười là, do năng lực trí tuệ có thể phổ đoạn tất cả sinh tử.

Đó là mười pháp. Nếu các vị Bồ-tát thành tựu mười pháp này, thì có thể viên mãn hạnh của Bồ-tát Nhân-đà-la võng Phổ trí Quang minh."

Nhân-đà-la võng Phổ trí Quang minh Bồ-tát (*Indrajāla-saṃantajñāna-prabhā-bodhisattva*) là biểu tượng cho pháp giới duyên khởi. Trí tuệ của Bồ-tát chiếu khắp như lưới châu của trời Đế Thích (Indra-jāla), trong mỗi hạt châu đều phản chiếu tất cả những hạt khác. Vì thế, mười pháp được nêu ra là mười yếu tố tạo nên "trí vô ngại" (*jñāna-pratibandha-śūnya*): từ nhân (thiện tri thức) cho đến quả (trí đoạn sinh tử).

Các pháp ấy liên kết ba phương diện của hạnh Bồ-tát: nhân duyên ngoại hộ (1, 5, 8), tự tu nội chứng (2, 3, 4, 9, 10) và đồng hạnh đại dụng (6, 7). Nhờ thành tựu trọn vẹn mười pháp này, trí và bi của Bồ-tát dung thông vô ngại, viên mãn hạnh "Nhân-đà-la võng; Indra-net" biểu hiện cho pháp giới trùng trùng duyên khởi, mỗi hạnh nhiếp nhất thiết hạnh, mỗi thân nhiếp nhất thiết thân, mỗi trí nhiếp nhất thiết trí.

Đây là sự dung hợp giữa định và trí: trong định nhập đại hải tam-muội, dùng tuệ quán chiếu khắp mười phương pháp giới; biết biển kiếp, biển thế giới, biển nguyện hạnh của chư Bồ-tát, và vẫn hành mà vô hành.

III. Ý NGHĨA BIỂU TƯỢNG

Cù-ba (*Gopā*) là phu nhân của Thái tử Tất-đạt-đa (Siddhārtha Gautama), được xem là mẫu nghi dòng Thích. Xuất hiện trong phẩm *Nhập Pháp Giới* với thân nữ thuyết pháp, bà biểu thị sự phá trừ chấp ngã và bình đẳng giữa mọi thân.

IV. TƯ TƯỞNG HOA NGHIÊM

1. **Trí-Định song chiếu:** Quán tất cả biển tam-muội là đỉnh cao của định-trí song vận; định là hải, trí là quán; khi tâm vô chướng, tất cả tam-muội hiện trước như bảo hải.

2. **Bình đẳng tánh trí:** Dù thân nữ, Cù-ba thuyết pháp về bình đẳng trong pháp tánh; phá trừ kiến chấp "nam năng, nữ bất năng". Trong tánh giác vô nhị, mọi thân đều là Bồ-tát thân.

3. **Nương thiện tri thức:** Phẩm văn liệt kê mười pháp "thừa sự thiện tri thức" (承事善知識) — pháp yếu của Bồ-tát đạo: xả thân mạng, không rời nguyện hải, hành pháp như hư không, tùy duyên lợi sinh.

V. TÓM TẮT

Cù-ba nữ nhân họ Thích là vị thiện tri thức thứ 40 trong phẩm *Nhập Pháp Giới*, hiển thị pháp môn *Quan sát nhất thiết Bồ-tát tam-muội hải giải thoát.* Cù-ba lấy trí chiếu định hải, lấy bi nhiếp chúng sinh, chứng nghĩa tánh bình đẳng nữ. Pháp môn này đưa Thiện Tài vào cảnh giới định-tuệ vô ngại, nơi mọi hạnh Bồ-tát đều hợp nhất trong quang minh pháp giới.

41. MA-DA PHU NHÂN
(Māyā-devī 摩耶夫人)

I. BỐI CẢNH KINH VĂN

Sau khi từ biệt Cù-ba nữ nhân họ Thích, Thiện Tài Đồng tử tiếp tục du hành, đến vườn Lam-tỳ-ni (Lumbinī), nơi thị hiện đản sinh của chư Phật. Tại đây, Ngài gặp Ma-da Phu nhân (Māyā-devī), thân mẫu của Phật Thích-ca Mâu-ni, đang an tọa trong đại bảo liên hoa cung, thân chiếu quang minh, vô lượng Bồ-tát và thiên chúng vây quanh cúng dường.

Kinh văn: Bấy giờ, Thiện Tài Đồng tử nhất tâm muốn đến chỗ Ma-da phu nhân. Ngay khi ấy, Thiện Tài liền chứng được trí quán cảnh giới chư Phật, tự suy nghĩ rằng: "Thiện tri thức này đã xa lìa thế gian, an trụ nơi vô trụ, vượt qua sáu xứ, lìa mọi chấp trước, thông đạt đạo vô ngại, đầy đủ pháp thân thanh tịnh. Ngài dùng nghiệp như huyễn mà hiện hóa thân; dùng trí như huyễn mà quán sát thế gian; dùng nguyện như huyễn mà duy trì thân Phật, tùy ý hiện thân, không sinh diệt, không đến đi, chẳng hư chẳng thật, chẳng biến hoại, chẳng khởi chẳng tận, mọi tướng đều là một tướng, thân lìa hai bên, thân không sở y, thân vô cùng tận, thân lìa mọi phân biệt như bóng hiện, thân biết như mộng, thân rõ như ảnh, thân như mặt trời thanh tịnh, hóa hiện khắp mười phương, trụ trong ba đời mà không biến dị; thân ấy chẳng phải thân tâm, như hư không, hành vô ngại, vượt ngoài thế nhãn, chỉ có Phổ Hiền tịnh nhãn mới thấy được. Một bậc như thế, nay con làm sao có thể thân cận, phụng sự, cúng dường, cùng ở, thấy dung nghi, nghe âm thanh, tư duy ngôn giáo và thọ nhận sự chỉ dạy của Ngài?"

Thiện Tài thưa hỏi:

Bậc Đại Thánh! Bồ-tát Văn-thù-sư-lợi đã dạy con phát tâm Vô thượng Chánh đẳng Chánh giác, cầu thiện tri thức, thân cận và cúng dường các Ngài. Con nơi mỗi vị thiện tri thức đều đã đến phụng sự, không hề luống qua, dần dần đi đến đây. Cúi xin Ngài vì con mà chỉ dạy: Bồ-tát làm sao học hạnh Bồ-tát để được thành tựu?

Hán:

大聖！文殊師利菩薩教我發阿耨多羅三藐三菩提心，求善知識，親近供養。我於一一善知識所，皆往承事，無空過者；漸來至此，願為我說：菩薩云何學菩薩行而得成就？

Ma-da: (*māyā*) bắt nguồn từ gốc √mā, mang nghĩa "đo lường, tạo tác, làm nên hình tướng", truyền thống Phệ-đà đã chuyển hoá thành nghĩa "ảo thuật, huyễn hóa, năng lực khiến sự vật hiện ra như có tính bản thể dù thật sự không tự hữu". Vì vậy, trong nhiều kinh điển Ấn Độ cổ, *māyā* vừa có nghĩa "năng lực sáng tạo", vừa có nghĩa "huyễn tượng". Khi kinh điển Phật giáo tiếp thu từ này, ý nghĩa "*huyễn*" được nhấn mạnh hơn để biểu thị tính không tự tánh của các pháp. Bản thân danh xưng Māyādevī (Ma-da phu nhân) vì vậy không nhằm miêu tả tính cách của bà, mà phản ánh quan niệm rằng chính sự sinh ra của một bậc giác ngộ là sự thị hiện trong cõi huyễn, tùy duyên mà lập, không trái bản tánh vô sinh.

Dưới ánh sáng giáo lý Phật giáo sơ kỳ, tên gọi Māyā còn hàm nghĩa rằng sự "sinh ra của Phật" không phải là một sự kiện có tự thể cố định. Phật vốn được mô tả như "vô thỉ, vô sinh, vô lai, vô khứ", nhưng vì thuận thế gian mà hiện "giáng thần" vào bào thai. Việc người sinh ra bậc Giác ngộ mang tên Māyā cho thấy "sinh" là phương tiện tùy tục, là ảo tượng theo chân đế. Nhiều bản chú giải Pāli cũng gợi ý rằng cái "thân do sinh" chỉ là giả danh, là danh -sắc (*nāmarūpa*) tạm khởi như huyễn. Do đó, mẹ của vị giác ngộ mang tên "ảo-hóa" chính là nhắc đến bản chất như huyễn của toàn bộ tiến trình "đản sinh".

Trong Hoa Nghiêm, ý nghĩa này càng được triển khai sâu. Toàn bộ thế giới được thấy như "tam thế hư giả, pháp giới duyên sinh, vạn pháp như mộng, như ảnh", nên việc Như Lai thị hiện sinh thân chỉ là một phần trong "thọ sinh hải" vô lượng của Pháp thân. Nhân vật sinh ra bậc Đại Giác mang tên Māyā cho thấy sự sinh ấy không phải là sinh thật, mà là một pháp môn huyễn hữu, thị hiện cho người căn cơ hữu hạn thấy được lộ trình thành Phật. Tỳ-lô-giá-na (Vairocana) vốn vô sinh; sự sinh ra của Thích-ca là một huyễn dụng của Pháp thân, và người làm duyên cho sự huyễn hiện ấy mang tên "Māyā" để nhắc người học rằng đang đứng trước một huyễn môn mở vào Pháp giới

- *Tương quan giữa tầng lịch sử và thiện tri thức*: Trong kinh, nhân vật xuất hiện trước Thiện Tài vừa mang sắc thái lịch sử là Ma-da phu nhân, vừa mang tính biểu tượng của một thiện tri thức. Trên phương diện lịch sử, bà là mẫu thân của Thái tử Tất-đạt-đa, sinh Ngài tại Lâm-tỳ-ni, phù hợp với truyền thống Pāli và các bản Sanskrit như *Kinh Phổ diệu* (*Lalitavistara*). Trên phương diện Hoa Nghiêm, Ma-da phu nhân được tái hiện như một Bồ-tát đã viên mãn nguyện lực, có thể "phát nguyện thân cận chư Bồ-tát khi thị hiện thọ sinh", nhờ vậy trở thành thiện tri thức của Thiện Tài. Sự đồng hiện hai tầng nghĩa ấy phản ánh tư tưởng Hoa Nghiêm: mọi hiện tượng, dù là hình tướng lịch sử, đều có thể là pháp môn và là cửa ngõ để hiển lộ Pháp giới, nếu được thấy bằng trí vô ngại. Do đó, sự kiện bà sinh Thái tử không chỉ là lịch sử, mà là sự biểu hiện của pháp môn sinh thành, năng lực dung nhiếp, và mẫu tính của Pháp giới.

- Māyā không dừng ở nhân vật lịch sử mà được nâng lên thành thiện tri thức. Khi trở thành thiện tri thức của Thiện Tài, bà không chỉ là người sinh Phật, mà là người khai thị "tánh huyễn" của tất cả sự sinh diệt. Nơi bà, việc sinh ra bậc Đại Giác đồng thời biểu tượng cho "huyễn môn" khiến người nhập vào trí vô sinh. Do vậy, tên gọi Māyā trở thành pháp môn: tiếp xúc với bà là tiếp xúc với sự thật rằng ngay cả biến cố trọng đại nhất, sự xuất hiện của một vị Phật trong thế gian, cũng là huyễn hiện tùy duyên của Pháp thân.

- Māyā trong Hoa Nghiêm biểu tượng cho tất cả các pháp, kể cả sự thị hiện của Như Lai, đều là "pháp môn như huyễn". Người sinh ra Phật được gọi là Māyā để biểu thị rằng từ huyễn mà hiển chân, từ phương tiện mà vào thật tánh, và đó là ý nghĩa sâu xa của việc Thiện Tài gặp bà như một thiện tri thức chỉ bày con đường nhập pháp giới.

II. PHÁP MÔN GIẢI THOÁT

Kinh văn: Phật tử! Ta đã thành tựu pháp môn giải thoát Đại nguyện trí huyễn của Bồ-tát, vì thế ta thường là mẹ của chư Bồ-tát. Phật tử! Như khi ta ở trong cõi Diêm-phù-đề, tại thành Ca-tỳ-la, trong nhà của vua Tịnh Phạn, từ hông bên phải mà sinh ra Thái tử Tất-đạt-đa, hiện bày thần biến tự tại chẳng thể nghĩ bàn; cũng như vậy, cho đến tận cùng biển thế giới này, tất cả các vị Tỳ-lô-giá-na Như Lai đều nhập vào thân ta, đồng thị hiện thần biến tự tại nơi sự đản sinh.

Hán:

佛子！我已成就菩薩大願智幻解脫門，是故常為諸菩薩母。佛子！如我於此閻浮提中迦毘羅城淨飯王家，右脇而生悉達太子，現不思議自在神變；如是，乃至盡此世界海，所有一切毘盧遮那如來，皆入我身，示現誕生自在神變。

- Pháp môn giải thoát Đại nguyện trí huyễn của Bồ-tát (*bodhisattva-mahāpraṇidhāna-jñāna-māyopama-vimokṣa-mukha*), có 3 yếu tố cấu thành:

1. Đại nguyện (mahāpraṇidhāna) – biểu trưng cho đại bi vô tận;

2. Trí huyễn (jñāna-māyā) – biểu trưng cho trí tuệ như huyễn, quán các pháp vô tự tánh;

3. Giải thoát môn (vimokṣa-mukha) – cửa vào chân như, giải thoát khỏi đối đãi sinh diệt.

III. Ý NGHĨA

Khi nói "thường là mẹ của chư Bồ-tát", nghĩa là Ma-da biểu hiện mẫu tánh của trí bi viên dung, làm "thân mẫu" của mọi Bồ-tát, cũng tức là *Như Lai tạng* sinh ra Phật trí trong tất cả chúng sinh.

Sự kiện "tất cả các Tỳ-lô-giá-na Như Lai đều nhập vào thân ta mà hiện đản sinh" cho thấy *Pháp thân* (*dharmakāya*) *và hóa thân* (*nirmāṇakāya*) *không hai*: trong mỗi sự đản sinh hữu hạn đều có Pháp thân vô lượng cùng hiển hiện. Đây là pháp môn "một thân vô biên thân" (*eka-kāya-ananta-kāya*), hiển nghĩa của *pháp giới vô ngại duyên khởi*, nơi mọi đản sinh là sự thị hiện của trí như huyễn, vô sinh mà sinh, vô khứ mà lai — chính là cốt tủy của phẩm Nhập pháp giới.

IV. TƯ TƯỞNG HOA NGHIÊM

1. Trí huyễn bất huyễn:

Nhất thiết pháp như huyễn, song trí không huyễn. Nhờ trí đại nguyện, Bồ-tát thấy huyễn mà không trụ huyễn, hành mà vô hành.

2. Đại bi sinh trí:

Từ đại bi phát nguyện, nguyện sinh trí, trí thành Phật. Do đó, Bồ-tát độ sinh bằng tâm mẫu, dạy Thiện Tài thấu hiểu nguồn cội Phật hạnh.

3. Pháp thân bất diệt:

Thân Ma-da "như huyễn" mà thường tại; thị hiện sanh diệt mà thật vô lai khứ, hiển thị tánh thường trụ của pháp thân.

Bồ-tát quán nhất thiết pháp như huyễn mà không chấp thật; dùng trí tuệ đại nguyện để sinh chư Phật thân, tức trí sanh Phật. Nguyện lực là mẹ, trí là con; từ đại nguyện và đại bi sinh ra trí giải thoát.

V. TÓM TẮT

Ma-da Phu nhân (Māyā-devī) là vị thiện tri thức thứ 41 trong *phẩm Nhập Pháp Giới*. Bà hiển thị pháp môn *Bồ-tát đại nguyện trí huyễn giải thoát*, dạy Thiện Tài rằng tất cả pháp như mộng huyễn, nhưng trí tuệ Bồ-tát thì bất huyễn. Bà là biểu tượng cho trí huệ sinh Phật, mẫu thể của chư Phật, nơi đại nguyện và đại trí hợp nhất, diệu huyễn hiển chân, lý sự vô ngại, chính là tư tưởng chủ đạo của Hoa Nghiêm.

42. THIÊN CHỦ QUANG
(Śrīmatī-Devī 天主光女)

I. BỐI CẢNH KINH VĂN

Sau khi đảnh lễ Ma-da Phu nhân, Thiện Tài Đồng tử tiếp tục du hành đến cung trời Đao-lợi (*Trāyastriṃśa-devaloka*). Tại đây, Ngài gặp Thiên Chủ Quang, con gái của Thiên Vương Chánh Niệm (*Samyak-smṛti devarāja*), đang ngồi trên tòa bảo liên hoa rực rỡ, chiếu quang khắp tam giới, có vô lượng thiên nữ vây quanh cúng dường.

Kinh văn: Thiện nam tử! Ở cõi trời Tam thập tam của thế giới này có một vị Thiên vương tên là Chánh Niệm; vị Thiên vương ấy có con gái tên là Thiên Chủ Quang.

Ông hãy đến đó mà thưa hỏi: Bồ-tát làm sao học hạnh Bồ-tát, tu hành đạo Bồ-tát?

Hán:

善男子！於此世界三十三天，有王名：正念，其王有女名：天主光。汝詣彼問：菩薩云何學菩薩行、修菩薩道?

II. PHÁP MÔN GIẢI THOÁT

Thiện nam tử! Ta đã chứng đắc môn giải thoát của Bồ-tát, tên là *Vô ngại niệm thanh tịnh trang nghiêm*. Thiện nam tử! Do năng lực của môn giải thoát này, ta có thể nhớ lại đời quá khứ: khi ấy có một kiếp thù thắng, tên là Thanh Liên Hoa; trong kiếp ấy, ta đã cúng dường vô số chư Phật Như Lai nhiều như số cát sông Hằng.

Hán:

善男子！我得菩薩解脫，名：無礙念清淨莊嚴。善男子！我以此解脫力，憶念過去，有最勝劫，名：青蓮華。我於彼劫中，供養恒河沙數諸佛如來。

Pháp môn Vô ngại niệm thanh tịnh trang nghiêm giải thoát (anāsrava-smṛti-viśuddha-alaṃkāra-vimokṣa) biểu thị cảnh giới *niệm vô nhiễm, trí vô ngại* của Bồ-tát. "Niệm vô ngại" tức năng lực nhớ biết không chướng ngại – nhớ chư Phật quá khứ, quán hiện tại, biết vị lai – mà tâm vẫn thanh tịnh, không phân biệt.

Kiếp Thanh Liên Hoa (Nīlotpala-kalpa) tượng trưng cho *tâm thanh tịnh nở giữa bùn sinh tử*, như hoa sen xanh biểu hiện trí giác vô cấu. Việc "cúng dường vô lượng Như Lai" không phải là hành động quá khứ vật lý, mà chỉ cho *tâm niệm liên tục tương ưng với trí giác của chư Phật*, tức nhất niệm tam thế Phật đều hiện tiền.

Đây là pháp môn quán niệm của Thiên Chủ Quang, dùng vô ngại niệm quán chư Phật quá khứ mà thành tựu hạnh trang nghiêm thanh tịnh, hiển nghĩa "nhất niệm tức pháp giới", căn bản của hạnh *Phổ Hiền quán sát chư Phật* trong toàn phẩm *Nhập pháp giới.*

III. TƯ TƯỞNG HOA NGHIÊM

1. Phước-Trí bất nhị: Phúc là cảnh, trí là tánh; cảnh tánh vô ngại, trí tức phước, phước tức trí. Người hành Bồ-tát đạo phải tu cả hai, lấy phước làm thể, lấy trí làm dụng. Phước như đất, sanh mọi thiện pháp; trí như nhật quang, chiếu mọi tâm. Lấy phước làm thể, lấy trí làm dụng; thể dụng bất nhị, đó gọi là Thiên Chủ Quang. Hai ngài đều giải rằng Thiên Chủ Quang biểu thị phước -trí viên minh, định-tuệ hợp nhất, đây chính là tinh thần Hoa Nghiêm "nhất tâm vô ngại, sự sự vô ngại."

2. Chánh niệm sinh quang: Từ chánh niệm mà phát quang minh; quang minh ấy là thanh tịnh tuệ quang chiếu soi các pháp mà không nhiễm.

3. Lợi ích chúng sinh: phước quang giải thoát là phước đức hướng tới người, trí tuệ hướng tới pháp; độ sinh bằng quang minh phước -trí tương nhập, đó là Bồ-tát hạnh vô ngại.

V. TÓM TẮT

Thiên Chủ Quang là vị thiện tri thức thứ 42 trong *phẩm Nhập Pháp Giới*, dạy pháp môn Bồ-tát phúc quang giải thoát, biểu thị sự hợp nhất giữa phước đức và trí huệ ; phước là thể của trí, trí là quang của phúc; phước- trí đều quy nhất tâm, chiếu soi pháp giới bình đẳng, thể hiện trọn tinh thần Hoa Nghiêm "phước -trí song vận, lý sự vô ngại."

43. THIỆN TRI CHÚNG NGHỆ ĐỒNG TỬ (善知眾藝童子)[46]

I. BỐI CẢNH KINH VĂN

Sau khi Thiện Tài Đồng tử từ biệt Thiên Chủ Quang, được chỉ dẫn đến học với vị thiện tri thức kế tiếp.

Kinh văn: Biến Hữu đáp: Thiện nam tử, ở đây có đồng tử tên là Thiện Tri Chúng Nghệ, tu học văn tự trí của Bồ-tát. Thiện Tài liền y lời chỉ dạy, đến giảng đường Phổ Hiện Pháp Giới Quang Minh, nơi vị đồng tử ấy đang thuyết pháp.

Hán:

遍友答言：善男子！此有童子，名：善知眾藝，學菩薩字智。」

Kinh văn: Bấy giờ, vị đồng tử nói với Thiện Tài rằng: Thiện nam tử, ta đã chứng được [pháp môn] giải thoát của Bồ-tát, gọi là Thiện Tri Chúng Nghệ.

Hán:

---

[46] Phạn bản Śubhavyūha (tr. 357) ở thành Bhadrikā-nagara, là gia chủ (gṛhapati)

時，彼童子告善財言：『善男子！我得菩薩解脫，名：善知眾藝

Phạn văn (Vaidya 1960, p. 96–97):

atha khalu sudhano śreṣṭhidārakaḥ yatra śubhavatiḥ kumāraḥ tenopasaṃkrāntaḥ | sā śubhavatiḥ kumārī bodhisattva-lakṣaṇa-vyākaraṇa-jñānam samudāgatā | tāṃ upasaṃkramya pṛcchati bodhisattva-caryāṃ bodhisattva-śikṣāṃ ca.

Việt dịch: Bấy giờ, Thiện Tài Đồng tử đi đến chỗ vị đồng tử tên là Śubhavati (Thiện Tri Chúng Nghệ). Đồng tử ấy đã thành tựu trí huệ hiểu rõ tướng và ngôn thuyết của Bồ-tát. Thiện Tài đến gần, đảnh lễ và hỏi về hạnh Bồ-tát và giáo pháp Bồ-tát.

II. PHÁP MÔN GIẢI THOÁT

Kinh văn: Thiện nam tử! Ta đã chứng đắc môn giải thoát của Bồ-tát tên là Thiện tri chúng nghệ. Ta thường trì tụng và xướng niệm những mẫu tự này:

Khi xướng chữ A, ta nhập vào môn Bát-nhã Ba-la-mật, gọi là "do năng lực của Bồ-tát mà vào cảnh giới vô sai biệt".

Khi xướng chữ Ta (Da), ta nhập vào môn Bát-nhã Ba-la-mật, gọi là "môn sai biệt vô biên".

Khi xướng chữ Ba (Pa), ta nhập vào môn Bát-nhã Ba-la-mật, gọi là "phổ chiếu pháp giới".

Khi xướng chữ Giả (Cha), ta nhập vào môn Bát-nhã Ba-la-mật, gọi là "chuyển đại luân đoạn trừ sai biệt".

Khi xướng chữ Na, ta nhập vào môn Bát-nhã Ba-la-mật, gọi là "đắc vô y vô thượng".

Khi xướng chữ La, ta nhập vào môn Bát-nhã Ba-la-mật, gọi là "ly y chỉ, vô cấu thanh tịnh".

Khi xướng chữ Đà (âm nhẹ), ta nhập vào môn Bát-nhã Ba-la-mật...

अ (A), **त** (Ta), **द** (Da), **प** (Pa), **च** (Cha), **न** (Na), **ल** (La), **ड** (Ḍa)

III. Ý NGHĨA BIỂU TƯỢNG

1. Danh hiệu "Thiện tri chúng nghệ" Śilpa-jñāna-kuśala-vimokṣa):

Nghĩa là "giải thoát môn khéo biết các nghệ thuật của Bồ-tát". Đây là pháp môn hiển thị sự vô ngại của trí tuệ trong mọi phương tiện thế gian: nghệ thuật, âm thanh, văn tự đều trở thành cửa ngõ Bát-nhã.

A (अ) – pháp vô sinh;

Ta/Da (त/द) – sai biệt vô biên;

Pa (प) – quang minh chiếu khắp pháp giới;

Cha (च) – đại luân đoạn trừ sai biệt;

Na (न) – đắc vô y vô thượng;

La (ल) – ly y vô cấu;

Ḍa (ड) – pháp tánh tịch tịnh, viên mãn trí Bát-nhã.

Mỗi mẫu tự ở đây chính là một tự môn (*akṣara-mukha*) dẫn vào Bát-nhã Ba-la-mật, biểu thị pháp môn "ngữ thanh tức chân như".

IV. TƯ TƯỞNG HOA NGHIÊM

1. Ngôn ngữ vô ngại: Bồ-tát dùng ngôn ngữ làm pháp khí, khiến chữ nghĩa trở thành cửa vào trí tuệ.

2. Phương tiện thiện xảo: Trí biết chúng nghệ là trí có thể tùy căn cơ mà giáo hóa; không bị giới hạn bởi biểu tướng, âm thanh hay văn tự.

3. Văn tuệ thành tựu: Đây là cảnh giới của văn tuệ viên mãn, nơi ngôn giáo không còn là chướng ngại mà là biểu hiện của trí.

4. Đồng tử Thiện Tri Chúng Nghệ là "vị đồng tử khéo biết các môn nghệ thuật và tri thức."

5. Pháp môn giải thoát mà vị này chứng được biểu hiện năng lực trí huệ hiểu biết mọi ký hiệu, ngôn ngữ và văn tự của chúng sinh, dùng ngôn ngữ làm phương tiện nhiếp hóa mà không nhiễm nơi danh tướng.

6. Ngôn ngữ là then chốt của Pháp; tuy nương nơi danh, cú, văn tự mà không rời chân như. Bồ-tát dùng phương tiện thuyết giảng khiến chúng sinh ngộ nhập Pháp giới. Qua đó, Thiện Tri Chúng Nghệ Đồng tử biểu trưng cho năng lực dùng ngôn ngữ làm cửa phương tiện, chuyển văn tự thành diệu dụng của trí.

7. Bồ-tát đối với ngôn ngữ không có ngại, có thể dùng một âm mà diễn nói pháp, khiến các loài chúng sinh đều hiểu theo căn tánh của mình; vì vậy gọi là Thiện Tri Chúng Nghệ.

8. Ngôn ngữ không chướng ngại là biểu hiện của trí huệ viên dung. "Chúng nghệ" không chỉ là kỹ xảo thế gian, mà là toàn bộ phương tiện thiện xảo (upāya-kauśalya) của Bồ-tát trong hạnh giáo hóa. Ở đây, Thiện Tri Chúng Nghệ Đồng tử tượng trưng cho trí ngôn vô ngại (pratibhāna-prajñā) — trí chiếu sáng qua lời nói, lời nói tức pháp, pháp tức chân như — hiển lộ trọn tinh thần Hoa Nghiêm về "ngữ trí viên dung, lý sự vô ngại."

V. TÓM TẮT

Thiện Tri Chúng Nghệ Đồng là vị thiện tri thức thứ 43 trong phẩm Nhập Pháp Giới, hiện thân cho năng lực ngôn ngữ vô ngại của Bồ-tát: dùng chữ nghĩa, âm thanh và phương tiện thế gian làm Phật sự. Pháp môn này mở ra cánh cửa văn tuệ, nơi ngôn ngữ trở thành ánh sáng của trí, biểu hiện tinh thần Hoa Nghiêm "ngữ trí viên dung, sự lý vô ngại."

44. HIỀN THẮNG ƯU-BÀ-DI
(賢勝優婆夷)[47]

I. BỐI CẢNH KINH VĂN

Sau khi đảnh lễ Thiện Tri Chúng Nghệ Đồng tử, Thiện Tài Đồng tử tiếp tục du hành đến thành Bà-đán-na. Ở đó, gặp vị nữ cư sĩ tên Hiền Thắng, là người đã thành tựu vô ngại biện tài và sâu đạt nghĩa lý của pháp giới.

Kinh văn: Thiện nam tử! Tại xứ Ma-kiệt-đà có một tụ lạc; trong thành Bà-đán-na có vị Ưu-bà-di Hiền Thắng. Hãy đến đó thưa hỏi: Bồ-tát học hạnh Bồ-tát và tu đạo Bồ-tát như thế nào?

Hán:

「善男子！此摩竭提國，有一聚落，彼中有城，名：婆呾那；有優婆夷，號曰：賢勝。汝詣彼問：菩薩云何學菩薩行、修菩薩道？」

II. PHÁP MÔN GIẢI THOÁT

Kinh văn: Thiện nam tử! Ta đã chứng được Bồ-tát giải thoát, tên là *Vô y xứ đạo tràng*. Sau khi tự mình khai ngộ, ta lại vì

---

47 Phạn bản ghi: Maitrāyanī, ở thành Vartanikā-nagara 婆呾那) ; Ưu-bà-di (upāsikā); thiện tri thức thứ 46.

người khác mà giảng nói. Lại nữa, ta chứng được tam-muội vô tận (*ananta-samādhi*). Ở đây, không phải pháp tam-muội kia có tận hay không tận, mà là do năng lực sinh khởi của con mắt thuộc tánh nhất thiết trí vô tận, nên gọi là vô tận; lại nữa, vì năng lực sinh khởi của tai thuộc tánh nhất thiết trí vô tận, nên gọi là vô tận; lại nữa, vì năng lực sinh khởi của mũi, của lưỡi, của thân, của ý thuộc tánh nhất thiết trí đều vô tận, nên gọi là vô tận; lại nữa, vì năng lực sinh khởi của các sóng công đức thuộc tánh nhất thiết trí là vô tận, nên gọi là vô tận; lại nữa, vì năng lực sinh khởi của ánh sáng trí tuệ thuộc tánh nhất thiết trí là vô tận, nên gọi là vô tận; lại nữa, vì năng lực sinh khởi của thần thông mau lẹ thuộc tánh nhất thiết trí là vô tận, nên gọi là vô tận.

Ý nghĩa:

- *Vô y xứ đạo tràng:* 無依處道場; Phạn *Anālamba-bodhimaṇḍa-vimokṣa*: giải thoát do không nương vào bất kỳ tướng hay đối tượng nào (*anālambana*). "Đạo tràng" (bodhimaṇḍa) chỉ cảnh giới chứng trí giác ngộ, nên dịch sát nghĩa là "giải thoát nơi đạo tràng vô sở y".

Pháp môn này biểu thị năng lực hành đạo của Bồ-tát: tùy căn cơ, tùy nguyện lực, tùy nghiệp tánh của chúng sinh mà ứng hiện, thuyết pháp vô ngại. Dù hiện thân cư sĩ nữ, Hiền Thắng vẫn hành Bồ-tát sự một cách bình đẳng, vô sai biệt, khiến người thấy, nghe đều khởi tâm Bồ-đề.

-*Tam-muội vô tận* (*Ananta-samādhi*, 無盡三昧):chỉ định lực không biên tế, có khả năng khởi sinh vô lượng trí dụng.

- *Sinh nhất thiết trí tánh* (bảy lần lặp): phản ánh công năng khai triển từ căn (*indriya*) đến trí (*jñāna*) của Bồ-tát trong cảnh giới vô y; biểu tượng cho sự chuyển hóa sáu căn và công đức trí tuệ thành "phổ chiếu vô tận".

- Công *đức ba đào* (guṇa-vīci; 功德波濤) ví như sóng công đức của biển trí; "智慧光明" (prajñā-prabhā) là ánh sáng trí huệ chiếu khắp pháp giới; "速疾神通" (ṛju-kāra-ṛddhi) là thần thông linh hoạt, khởi tức đến, không bị chướng ngại.

- *Danh xưng Hiền Thắng* (*Bhadrā*): "Bhadrā" nghĩa là thiện thắng, cát tường, biểu trưng cho tâm từ bi nhu hòa mà có năng lực thắng diệu trong hạnh hóa độ.

- *Ưu-bà-di:* Hiền Thắng là cư sĩ nữ, biểu tượng cho Bồ-tát đạo không phân biệt tại gia hay xuất gia, nam hay nữ. Nơi thân nữ vẫn đủ trí tuệ và phương tiện để hành đạo lợi sinh.

III. TƯ TƯỞNG HOA NGHIÊM

1. Tùy thuận vô ngại: Hạnh Bồ-tát tùy thuận mà không đồng thuận phi pháp; như gió tùy hình núi mà không lìa bản tánh hư không.

2. Phương tiện và trí huệ: Phương tiện là dụng, trí là thể; khi thể dụng viên dung, tùy thuận trở thành phương tiện cứu độ.

3. Bình đẳng giới: Sự hiện thân Ưu-bà-di biểu thị rằng trong pháp giới, mọi hình tướng, mọi thân đều có thể thành tựu Bồ-tát hạnh. Bồ-tát tuy hiện thân nữ, mà hành đại bi; thị hiện theo

thế tục mà không nhiễm thế tục, tùy cơ cảm hóa mà không mất chân thật.

4. Phương tiện tùy thuận: Hạnh của Hiền Thắng là dùng trí tuệ thiện xảo tùy thuận căn cơ, lấy ngôn ngữ, cử chỉ, hành nghiệp mà cảm hóa; trong tùy thuận không rời chánh pháp, trong chánh pháp không bỏ tùy thuận. Phương tiện là dụng của trí, tùy thuận là hạnh của bi; khi trí và bi cùng vận hành, thì có thể hóa độ khắp quần sinh.

5. Hiền Thắng Ưu-bà-di biểu thị hạnh tùy thuận phương tiện của Bồ-tát: ở trong đời mà không bị đời ràng buộc, hành trong nhiễm mà không nhiễm, làm lợi lạc chúng sinh mà không rời pháp tánh thanh tịnh.

V. TÓM TẮT

Hiền Thắng Ưu-bà-di là vị thiện tri thức thứ 44 trong phẩm *Nhập Pháp Giới*. Bà truyền dạy pháp môn *Vô y xứ đạo tràng* (*Anālamba-bodhimaṇḍa-vimokṣa*) và *Tam-muội vô tận* (*ananta-samādhi*), biểu thị hạnh tùy duyên vô ngại của Bồ-tát đạo. Bằng trí tuệ và đại bi, bà tùy thuận căn cơ chúng sinh mà hóa độ, không phân biệt thân phận, giới tánh hay hình thức. Pháp môn của Hiền Thắng hiển bày trọn tinh thần Hoa Nghiêm, trí và bi dung hợp, phương tiện và chân thật đồng hành, hành đạo giữa đời mà tâm vẫn thanh tịnh, vô ngại.

45. KIÊN CỐ GIẢI THOÁT TRƯỞNG GIẢ (堅固解脫長者)

I. BỐI CẢNH KINH VĂN

Sau khi đảnh lễ Hiền Thắng Ưu-bà-di, Thiện Tài Đồng tử tiếp tục du hành về phương Nam. Ngài đến một thành lớn, nơi có vị trưởng giả tên là Kiên Cố Giải Thoát, người đã chứng nhập pháp môn giải thoát, thân tâm an trụ trong trí tuệ bất hoại mà hành hóa tự tại giữa thế gian.

Kinh văn: Thiện nam tử! Ở phương Nam có một thành tên là Ốc-điền. Trong ấy có vị Trưởng giả tên Kiên Cố Giải Thoát. Hãy đến đó thưa hỏi: Bồ-tát học hạnh Bồ-tát và tu đạo Bồ-tát như thế nào?

Hán:

善男子！南方有城，名為：沃田；彼有長者，名：堅固解脫 。汝可往問：菩薩云何學菩薩行、修菩薩道？ 」

II. PHÁP MÔN GIẢI THOÁT

Kinh văn: Thiện nam tử! Ta chứng được Bồ-tát giải thoát tên là *Vô trước niệm thanh tịnh trang nghiêm* (*Anāsakta-smṛti-pariśuddhi-alaṃkṛta-vimokṣa*). Từ khi đạt được giải thoát này, ta siêng cầu chánh pháp nơi mười phương chư Phật, không bao giờ gián đoạn nghỉ ngơi.

Hán:

善男子！我得菩薩解脫，名：無著念清淨莊嚴。我自得是解脫已來，於十方佛所勤求正法無有休息。

- Pháp môn này nói về sức định tuệ kiên cố, tâm nguyện bất thoái của Bồ-tát. Dù gặp khổ nạn, nghịch cảnh hay phiền não thế gian, Bồ-tát vẫn hành hạnh không thối chuyển, lấy trí làm gốc, lấy bi làm dụng, lấy kiên cố làm phương tiện hóa độ.

III. TƯ TƯỞNG HOA NGHIÊM

1. Định lực kiên cố: Giải thoát không phải là lìa thế gian mà là ở giữa thế gian mà không lay động; tâm định ấy chính là nền tảng của trí và bi. Kiên cố là tâm không bị cảnh chuyển; giải thoát là trí tuệ vô ngại. Khi tâm bất động thì trí tự tại, mà trí tự tại ấy chính là Kiên cố giải thoát.

2. Hạnh dõng mãnh: Kiên cố là hạnh dõng mãnh trong Bồ-tát đạo, dẫu gặp khổ đau hay chướng nạn vẫn phát nguyện cứu độ không mỏi mệt. Bồ-tát lấy tâm kiên cố an trụ trong vô sinh pháp nhẫn; đối với các pháp hữu vi, không khởi ghét thương, nên gọi là Kiên cố giải thoát.

3. Bất thoái chuyển: Bồ-tát không còn bị dao động bởi kiến chấp ngã, pháp, thiện hay ác; trong tâm bình đẳng, hành hạnh vô ngại, đó là chân giải thoát. Kiên Cố Giải Thoát là cảnh giới của tâm bất động và trí vô ngại, hạnh Bồ-tát giữa sinh tử

mà không động, trong động mà không nhiễm, viên dung lý sự vô ngại.

IV. TÓM TẮT

Kiên Cố Giải Thoát Trưởng giả là vị thiện tri thức thứ 45 trong phẩm *Nhập Pháp Giới*. Pháp môn của Ngài là *Vô trước niệm thanh tịnh trang nghiêm*, biểu thị sức định-trí vô ngại và tâm nguyện bất động trong Bồ-tát đạo. Dù ở giữa thế gian, Ngài vẫn hành hóa không thoái chuyển, an trú trong trí tuệ kiên cố. Pháp môn này dạy rằng: giải thoát không ở ngoài thế gian, mà ở chính nơi tâm kiên cố giữa duyên sinh, thể hiện trọn tinh thần Hoa Nghiêm "định huệ tương tức, lý sự viên dung."

46. DIỆU NGUYỆT TRƯỞNG GIẢ
(妙月長者)

I. BỐI CẢNH KINH VĂN

Sau khi đảnh lễ trưởng giả Kiên Cố Giải Thoát, Thiện Tài Đồng tử được giới thiệu đến gặp trưởng giả Diệu Nguyệt.

Kinh văn: Thiện nam tử! Ngay trong thành này có vị Trưởng giả tên là Diệu Nguyệt. Nhà của vị ấy thường tỏa hào quang sáng rực. Hãy đến nơi ấy thưa hỏi: Bồ-tát học hạnh Bồ-tát và tu đạo Bồ-tát như thế nào.

Hán:

善男子！即此城中，有一長者，名為：妙月；其長者宅，常有光明。汝詣彼問：菩薩云何學菩薩行、修菩薩道？」

- Việc đặt nhân vật kế tiếp "Diệu Nguyệt" ngay sau "Kiên Cố Giải Thoát" biểu thị tiến trình hành đạo: sau khi Bồ-tát được giải thoát kiên định (*dṛḍha-vimokṣa*), trí tuệ liền chiếu sáng nhu hòa như ánh trăng (*candra-prabhā*), tượng trưng cho từ bi quang minh phát khởi từ định tuệ.

II. PHÁP MÔN GIẢI THOÁT

Kinh văn: Thiện nam tử! Ta đã chứng được Bồ-tát giải thoát tên là *Tịnh trí quang minh.* Thiện nam tử!. Ta chỉ tự biết [pháp môn] ánh sáng trí huệ thanh tịnh giải thoát. Còn các vị Bồ-tát Ma-ha-tát chứng đắc vô lượng pháp môn giải thoát, ta làm sao có thể biết hay diễn nói hết được công đức và hạnh của các Ngài?

Hán:

善男子！我得菩薩解脫，名：淨智光明。善男子！我唯知此智光解脫。如諸菩薩摩訶薩證得無量解脫法門，而我云何能知能說彼功德行？

-Pháp môn này biểu thị trí huệ trong sáng, chiếu soi mà không nhiễm, như ánh trăng giữa trời thu, thanh tịnh nhu hoà chiếu khắp muôn loài mà không phân biệt. Đó là pháp môn của Bồ-tát hành đạo trong đời bằng trí tuệ quang minh, khiến mọi chúng sinh được thanh lương và giác ngộ.

III. Ý NGHĨA BIỂU TƯỢNG

1. Danh xưng Diệu Nguyệt: biểu trưng: ánh sáng chiếu soi mà không đốt cháy, biểu hiện cho trí huệ thanh lương (*sīta-prajñā*) của Bồ-tát, chiếu khắp nhưng vô trước. Đó là trí quang thanh lương của Bồ-tát, soi chiếu mà không chấp, tịch tĩnh mà vẫn từ bi hành động.

2. Biểu tượng của quang minh: Ánh trăng chiếu sáng khắp nơi mà không chọn lựa; cũng vậy, trí tuệ của Bồ-tát soi sáng mọi pháp giới, khiến kẻ mê được tỉnh, người khổ được an. "Minh chiếu" ở đây chính là trí chiếu trong định, định tịnh trong trí.

IV. TƯ TƯỞNG HOA NGHIÊM

1. Trí tuệ thanh tịnh: "Minh" là trí tuệ; "chiếu" là năng soi. Khi tâm không cấu nhiễm, trí tuệ hiện tiền, soi rõ tánh không của vạn pháp, đó là "thanh tịnh minh chiếu giải thoát". Minh là trí, chiếu là huệ. Lấy trí làm thể, lấy huệ làm dụng; thể dụng đều sáng thì gọi là minh chiếu. Khi tâm thanh tịnh thì trí huệ cùng hiện, đó gọi là Thanh tịnh minh chiếu giải thoát.

2. Chiếu mà không động: Giải thoát không ở nơi tịch diệt vô hành, mà trong chiếu soi vô ngại. Như trăng soi mặt nước, bóng hiện khắp mà trăng vẫn an nhiên, đây chính là hạnh quán trung đạo của Bồ-tát. Bồ-tát dùng trí không nhiễm quán các pháp, soi mà không chấp, nên gọi là "minh chiếu"; không bị cảnh làm mê hoặc, nên gọi là "thanh tịnh".

3. Từ bi vô ngại: Ánh sáng Diệu Nguyệt chiếu khắp mà không lựa chọn, biểu trưng tâm đại bi bình đẳng của Bồ-tát đối với tất cả chúng sinh, không phân biệt thân sơ, thiện ác. "Thanh tịnh minh chiếu" là trí tịnh chiếu khắp, không nhiễm nơi duyên, chính là tâm sáng soi của Bồ-tát hành đạo trong thế gian mà không rời chân như.

V. TÓM TẮT

Diệu Nguyệt Trưởng giả là vị thiện tri thức thứ 46 trong *Phẩm Nhập pháp giới*. Pháp môn của Ngài là *Tịnh trí quang minh*, biểu thị trí tuệ quang minh thanh tịnh của Bồ-tát. Ánh sáng ấy không phải của hình sắc, mà là của tâm giác chiếu; chiếu mà không nhiễm, hành mà không động. Pháp môn này thể hiện tinh thần Hoa Nghiêm: trí và bi đồng chiếu, tịch và dụng viên dung – chính nơi thế gian mà hiển hiện giải thoát.

47. VÔ THẮNG QUÂN TRƯỞNG GIẢ (Ajitasena Gṛhapati 無勝軍長者)

I. BỐI CẢNH KINH VĂN

Sau khi đảnh lễ trưởng giả Diệu Nguyệt, Thiện Tài Đồng tử lại tiếp tục du hành về phương Nam, đến một thành lớn tên là Xuất sanh. Ở đó, Ngài gặp vị trưởng giả tên là Vô Thắng Quân

Kinh văn: Thiện nam tử! Ở phương Nam có thành *Xuất Sanh.* Trong đó có vị Trưởng giả tên *Vô Thắng Quân.* Hãy đến đó thưa hỏi: Bồ-tát học hạnh Bồ-tát và tu đạo Bồ-tát như thế nào?

II. PHÁP MÔN GIẢI THOÁT

Thiện nam tử! Ta đã chứng được Bồ-tát giải thoát tên là *Vô tận tướng*. Nhờ chứng được giải thoát này, ta thấy vô lượng chư Phật và đạt được kho tàng vô tận của pháp giới.

Hán:

善男子！我得菩薩解脫，名：無盡相。我以證此菩薩解脫，見無量佛，得無盡藏

- *Vô tận tướng* (*Ananta-nirmita-saṃsthāna-vimokṣa*); pháp môn giải thoát dạy trí và hạnh của Bồ-tát đạt đến chỗ không gì có thể thù thắng hơn, là sức tinh tấn bất thoái của đại nguyện, dõng mãnh vô úy giữa các pháp.

- *Vô thắng quân* không có nghĩa là đối địch, mà là vượt lên tất cả đối đãi, an trụ trong định huệ bình đẳng, lấy đại bi làm quân, lấy trí tuệ làm tướng, dùng vô úy làm oai đức để hóa độ vô lượng hữu tình. Đó chính là kho tàng vô tận của pháp giới (*anantā dharma-dhātu-nidhi*).

III. Ý NGHĨA BIỂU TƯỢNG

1. Danh xưng Vô Thắng Quân (*Ajitasena*): "*Ajita; thắng*" nghĩa là vô thượng, không gì thắng hơn; "*senā*" nghĩa là quân, tức là oai lực hoặc đoàn thể chiến thắng. Danh hiệu này biểu thị sức tinh tấn và năng lực giác ngộ không gì có thể vượt qua, như đoàn quân chánh pháp nhiếp phục tất cả phiền não.

2. Trưởng giả: Tượng trưng cho hàng cư sĩ đại trí, ở giữa thế gian mà không nhiễm, dùng công đức và nguyện lực hộ trì chánh pháp, là hình ảnh của Bồ-tát hành đạo trong đời, dõng mãnh mà nhu hòa, oai nghiêm mà từ bi.

3. Biểu tượng của vô úy và tinh tấn: "Quân" là biểu trưng của hạnh dõng mãnh; "Vô thắng" là biểu trưng cho trí huệ bình đẳng. Hợp cả hai là sức đại tinh tấn không mỏi, lấy trí làm vũ khí, lấy bi làm phương tiện.

IV. TƯ TƯỞNG HOA NGHIÊM

1. Tinh tấn vô úy: Trong các pháp môn của Bồ-tát, tinh tấn là căn bản để vượt mọi chướng ngại. "Vô năng thắng" là sức

tinh tấn của đại bi, không vì mình mà vì tất cả, không mệt mỏi dù trong sinh tử vô tận. Vô năng thắng nghĩa là các pháp bình đẳng, không đối đãi; dõng mãnh là tinh tấn không mỏi, không thối thất. Khi quán pháp bằng trí bình đẳng mà hành tinh tấn không ngừng,

2. Định trí tương dung: Giải thoát của Vô Thắng Quân không phải là dừng lại trong tịch tĩnh, mà là trong hành động vẫn an nhiên. Tâm định nên không dao động, trí huệ nên không sợ hãi; đây là sự viên dung của định huệ, biểu hiện chân giải thoát. Bồ-tát dùng tâm dõng mãnh phá quân vô minh, được trí huệ tự tại, nên gọi là Vô năng thắng quân. Nếu lấy trí làm tướng, lấy phương tiện làm binh, thì mọi chướng đều hàng phục, đó gọi là giải thoát.

3. Đại bi hành thế: Pháp môn "vô năng thắng" cũng là pháp môn đại bi, vì Bồ-tát hành đạo vô ngại, không gì cản nổi hạnh nguyện cứu độ; tất cả ma chướng chỉ là duyên để tăng trưởng bi-trí, không còn đối nghịch. Vô thắng quân là hình ảnh biểu trưng cho hạnh dõng mãnh bình đẳng của Bồ-tát. Hành giả lấy trí huệ làm tướng soái, lấy đại bi làm binh lực, phá tan vô minh, khiến đạo nghiệp viên mãn.

V. TÓM TẮT

Vô Thắng Quân Trưởng giả là vị thiện tri thức thứ 47 trong *Phẩm Nhập pháp giới*. Pháp môn của Ngài là *Vô tận tướng*, biểu thị tinh tấn vô úy và trí huệ bình đẳng của Bồ-tát. Hạnh của Ngài là chiến thắng vô minh mà không chiến đấu, hành đạo giữa sinh tử mà không nhiễm sinh tử. Pháp môn này hiển bày tinh thần Hoa Nghiêm: lấy trí huệ làm tướng, lấy đại bi làm binh, lấy bình đẳng làm đạo, lấy vô úy làm hành – hạnh Bồ-tát viên dung, vô năng thắng, vô sở trước, vô ngại giải thoát.

48. TỐI TỊCH TĨNH BÀ-LA-MÔN (Śivarāma 最寂靜婆羅門)[48]

I. BỐI CẢNH KINH VĂN

Sau khi đảnh lễ trưởng giả Vô Thắng Quân, Thiện Tài Đồng tử tiếp tục du hành về phương Nam, đến một nơi thanh tịnh u nhã đầy đạo vị, có vị Bà-la-môn tên là Tối Tịch Tĩnh.

Kinh văn: Thiện nam tử! Ở phía Nam của thành này có một tụ lạc tên *Pháp*. Trong tụ lạc ấy có vị Bà-la-môn tên *Tối Tịch Tĩnh*. Hãy đến nơi đó thưa hỏi: Bồ-tát học hạnh Bồ-tát và tu đạo Bồ-tát như thế nào.

Hán:

「善男子！於此城南，有一聚落，名之為：法；彼聚落中，有婆羅門，名：最寂靜。汝詣彼問：菩薩云何學菩薩行、修菩薩道？」

II. PHÁP MÔN GIẢI THOÁT

Kinh văn: Thiện nam tử! Ta đã chứng được [pháp môn] Bồ-tát giải thoát tên là *Thành nguyện ngữ*. Các vị Bồ-tát ở quá

---

48 Phạn bản ghi: Śivarāma; ở thành Dharma-prasthāna; Bà-la-môn ; Thiện tri thức thứ 50

khứ, hiện tại và vị lai, nhờ lời nguyện chân thật này mà cho đến khi thành tựu quả Vô thượng Chánh đẳng Chánh giác, đều không thoái chuyển: quá khứ không thoái, hiện tại không thoái; vị lai không thoái.

Hán:

善男子！我得菩薩解脫，名：誠願語；過去、現在、未來菩薩，以是語故，乃至於阿耨多羅三藐三菩提，無有退轉，無已退、無現退、無當退。

- Bồ-tát giải thoát pháp môn *Thành nguyện ngữ* (*Satyādhyāśaya-vāk-vimokṣa*) tượng trưng cho nguyện lực bất thoái (*avaivartika-praṇidhāna*): mọi ngôn hạnh của Bồ-tát phát khởi từ chân tâm nên lời nói trở thành phương tiện cứu độ, không bao giờ dẫn đến thoái thất đạo quả.

- Pháp môn này biểu thị cảnh giới sâu thẳm của trí và định, nơi đó mọi tướng ngôn thuyết đều diệt, mọi phân biệt đều dừng, chân như hiển lộ. "Tịch tĩnh" không phải là đoạn diệt, mà là trí huệ quán chiếu đến mức cực tịnh, thấy các pháp vốn bất sinh bất diệt, do đó tâm không còn dao động giữa có và không, nên bất thoái chuyển.

- Ba cách nói "無已退、無現退、無當退" dịch thẳng từ ba thời cách của động từ *nivṛt* trong Phạn văn: quá khứ, hiện tại, vị lai, nhấn mạnh tính phi thời gian của tâm nguyện giác ngộ.

- Về vị trí trong hành trình: sau *Tối Tịch Tĩnh*, Bồ-tát Thiện Tài chứng nhập tầng "chân ngôn nguyện hải", nơi ngữ nghiệp trở thành phương tiện Ba-la-mật (upāya-pāramitā), biểu hiện giai đoạn chuyển từ định tịch sang nguyện hạnh.

III. TƯ TƯỞNG HOA NGHIÊM

1. Biểu tượng của tịch và chiếu: "Tịch" là tánh không động; "Chiếu" là trí soi sáng. Tối Tịch Tĩnh là cảnh giới của tịch chiếu viên dung – tâm hoàn toàn an nhiên, nhưng trí vẫn sáng suốt, không lìa bi trí song vận. Tịch là dừng các vọng tưởng; tĩnh là diệt các phân biệt. Khi vọng tưởng và phân biệt đều dứt, thì chân trí hiện tiền, đó gọi là tịch tĩnh giải thoát.

2. Tịch mà không đoạn: "Tịch tĩnh" trong pháp Bồ-tát không đồng với vô vi của hàng Thanh văn, vì Bồ-tát dù ở nơi tịch nhưng vẫn hành đại bi, không bỏ chúng sinh. Tịch là bản thể của trí, còn động là dụng của bi; thể dụng vô ngại chính là đại định giải thoát. Bồ-tát đối với các pháp không thấy sinh diệt, không thủ không xả, an trú nơi chân như, gọi là tối thắng tịch tĩnh. Nếu tịch mà năng chiếu, chiếu mà thường tịch, thì đó là tịch tĩnh tối thắng.

3. Xa lìa hý luận: Tối Tịch Tĩnh là cảnh giới vượt ngoài nhị biên ngôn ngữ, ngoài phạm trù có – không, sinh – diệt. Đây là sự thể nhập trực chứng pháp giới, nơi "ngôn ngữ đạo đoạn, tâm hành xứ diệt". Tối Tịch Tĩnh" là cảnh giới tịch chiếu vô ngại của Bồ-tát – trí huệ chiếu khắp mà không khởi vọng niệm, từ bi vận hành mà tâm không động. Đây chính là pháp giới chân tịnh được hiển bày trong hạnh Bồ-tát.

4. Quán chân như: Pháp môn này biểu thị Bồ-tát quán các pháp vốn tịch diệt, vô tướng, vô tác; từ đó sinh đại bi vô ngại, vì thấy tất cả chúng sinh vốn đồng thể trong pháp tánh.

V. TÓM TẮT

Tối Tịch Tĩnh Bà-la-môn là vị thiện tri thức thứ 48 trong *Phẩm Nhập pháp giới*. Pháp môn của Ngài là *Thành nguyện ngữ* (*Satyādhyāśaya-vāk-vimokṣa*), biểu thị cảnh giới tịch chiếu viên dung của Bồ-tát: trí huệ sáng soi mà tâm vẫn tĩnh lặng, hành bi giữa đời mà không nhiễm đời. Đây là pháp môn cực tịnh của định huệ song dung, nơi "tịch mà chiếu, chiếu mà tịch", thể hiện tinh thần Hoa Nghiêm viên dung vô ngại – tịch là trí, chiếu là bi, tịch chiếu nhất như, ấy là giải thoát tối thắng.

49. ĐỨC SINH ĐỒNG TỬ – HỮU ĐỨC ĐỒNG NỮ (德生童子；有德童女)[49]

I. BỐI CẢNH KINH VĂN

Sau khi đảnh lễ Tối Tịch Tĩnh Bà-la-môn, Thiện Tài Đồng tử tiếp tục du hành về phương Nam, đến một khu vườn thanh tịnh đầy hoa sen báu. Ở đó, Thiện Tài gặp hai vị đồng tử và đồng nữ – Đức Sinh (Guṇotpanna) và Hữu Đức (Guṇamati). Cả hai đều có thân phát quang minh, tướng mạo đoan nghiêm, nói năng nhu hòa, tùy căn cơ chúng sinh mà diễn nói diệu hạnh Bồ-tát.

Kinh văn: Thiện nam tử! Ở phương Nam có thành tên *Diệu Ý Hoa Môn*. Trong thành ấy có một đồng tử tên *Đức Sanh*, và một đồng nữ tên *Hữu Đức*. Hãy đến đó thưa hỏi: Bồ-tát học hạnh Bồ-tát và tu đạo Bồ-tát như thế nào.

Hán:

善男子！於此南方，有城名：妙意華門；彼有童子，名曰：德生；復有童女，名為：有德。汝詣彼問：菩薩云何學菩薩行、修菩薩道？」

---

[49] Phạn bản ghi: Śrībhadra & Śrīmati; ở thành Sumati-nagara.

II. PHÁP MÔN GIẢI THOÁT

Kinh văn: Thiện nam tử! Chúng tôi đã chứng được Bồ-tát giải thoát, tên là *Huyễn trụ* (*Māyā-sthita-vimokṣa*).

Do chứng được giải thoát này, nên thấy tất cả thế giới đều là huyễn trụ, vì đều do nhân duyên hòa hợp mà sinh.

Tất cả chúng sinh đều là huyễn trụ, vì khởi từ nghiệp và phiền não.

Tất cả thế gian đều là huyễn trụ, vì nhân duyên vô minh và ái lần lượt duyên sinh.

Tất cả các pháp đều là huyễn trụ, vì do các duyên huyễn như ngã kiến v.v... mà thành.

Tất cả ba đời đều là huyễn trụ, vì do trí điên đảo khởi.

Tất cả sinh diệt, sanh, lão, bệnh, tử, sầu, bi, khổ, não của chúng sinh đều là huyễn trụ, vì do vọng phân biệt mà sinh.

Tất cả quốc độ đều là huyễn trụ, vì do tưởng đảo, tâm đảo, kiến đảo và vô minh hiện khởi.

Tất cả Thanh văn, Duyên giác đều là huyễn trụ, vì do phân biệt trí đoạn mà thành.

Tất cả Bồ-tát đều là huyễn trụ, vì do năng lực tự điều phục, giáo hóa chúng sinh, cùng các hạnh nguyện mà thành.

Tất cả các hội chúng Bồ-tát, các sự biến hóa, điều phục, các việc thực hành đều là huyễn trụ, vì do nguyện và trí huyễn mà thành.

Thiện nam tử! Cảnh giới huyễn có tự tánh chẳng thể nghĩ bàn.

- *Triết lý "huyễn trụ"*: Đây là một trong những mô hình tư tưởng trọng yếu của *Hoa Nghiêm tông*, biểu thị pháp giới duyên khởi vô ngại (*dharmadhātu-pratītyasamutpāda*). Mọi hiện tượng, dù Phật hay phàm, đều do duyên khởi, vốn như huyễn mà không lìa chân thật tánh.

- Cấu trúc: "thế giới – chúng sinh – thế gian – pháp – ba đời – khổ tập – quốc độ – thừa – Bồ-tát – hội chúng" tạo thành mười tầng huyễn quán, tương ứng với "Thập huyền" trong *Hoa nghiêm quán môn* (華嚴觀門).

- Câu kết, *Huyễn cảnh tự tánh bất khả tư nghị*(幻境自性不可思議; *māyā-viṣaya-svabhāvaḥ acintyaḥ*, nghĩa là "Tự tánh của cảnh huyễn vốn không thể nghĩ bàn", chính là nghĩa bất nhị của Đại thừa: huyễn tức chân, sinh tức diệt, hữu tức vô, và trí tuệ tức phương tiện.

Trên phương diện hành trì, pháp *Huyễn trụ* chính là pháp quán thù thắng của hàng Bồ-tát, thấy toàn thể pháp giới như mộng, huyễn, bào, ảnh (*svapna-māyā-bhrama-pratibhāsa*), nhưng vẫn đại bi hành hóa, không rời nhất tâm.

Pháp môn này nói về sự tăng trưởng liên tục của thiện căn và công đức trong đạo Bồ-tát. Các thiện căn không chỉ trụ trong nhân mà luôn hướng đến quả, từ trí khởi bi, từ bi thành hạnh, từ hạnh mà nhiếp độ vô lượng hữu tình.

III. Ý NGHĨA BIỂU TƯỢNG

1. Danh xưng Đức Sinh: nghĩa là công đức, đức hạnh. Đức Sinh biểu thị cho nguồn gốc của thiện căn – từ tâm thanh tịnh mà công đức phát khởi.

2. Danh xưng Hữu Đức: nghĩa là trí tuệ, nhận thức, tư duy. Hữu Đức tượng trưng cho trí huệ thành tựu nhờ công đức, tức trí phát sinh từ đức, đức viên mãn do trí.

3. Đồng tử và đồng nữ: Hình ảnh thuần tịnh, vô nhiễm, biểu thị tâm Bồ-tát thanh tịnh như trẻ thơ, hành đạo không vọng niệm, không phân biệt. Đồng tử tượng trưng cho trí huệ nguyên sơ; đồng nữ tượng trưng cho từ bi nhu hòa. Hai vị cùng hiện là biểu tượng cho trí – bi tương ưng, đức – trí viên dung.

IV. TƯ TƯỞNG HOA NGHIÊM

1. Thiện căn tăng trưởng: Tất cả thiện căn khởi đầu từ niệm Bồ-đề, nhưng nhờ tinh tấn và tuệ chiếu mà tăng trưởng vô tận. Bồ-tát hành đạo không vì cầu quả báo mà vì thành tựu chúng sinh; đó là sự tăng trưởng chân thật của thiện căn.

2. Đức và trí song hành: Đức là nền tảng, trí là ngọn đuốc; đức không trí thì ám, trí không đức thì lệch. Pháp môn này hiển thị sự viên dung của hai mặt ấy – từ bi thành trí, trí huệ thành đức, hỗ tương mà thành hạnh Bồ-tát.

3. Tăng trưởng vô tận: Thiện căn của Bồ-tát không cố định, vì tùy duyên mà khởi, tùy bi mà hành. Càng độ sinh càng tăng trưởng; càng hành đạo càng thanh tịnh – đó là ý "vô tận tăng trưởng".

V. TÓM TẮT

Đức Sinh Đồng tử và Hữu Đức Đồng nữ là hai vị thiện tri thức thứ 49 trong *Phẩm Nhập pháp giới*. Pháp môn của hai vị là "*Huyễn trụ* (*Māyā-sthita-vimokṣa*)", dạy rằng mọi thiện căn đều có thể vô tận sinh trưởng nếu được nuôi dưỡng bằng tín, tuệ và bi. Hai vị tượng trưng cho đức và trí, nam và nữ, tịch và dụng – cùng viên dung thành đạo Bồ-tát. Pháp môn này hiển thị tinh thần Hoa Nghiêm: thiện căn vô tận, hạnh nguyện vô biên, đức trí viên dung, lý sự vô ngại – đó là con đường tăng trưởng bất tận của Bồ-tát trong pháp giới.

50. DI-LẶC BỒ-TÁT
(Maitreya Bodhisattva 彌勒菩薩)

I. BỐI CẢNH KINH VĂN

Sau khi đảnh lễ hai vị thiện tri thức Đức Sinh Đồng tử và Hữu Đức Đồng nữ, Thiện Tài Đồng tử tiếp tục du hành về phương Nam, đến đại thành Hải Ngạn. Ở đó, Ngài gặp vị Đại Bồ-tát tên là Di-lặc (Maitreya), thân tướng vàng ròng, tướng hảo trang nghiêm, an trú trong pháp môn "Nhất thiết Bồ-tát hạnh giải thoát môn", hiện thân giữa thế gian mà tâm thường an tịnh, là bậc đại bi, đại trí, đại nguyện, được chư Phật đồng tán thán.

Kinh văn: Thiện nam tử! Ở phương Nam có quốc độ tên là Hải Ngạn, có khu vườn Đại Trang Nghiêm. Trong vườn có tòa lâu các rộng lớn tên là Tỳ-lô-giá-na Trang Nghiêm Tạng. Lầu các này do quả báo công đức của Bồ-tát Thiện Căn mà sinh, do niệm lực, nguyện lực, tự tại lực, thần thông lực của Bồ-tát mà hiện, do phương tiện thiện xảo của Bồ-tát, do phước đức và trí tuệ của Bồ-tát mà thành tựu. Thiện nam tử! Bồ-tát trụ nơi giải thoát bất khả tư nghì, với tâm đại bi, vì các chúng sinh mà hiện ra cảnh giới như thế, tập hợp mọi trang nghiêm như thế. Bồ-tát-ma-ha-tát Di-lặc an trụ trong đó, để nhiếp thọ cha mẹ, quyến thuộc và chúng sinh nơi quốc độ xưa của mình, khiến cho họ được thành thục.

Sau khi Thiện Tài thưa hỏi. Bồ-tát Di-lặc dạy:

Thiện nam tử! Tâm Bồ-đề là tâm thành tựu vô lượng công đức như thế; nói tóm yếu, nên biết rằng tất cả công đức ấy đều bình đẳng với công đức của hết thảy Phật pháp. Vì sao vậy? Vì từ tâm Bồ-đề mà phát sinh tất cả hạnh của chư Bồ-tát, vì chư Như Lai trong ba đời đều từ tâm Bồ-đề mà xuất sinh. Do đó, thiện nam tử! Nếu có ai phát tâm A-nậu-đa-la tam-miệu tam-bồ-đề, người ấy đã phát sinh vô lượng công đức, có thể bao gồm và nhiếp thọ tất cả đạo của Nhất thiết trí.

Hán:

善男子！菩提心者，成就如是無量功德；舉要言之，應知悉與一切佛法諸功德等。何以故？因菩提心出生一切諸菩薩行，三世如來從菩提心而出生故。是故，善男子！若有發阿耨多羅三藐三菩提心者，則已出生無量功德，普能攝取一切智道。

Kinh văn: Bồ-tát Di-lặc đi đến trước lâu các, khảy móng tay phát ra âm thanh, thì cửa liền mở, Ngài bảo Thiện Tài bước vào. Lúc ấy, tâm Thiện Tài vui mừng hoan hỷ; khi đã vào, cửa lại tự khép kín. Thiện Tài nhìn thấy lâu các ấy rộng lớn vô lượng, như hư không, nền đất làm bằng vô số châu báu; có vô lượng cung điện, vô lượng cửa nẻo, vô lượng cửa sổ, vô lượng tầng cấp, vô lượng lan can, vô lượng con đường, tất cả đều được cấu thành bằng bảy báu...

II. PHÁP MÔN GIẢI THOÁT

Kinh văn: Thiện nam tử! Môn giải thoát này có tên là *Nhập tam thế nhất thiết cảnh giới bất vong niệm trí trang nghiêm tạng*, [nghĩa là "Kho tạng trang nghiêm của trí tuệ không quên mất, có năng lực nhập vào tất cả cảnh giới của ba đời"].Thiện nam tử! Trong môn giải thoát này lại có vô lượng vô biên, không thể nói, không thể nói các môn giải thoát khác, là những pháp môn mà một đời Bồ-tát có thể chứng đắc. Thiện Tài bạch hỏi: Bạch Ngài! Những sự trang nghiêm này đi về đâu?

Bồ-tát Di-lặc đáp:

Đi về nơi đã đến.

Hán:

「善男子！此解脫門，名：入三世一切境界不忘念智莊嚴藏。善男子！此解脫門中，有不可說不可說解脫門，一生菩薩之所能得。」善財問言：「此莊嚴事，何處去耶？」彌勒答言：「於來處去。」

III. Ý NGHĨA BIỂU TƯỢNG

1. Hải Ngạn và Đại Trang Nghiêm viên

Hải ngạn (*Sāgara-tīra*) là "bờ biển", biểu tượng cho biên tế của luân hồi và giác ngộ. Biển cả (*sāgara*) tượng trưng cho sinh tử vô biên, còn bờ (*tīra*) là nơi đặt chân của người phát tâm hướng giác. Hành trình của Thiện Tài khởi đầu tại đây mang ý nghĩa: từ biên vực mê mà bước vào pháp giới giác. "Đại nghiêm viên" (*Mahā-vyūha-ārāma*) biểu trưng cho tâm thanh tịnh của Bồ-tát, nơi các công đức được tích tụ như vườn báu công hạnh. Trong Hoa Nghiêm, "vườn" là cảnh giới tâm, "trang nghiêm" là dụng của trí huệ, cho thấy đạo lộ Bồ-tát bắt đầu không từ bên ngoài, mà chính là cảnh giới tâm hiển hiện.

2. Tỳ-lô-giá-na Trang Nghiêm Tạng

Lâu các Tỳ-lô-giá-na Trang nghiêm tạng (*Vairocana-vyūha-garbha*) là biểu tượng cho pháp thân viên mãn, tạng đại quang minh bao hàm muôn pháp. "Tạng" (garbha) nghĩa là "thai tạng" – chỉ tánh Viên dung Nhất chân pháp giới, nơi mà tất cả pháp giới đều hàm chứa trong một tâm.

3. Sáu nhân duyên hình thành lâu các

Sáu nhân duyên mà kinh văn liệt kê (thiện căn quả báo, niệm lực, nguyện lực, tự tại lực, thần thông lực, phương tiện thiện xảo, phước đức và trí huệ) là toàn thể hạnh đức của Bồ-tát đạo:

- "Thiện căn quả báo" biểu thị tự lợi;

- "Niệm, nguyện, tự tại, thần thông" là tha lợi;

- "Phương tiện thiện xảo" nối tự–tha;

- "Phước đức, trí huệ" là hai phần viên mãn của Nhị tư lương (*puṇya–jñāna-saṃbhāra*).

Do vậy, lâu các này không chỉ là kiến trúc thần diệu, mà chính là thể hiện của Bồ-tát đạo viên mãn trong tâm địa.

4. Việc khảy móng tay của Bồ-tát Di-lặc

Âm thanh từ khảy móng tay (*aṅguṣṭha-parāmṛśa*) mở cửa lâu các biểu trưng cho nhất niệm đại bi và trí huệ phát khởi. Âm nhỏ mà chấn động vô lượng cảnh giới, ngụ ý rằng một niệm tâm giác ngộ liền thông suốt pháp giới. Cửa mở rồi khép là biểu tượng cho sự đồng thời của sinh diệt và tịch diệt, "khai tức thị ngộ, hợp tức thị tịch", không hai.

5. Chìa khóa báu (ratna-kuñcika)

Biểu thị cho phương tiện thiện xảo (upāya) của Bồ-tát Di-lặc: từ bi mở cửa trí huệ. Mở cửa không chỉ là động thái vật lý, mà là hành động khai mở tâm Bồ-đề của hành giả – "phương tiện là chìa khóa của trí tuệ".

6. Thất bảo và kiến trúc vô lượng

Lâu các "như hư không, vô lượng cung điện, vô lượng cửa nẻo, đều bằng bảy báu" là hình tượng pháp giới vô ngại (*dharmadhātu-pratītyasamutpāda*).

Bảy báu (*sapta-ratna*) trong Hoa Nghiêm tương ưng với Thất giác chi (*sapta-bodhy-aṅga*), là nền của Bồ-tát đạo. Các cửa, lan can, thềm, đường... đều là pháp môn vô lượng, biểu hiện "một cửa mở ra vô lượng pháp, vô lượng pháp quy nhất tâm".

7. Câu "Đi về nơi đã đến" (於來處去)

Đây là lời hiển thị chân lý bất khứ bất lai của pháp giới. "Nơi đến" vốn là "nơi đi", sinh tử tức Niết-bàn, phàm phu tức Bồ-tát. Trong cảnh giới chứng nhập của Thiện Tài, tất cả biến hóa, đến–đi, sinh–diệt đều không rời bản tánh Như Như.

IV. TƯ TƯỞNG HOA NGHIÊM

1. Tâm Bồ-đề là nguồn gốc tất cả công đức

Bồ-tát Di-lặc dạy: "Tâm Bồ-đề thành tựu vô lượng công đức... chư Như Lai ba đời đều từ tâm ấy mà sinh." Đây là cốt tủy của Hoa Nghiêm: nhất tâm khởi vạn hạnh, vạn hạnh quy nhất tâm. Bồ-đề tâm là nhân khởi, cũng là cảnh giới quả viên mãn, cho thấy nhân–quả nhất như, không hai tướng tu và chứng.

2. **Lâu các trang nghiêm:** biểu hiện của Pháp thân viên dung

Lâu các của Di-lặc không phải cảnh giới ngoại vật, mà là biểu tượng của pháp thân viên mãn (*dharmakāya*). Trong một tòa lâu các, hiện ra vô lượng lâu các khác, mỗi một lâu các đều bao hàm toàn thể pháp giới – đây chính là nguyên lý "sự sự vô ngại pháp giới" (事事無礙法界).

3. **Giải thoát môn:** *Nhập tam thế nhất thiết cảnh giới bất vong niệm trí trang nghiêm tạng*

Đây là biểu tượng của Nhất tâm tam quán, hay "vô ngại trí" trong Viên giáo. "Tam thế nhất thiết cảnh giới" là toàn thể duyên khởi; "bất vong niệm trí" là trí nhớ không mất, tức *smṛti-jñāna* – chỉ trí vô niệm mà thông tri tam thế. Bồ-tát chứng được cảnh giới này là đạt tới vô ngại trí tạng, thấy rõ sinh tử và Niết-bàn đồng thời viên dung.

4. Vô khứ vô lai: pháp giới viên dung

Câu trả lời "於來處去" thể hiện tư tưởng *Pháp giới vô ngại, khứ lai nhất như*, là tinh yếu của Viên giáo Hoa Nghiêm. Tất cả hiện tượng đều không rời Như, vì thế đến–đi chỉ là tướng dụng của Như, không có thật sở khứ, sở lai. Đây là nhận thức viên mãn của Bồ-tát tại giai vị Đẳng giác.

V. TƯƠNG QUAN TƯ TƯỞNG *HOA NGHIÊM* VÀ *DUY THỨC* QUA HÌNH TƯỢNG BỒ-TÁT DI-LẶC

1. Bồ-tát Di-lặc – điểm giao giữa hai hệ tư tưởng

Trong truyền thống Ấn Độ và Đông Á, Bồ-tát Di-lặc (*Maitreya-bodhisattva*) không chỉ là nhân vật được kinh *Hoa nghiêm* tôn xưng là vị Thiện tri thức tối thượng khai mở cảnh giới pháp giới viên dung, mà còn được xem là tổ sư của Duy thức học (*Yogācāra / Vijñānavāda*). Các luận sư như Vô Trước (Asaṅga) và Thế Thân (Vasubandhu) đều tôn Ngài là bậc giáo chủ cõi Đâu-suất, là đấng khai thị cho họ về *Du-già sư địa luận* (*Yogācārabhūmi-śāstra*).

Vì thế, nơi Bồ-tát Di-lặc hội tụ hai khuynh hướng tư tưởng:

- *Hoa nghiêm* hiển bày pháp giới duy tâm viên dung,

- *Duy thức* hiển bày vạn pháp duy thức biến hiện. Cả hai tuy khác thuật ngữ, nhưng đồng quy ở nhất tâm: tâm là cội nguồn uyên nguyên của vạn pháp" (*citta-mātra*).

2. Cảnh giới Di-lặc lâu các và cảnh giới Duy thức

Khi Thiện Tài bước vào *Tỳ-lô-giá-na Trang Nghiêm Tạng*, thấy vô lượng lâu các trùng trùng vô tận, mỗi lâu các đều dung nhiếp vô lượng thế giới, đây là hình ảnh pháp giới duy tâm hiển hiện. Trong ngôn ngữ *Duy thức*, đó chính là cảnh giới do thức biến hiện (*vijñapti-mātra*), trong đó mọi hiện tượng đều nương nơi "chủng tử thức" mà sinh khởi. Cảnh "khảy móng tay mà cửa mở" biểu thị cho tác dụng của thức – một niệm khởi liền biến hiện vô biên cảnh giới; còn "cửa khép" là sự hồi quy vào bản trí (*ālayavijñāna-pariṇāma*). Như vậy, lâu các Di-lặc chính là biểu tượng của tâm thức viên mãn, nơi mà thức và trí bất nhị, tương đương với "Như Lai tạng trí" (*tathāgata-jñāna*).

3. Tâm Bồ-đề và A-lại-da thức (ālayavijñāna)

Di-lặc dạy: "Tâm Bồ-đề sinh ra tất cả công đức, chư Như Lai ba đời đều từ tâm ấy mà xuất sinh." Trong Duy thức, *ālayavijñāna* (tạng thức) là nền tảng sinh khởi mọi hiện tượng. Ở đây, "Bồ-đề tâm" và "A-lại-da thức" được hiểu như hai mặt của một thực thể:

- *A-lại-da* là năng tàng, hàm chứa chủng tử vạn pháp;

- *Bồ-đề tâm* là giác tàng, hiển lộ công đức vô biên.

Hoa Nghiêm lấy "phát tâm" làm khởi điểm của vạn hạnh; Duy thức lấy "chuyển thức thành trí" (*vijñāna-pariṇāma-pariśuddhi*) làm cứu cánh. Hai tiến trình này hợp lại biểu hiện sự chuyển hóa nội tâm từ vọng thức đến chân trí, cùng quy về Nhất tâm viên mãn.

4. Nhập tam thế nhất thiết cảnh giới

Kinh nói: "Nhập tam thế nhất thiết cảnh giới bất vong niệm trí trang nghiêm tạng." Đây là trạng thái mà

Bồ-tát thấy tam thế, vạn pháp, đồng thời hiện trong một niệm. Trong ngôn ngữ Duy thức, đây là viên thành thật tánh (*pariniṣpanna-svabhāva*), nơi mọi phân biệt của "biến kế sở chấp" (*parikalpita-svabhāva*) đều tiêu dung. Như thế, pháp giới "vô khứ vô lai" mà Di-lặc hiển thị chính là *viên thành thật tánh*, tức thực tại chân như (*tathatā*) – nền tảng chung cho cả Hoa Nghiêm và Duy thức.

5. Nhất tâm: điểm hội của hai hệ thống

Hoa Nghiêm dạy: "Nhất tâm sinh vạn pháp, vạn pháp tức nhất tâm."

Duy thức dạy: "Tam giới duy tâm, vạn pháp duy thức." Cả hai đều quy về nhất tâm viên dung (*ekacitta-sarvadharma*):

Duy thức chú trọng *tâm năng biến*, khai giải phương diện tâm lý và nhận thức.

Hoa Nghiêm hiển bày *tâm viên dung*, khai giải phương diện pháp giới và đạo dụng.

Hai dòng tư tưởng này dung hội nơi Bồ-tát Di-lặc: từ tâm năng biến hiển hiện pháp giới viên dung, trong pháp giới viên dung thấy rõ tâm năng biến vốn không hai.

Hình tượng Di-lặc trong *Phẩm Nhập pháp giới* không chỉ là biểu tượng từ bi giáo hóa, mà còn là cầu nối giữa Duy thức và Hoa Nghiêm, giữa *thức biến* và *pháp giới viên dung*. Di-lặc lâu các là cảnh giới của chuyển thức thành trí, còn hành trình của Thiện Tài là hiển lộ của pháp giới duy tâm. Cả hai cùng chỉ về một thực tại: "Tâm tức Phật, Phật tức pháp giới; thức chuyển tức trí, trí hiển tức Như Lai."

VI. TÓM TẮT

Di-lặc Bồ-tát là vị thiện tri thức thứ 50 trong *Phẩm Nhập pháp giới*. Đoạn kinh về Di-lặc và lâu các Trang Nghiêm Tạng là một hiển dụ hoàn chỉnh về pháp giới Hoa Nghiêm:

- *Bắt đầu* từ tâm Bồ-đề: nhân phát khởi;

- *Thể hiện* trong lâu các trang nghiêm: cảnh giới viên dung;

- *Khai mở* bằng tiếng khảy tay: phương tiện đại bi;

- *Thành tựu* nơi giải thoát vô ngại: trí tuệ Như Như.

- Khi Bồ-tát Di-lặc (Maitreya) mở cửa bảo lâu các, không chỉ là mở cánh cửa một tòa kiến trúc, mà là khai mở toàn pháp giới; và khi Thiện Tài bước vào, không chỉ là bước vào một cảnh giới huyền diệu, mà chính là bước vào bản tâm mình – pháp giới viên dung của đại trí và đại bi

Toàn bộ hiển thị nguyên lý "Nhất tâm khởi vạn pháp, vạn pháp quy nhất tâm", tức Hoa Nghiêm duy tâm pháp giới, nơi Thiện Tài bước vào Di-lặc lâu các chính là biểu tượng của nhập Như Lai tạng trí, khởi đầu cho hành trình thấy "pháp giới viên dung vô ngại".

51. VĂN-THÙ-SƯ-LỢI BỒ-TÁT
(Mañjuśrī Bodhisattva 文殊師利菩薩)

I. BỐI CẢNH KINH VĂN

Sau khi đảnh lễ Di-lặc Bồ-tát, Thiện Tài Đồng tử nhờ Di-lặc chỉ dạy liền đến núi Diệu Phong (Śrī-parvata), nơi Bồ-tát Văn-thù-sư-lợi (Mañjuśrī) đang an trú, bao quanh với vô số Bồ-tát và chư thiên. Núi ấy sáng rực ánh quang minh trí tuệ, mây báu giăng khắp, hương thơm vi diệu lan tỏa. Tại đây, Thiện Tài trở lại vị thầy đầu tiên, cũng chính là vị khai mở và kết thúc toàn hành trình cầu pháp.

Kinh văn: Thiện nam tử! Ông nên đi đến chỗ vị Thiện tri thức Văn-thù-sư-lợi (*Mañjuśrī*) mà thưa hỏi rằng: Bồ-tát làm sao học hạnh Bồ-tát? Làm sao có thể nhập vào cửa hạnh của Phổ Hiền? Làm sao được thành tựu? Làm sao được quảng đại? Làm sao được tùy thuận? Làm sao được thanh tịnh? Làm sao được viên mãn? Thiện nam tử! Vị ấy sẽ vì ông mà phân biệt diễn nói. Vì sao vậy? Vì những đại nguyện mà Văn-thù-sư-lợi Bồ-tát sở hữu, không một vị Bồ-tát nào, dù số lượng nhiều như trăm ngàn ức na-do-tha, có thể sánh được.

Hán:

善男子！汝當往詣文殊師利善知識所而問之言：『菩薩云何學菩薩行？云何而入普賢行門？[1]云何成就？云何廣大？云何隨順？云何清淨？云何圓滿？』善男子！彼當為汝分別演說。何以故？文殊師利所有大願，非餘無量百千億那由他菩薩之所能有。

Kinh văn: Thiện nam tử! Đồng tử Văn-thù-sư-lợi là vị Thiện tri thức của ông. Vị ấy khiến ông được sinh vào trong nhà Như Lai, nuôi lớn tất cả thiện căn, phát khởi mọi pháp trợ đạo, được gặp gỡ bậc Thiện tri thức chân thật; khiến ông tu tập tất cả công đức, nhập vào lưới nguyện rộng lớn, an trụ trong các đại nguyện; vì ông mà giảng nói tất cả pháp bí mật của Bồ-tát, hiển hiện những hạnh Bồ-tát khó nghĩ bàn; và cũng là vị đã cùng ông đồng sinh, đồng hành trong quá khứ.

Hán:

善男子！文殊師利童子是汝善知識，令汝得生如來家，長養一切諸善根，發起一切助道法，值遇真實善知識；令汝修一切功德，入一切願網，住一切大願；為汝說一切菩薩祕密法，現一切菩薩難思行；與汝往昔同生同行。

Kinh văn: Lành thay, lành thay, thiện nam tử! Nếu lìa khỏi tín căn, thì tâm trở nên yếu kém, ưu hối, công hạnh chẳng đầy đủ, tinh tấn bị thối thất; đối với thiện căn thì sanh tâm chấp trước, đối với chút ít công đức liền cho là đủ; không thể khéo léo phát khởi hạnh nguyện, chẳng được các bậc Thiện tri thức nhiếp hộ, chẳng được Như Lai tưởng niệm; không thể thấu đạt pháp tánh như thế, lý thú như thế, pháp môn như thế, sở hành như thế, cảnh giới như thế;

như biết khắp, biết sai biệt, biết tận cùng nguồn gốc, hiểu rõ, hướng nhập, giảng nói, phân biệt, chứng tri, hoặc được thành tựu, thì tất cả đều chẳng thể có được.

Khi ấy, Văn-thù-sư-lợi tuyên thuyết pháp này, chỉ dạy lợi ích khiến hoan hỷ; Thiện Tài Đồng tử thành tựu vô lượng a-tăng-kỳ pháp môn, đầy đủ quang minh của đại trí vô lượng, được vô biên Bồ-tát đà-la-ni), vô biên đại nguyện), vô biên tam-muội, vô biên thần thông, vô biên trí tuệ; khiến được nhập vào đạo tràng hạnh Phổ Hiền, an trụ Thiện Tài nơi xứ sở của chính mình. Khi ấy, Văn-thù-sư-lợi thu thần lực, thân tướng ẩn mất, không còn hiện ra nữa.

Khi Bồ-tát Văn-thù-sư-lợi thị hiện 10 tướng quang minh. Thiện Tài liền phát tâm:

Kinh văn: Thiện Tài Đồng tử khi thấy mười loại tướng quang minh ấy rồi, liền tự khởi niệm rằng: "Nay ta chắc chắn sẽ được thấy Bồ-tát Phổ Hiền, tăng trưởng thiện căn, thấy tất cả chư Phật; đối với cảnh giới rộng lớn của các Bồ-tát, sanh tâm hiểu biết quyết định, được thành tựu Nhất thiết trí."

II. Ý NGHĨA VIỆC GẶP LẠI BỒ-TÁT VĂN-THÙ-SƯ-LỢI

Trong toàn phẩm *Nhập pháp giới*, Thiện Tài Đồng tử bắt đầu hành trình bằng việc được Văn-thù chỉ dạy, và kết thúc cũng bằng sự hiển hiện lại của Bồ-tát Văn-thù-sư-lợi qua mười tướng quang minh. Sự "gặp lại" này không phải là một sự kiện ngoại tại, mà là chu kỳ viên mãn của trí và hạnh trong đạo Bồ-tát.

Lần đầu Thiện Tài gặp Văn-thù, đó là khởi tâm Bồ-đề, là trí sơ phát tâm. Lần cuối thấy Văn-thù quang minh, đó là trí viên thành, trí nội chứng. Như vậy, *hai cuộc gặp chỉ là một*: trí ban đầu và trí cứu cánh vốn đồng thể.

Văn-thù tượng trưng cho trí Bát-nhã (*prajñā*). Khi Thiện Tài trải qua năm mươi vị Thiện tri thức, tức là trải qua toàn bộ hành trình lập hạnh (caryā), trí Bát-nhã tiềm phục ban đầu được triển khai trong vô lượng cảnh giới hành động. Lúc quang minh của Bồ-tát Văn-thù xuất hiện, trí ấy trở lại, nhưng không còn là trí của phân biệt, mà là trí nội chiếu viên dung, cho nên nói là "gặp lại Văn-thù", kỳ thực là trí hiển hiện trong tự tâm.

Đó là ban đầu lấy trí làm nhân, về sau lấy hạnh làm quả; khi trí và hạnh hợp nhất, nên Bồ-tát Văn-thù hiện tướng quang minh.

III. Ý NGHĨA BIỂU TƯỢNG – TƯ TƯỞNG HOA NGHIÊM

Trong hệ thống *Hoa nghiêm*, Bồ-tát Bồ-tát Văn-thù-sư-lợi và Bồ-tát Phổ Hiền là biểu tượng nổi bật:

- Bồ-tát Văn-thù-sư-lợi: Trí tuệ Bát-nhã, khai mở nhận thức về pháp giới.

- Bồ-tát Phổ Hiền: Hạnh nguyện viên mãn, thực hành trong pháp giới.

Sự gặp lại Văn-thù sau khi đã trải qua hành trình tu học là biểu tượng cho tính tương tức của trí và hạnh, tức "trí là hạnh,

hạnh là trí". Khi trí khai mở viên mãn, toàn thể pháp giới trở thành cảnh giới hành hạnh.

Từ phương diện giáo lý, đây là sự hợp nhất của hai môn trong Hoa Nghiêm học:

- *Nhập lý môn*: trí quán chân như (Văn-thù);
- *Khởi hạnh môn*: ứng dụng nơi thế gian (Phổ Hiền). Hai môn vốn bất nhị: lý vô ngại sinh hạnh vô ngại, hạnh vô ngại hiển lý viên dung.

Cảnh Văn-thù hiện quang minh cũng là biểu tượng cho pháp giới duy tâm, nơi tâm Bồ-tát chiếu khắp mười phương, không còn giới hạn phân biệt. "Mười tướng quang minh" biểu thị Ba-la-mật viên dung, chiếu khắp pháp giới, nên Thiện Tài liền phát tâm thấy Phổ Hiền — tức là trí quán chuyển thành hạnh nguyện.

Văn-thù là trí, Phổ Hiền là hạnh; trí soi mà hạnh khắp, hạnh khắp mà trí soi, đó gọi là viên dung Hoa Nghiêm."

IV. BỒ-TÁT VĂN-THÙ GIỚI THIỆU PHỔ HIỀN

Trong *Hoa nghiêm tam thánh*, Văn-thù, Phổ Hiền, và Tỳ-lô-giá-na (Vairocana) là ba phương diện của cùng một Phật tính:

- Tỳ-lô-giá-na: Thể – Pháp thân.
- Văn-thù: Trí – Quán chiếu chân như.
- Phổ Hiền: Hạnh – Dụng của trí trong thế giới.

Do đó, Văn-thù chỉ dạy Thiện Tài đến với Phổ Hiền không phải thuần tuý là sự chuyển thiện tri thức, mà là chuyển giai đoạn trong đạo Bồ-tát: từ trí giác đến hạnh dụng.

Nói cách khác, Văn-thù khai mở "kiến đạo", còn Phổ Hiền làm viên mãn "tu đạo".

Văn-thù là "khai tâm thấy lý", Phổ Hiền là "hành nguyện nhập lý".

Hành trình Thiện Tài "từ Văn-thù đến Phổ Hiền" là đồ hình của duy tâm viên dung: từ "trí thấy pháp giới" (kiến) đến "hạnh nhập pháp giới" (hành).

Do vậy, Văn-thù giới thiệu Phổ Hiền là tất yếu trong tư tưởng Hoa Nghiêm: trí phải dẫn đến hạnh, vì trí không hạnh là không thành Phật; mà hạnh lìa trí thì vô minh.

Văn-thù mở cửa giác ngộ, Phổ Hiền là con đường thành tựu; do trí khởi hạnh, hạnh lại quy trí.

Ba tầng ý nghĩa này hợp lại cho thấy:

- Gặp lại Văn-thù là trí huệ tự chứng,

- Quang minh Văn-thù là pháp giới viên dung,

- Phổ Hiền là đại hạnh khởi dụng của trí ấy.

Toàn bộ phẩm *Nhập pháp giới* vì thế là biểu tượng của tiến trình nhất tâm viên dung, nơi trí và hạnh hợp nhất, "một tâm khởi vạn hạnh, vạn hạnh quy nhất tâm" — tinh hoa của tư tưởng *Hoa Nghiêm*.

V. TÓM TẮT

Văn-thù-sư-lợi Bồ-tát là vị thiện tri thức thứ 51 trong *Phẩm Nhập pháp giới*, cũng là thiện tri thức đầu trong toàn hành trình Thiện Tài cầu đạo. Bồ-tát Văn-thù-sư-lợi là biểu tượng của Bát-nhã, là nguồn phát khởi và cứu cánh của hạnh Bồ-tát. Pháp môn này hiển bày tinh thần tối thượng của Hoa Nghiêm: nhất tâm viên dung, trí huệ vô ngại, lý sự dung thông, một niệm Bồ-đề là toàn thể pháp giới – nơi khởi và nơi về đều là một, tịch chiếu viên dung, trí bi nhất như.

52. PHỔ HIỀN BỒ-TÁT
(Samantabhadra Bodhisattva 普賢菩薩)

I. BỐI CẢNH KINH VĂN

Sau khi Thiện Tài Đồng tử trở lại lễ bái Văn-thù-sư-lợi Bồ-tát, được chỉ dạy rằng: "Con nên đi đến chỗ Phổ Hiền Bồ-tát để được viên mãn hạnh nguyện", Ngài liền hướng về phương Đông, nơi thế giới Diệu Quang, để yết kiến Bồ-tát Phổ Hiền (Samantabhadra). Tại đây, Thiện Tài chứng kiến thân tướng Phổ Hiền vô biên, thân thân hóa hiện khắp mười phương, cùng vô lượng Bồ-tát thuyết giảng hạnh nguyện đại viên mãn.

Kinh văn: Thiện nam tử! Trong quá khứ, trải qua vô số, vô lượng kiếp nhiều như số vi trần của cõi Phật không thể nói được, Ta đã tu hành hạnh Bồ-tát, cầu Nhất thiết trí. Trong mỗi một kiếp, vì muốn làm cho tâm Bồ-đề được thanh tịnh, Ta đã phụng sự cúng dường chư Phật nhiều như số vi trần của vô lượng, vô biên cõi Phật không thể nói được.

Lại trong mỗi một kiếp, để tích tụ đầy đủ các tư lương phước đức cần cho Nhất thiết trí, Ta đã thiết lập vô lượng, vô biên pháp hội bố thí lớn, nhiều như số vi trần của các cõi Phật không thể nói được; khiến cho hết thảy thế gian đều được nghe biết, và những ai có mong cầu đều khiến được viên mãn.

Hán:

善男子！我於過去不可說不可說佛刹微塵數劫，行菩薩行，求一切智；一一劫中，為欲清淨菩提心故，承事不可說不可說佛刹微塵數佛；一一劫中, 為集一切智福德具故，設不可說不可說佛刹微塵數廣大施會，一切世間咸使聞知，凡有所求悉令滿足；

Kinh văn: Thiện nam tử! Ta trang nghiêm cõi Phật bằng tâm đại bi để cứu hộ các chúng sinh, giáo hóa khiến họ được thành tựu; cúng dường chư Phật, phụng sự các bậc Thiện tri thức; vì cầu chánh pháp, Ta tuyên dương, hộ trì, khiến pháp được lưu truyền; đối với tất cả trong ngoài, Ta đều có thể xả bỏ, cho đến thân mạng cũng không hề luyến tiếc. Dẫu có vô lượng kiếp hải để nói về nhân duyên ấy, thì biển kiếp ấy còn có thể cùng tận, nhưng hạnh nguyện này không bao giờ cùng tận.

Hán:

善男子！我莊嚴佛土，以大悲心，救護眾生，教化成就，供養諸佛，事善知識；為求正法，弘宣護持，一切內外悉皆能捨，乃至身命亦無所吝。一切劫海說其因緣，劫海可盡，此無有盡。

III. BIỂU TƯỢNG CỦA ĐẠI HẠNH – ĐẠI NGUYỆN

1. Danh xưng Phổ Hiền (Samantabhadra):

- *Samanta* nghĩa là phổ biến, khắp nơi; *bhadra* nghĩa là thiện, tốt đẹp. Tên Ngài biểu thị thiện hạnh khắp pháp giới, trí và bi cùng khởi, thân hành khắp mười phương.

Biểu tượng voi trắng sáu ngà: Sáu ngà tượng trưng Lục độ ba-la-mật [bố thí (dāna), trì giới (śīla), an nhẫn (kṣānti), tinh tấn (vīrya), thiền định (dhyāna), trí huệ (prajñā)]. Voi trắng biểu trưng cho tâm đại lực thanh tịnh, không bị nhiễm ô, tự tại vận chuyển trong pháp giới.

Ánh quang chiếu khắp mười phương: Biểu tượng cho trí tuệ viên dung chiếu soi khắp, đồng thời là từ lực hóa thân vô biên. Ánh sáng ấy là diệu dụng của đại nguyện – "chiếu mà không phân, ứng mà không động".

IV. MƯỜI ĐẠI NGUYỆN VƯƠNG (DAŚA MAHĀPRANIDHĀNĀNI)

Phổ Hiền tuyên thuyết Thập đại nguyện vương, là khuôn mẫu cho mọi hạnh Bồ-tát, dung nhiếp trọn vẹn tinh thần Hoa Nghiêm:

1. Lễ kính chư Phật (*sarva-buddha-pūjana*).
2. Xưng tán Như Lai (*tathāgata-stavana*).
3. Quảng tu cúng dường (*puṇya-upacaya*).
4. Sám hối nghiệp chướng (*āpatti-kṣamāpaṇa*).
5. Tùy hỷ công đức (*puṇya-anumodanā*).
6. Thỉnh chuyển pháp luân (*dharmacakra-pravartana*).
7. Thỉnh Phật trụ thế (*buddha-sthiti-prārthanā*).
8. Thường tùy Phật học (*buddha-saddharma-anugamana*).
9. Hằng thuận chúng sinh (*sattvānugraha*).
10. Phổ giai hồi hướng (*pariṇāmanā*).

Mười nguyện này nối kết toàn bộ hành trình của Thiện Tài – từ khởi tâm đến viên mãn – thành một vòng viên dung: Phát tâm (Văn-thù) ⟶ Tu hành (Di-lặc) ⟶ Viên mãn nguyện (Phổ Hiền).

V. Ý NGHĨA BIỂU TƯỢNG TRONG PHÁP GIỚI HOA NGHIÊM

1. Văn-thù biểu tượng trí huệ, Phổ Hiền biểu tượng hạnh nguyện. Trí rõ biết lý, hạnh viên mãn sự; trí–hạnh bất nhị là pháp giới viên dung.

2. Từ Bảo Lâu Các đến Đại nguyện:

- Ở Bồ-tát Di-lặc, Thiện Tài "thấy" pháp giới (tri kiến viên dung).

- Ở Bồ-tát Phổ Hiền, Thiện Tài "hành" pháp giới (thực hành viên dung).

- Kiến và hành dung hợp: thấy là hành, hành là thấy – chính là cứu cánh của Hoa Nghiêm học.

3. Biểu tượng của nhập pháp giới:

- Phổ Hiền là toàn thể Pháp thân khởi dụng – hành mà không rời tánh, tánh hiển trong hành.

- Khi Thiện Tài chứng nhập "Phổ Hiền hạnh nguyện hải", tức là thấy pháp giới chính là tâm mình, đó là chỗ quy nguyên của mọi hạnh.

3. Thiện Tài sau khi nghe lời dạy của Bồ-tát Phổ Hiền, liền phát lời nguyện: "Nhờ sức đại nguyện của Bồ-tát Phổ Hiền, con được vào pháp giới, được thấy tất cả chư Phật, trong một niệm đều có thể cúng dường và tuyên thuyết vô tận pháp. Nguyện khi mạng chung, diệt trừ hết thảy chướng ngại, được thấy vô lượng chư Phật, sinh về cõi Cực Lạc, mau chứng quả Bồ-đề, rồi trở lại cõi Ta-bà, rộng độ chúng sinh."

VI. TƯ TƯỞNG HOA NGHIÊM

1. Đại nguyện là động lực của pháp giới:

- Nguyện là năng lực khiến Bồ-tát lưu chuyển trong sinh tử mà không nhiễm sinh tử.

- Chính "nguyện" khiến "hạnh" thành vô tận – vì hạnh nương trí, trí nương bi, bi nương nguyện.

2. Đại hạnh là diệu dụng của Bồ-tát đạo:

- "Hạnh" không chỉ là hành vi, mà là biểu hiện của trí huệ viên dung nơi sự.

- Mỗi hành động, dù nhỏ, đều là pháp giới hiển dụng – hạnh Phổ Hiền chính là "sự sự vô ngại hạnh".

3. Viên dung trí–bi–nguyện:

- Văn-thù (trí), Di-lặc (bi và phương tiện), Phổ Hiền (nguyện và hạnh) hợp thành ba trụ cột của tư tưởng Hoa Nghiêm: Trí khởi tâm – Bi khai dụng – Nguyện viên thành.

VII. KẾT LUẬN

Phổ Hiền Bồ-tát là thiện tri thức thứ 52, vị sau cùng trong hành trình *Nhập pháp giới* của Thiện Tài Đồng tử. Pháp môn của Ngài, "Đại hạnh Đại nguyện viên mãn giải thoát môn", là sự hội tụ trọn vẹn của trí huệ, từ bi và hạnh nguyện:

- **Văn-thù** khởi tâm pháp giới để "biết".
- **Di-lặc** mở cửa pháp giới để "thấy".
- **Phổ Hiền** khai hạnh pháp giới để "làm".

Khi Thiện Tài nhập vào hạnh nguyện Phổ Hiền, tức là nhập toàn thể pháp giới – nơi nhất tâm viên dung, trí bi vô ngại, lý sự đồng thời, hành–nguyện tương tức.

Đó chính là cảnh giới viên mãn của Hoa Nghiêm:

Trí thành hạnh, hạnh viên nguyện, nguyện nhiếp pháp giới; Phổ Hiền tức tâm, tâm tức pháp giới, pháp giới tức Phổ Hiền hạnh viên dung.

www.ingramcontent.com/pod-product-compliance
Lightning Source LLC
LaVergne TN
LVHW082128241026
850783LV00054B/471
9798295438844